అనుభూతి కథలు

విజయ్ ఉప్పులూరి

ఛాయా పబ్లికేషన్స్

Anubhooti Kathalu

A Short Story Anthology by
Vijay Uppuluri
email: vijayuppuluri@gmail.com
Phone: 96420 00406

First Publication: **September 2022**

Publisher
Chaaya Resources Centre
103, Haritha Apartments,
A-3, Madhuranagar,
HYDERABAD-500038
Ph: (040)-23742711
Mobile: +91-70931 65151
email: chaayaresourcescenter@gmail.com

Publication No.: CRC-65

ISBN No. 978-93-92968-15-0

Cover Design
Bali

Book Design
Akshara Creators
Hyderguda, Hyderabad - 500 029.
Ph.: 040-23244088; email: sakshara@gmail.com

Printed at
Printone Digital
Bangalore

For Copies
All leading Book Shops
https:/amzn.to/3xPaeId
bit.ly/chaayabooks

నా జీవన సహచరి
శ్రీలేఖకు...

ప్రేమతో
విజయ్

అనుభూతి కథలు

రచయిత స్వగతం

"కొత్త కథలంటూ ఇప్పుడు పుట్టుకు రావడం కాని పని. ఎందుకంటే ....అన్ని అంశాల మీద మా ముందు తరం వారే ఎప్పుడో రాసేశారు," అన్నారు పెద్దలు.

"మీరైనా, మేమైనా కథనంలో కొత్తదనం చూపించగలగడమే తప్ప గత్యంతరం లేదు. అనవసరంగా టార్చ్ లైట్లు పట్టుకుని కొత్త కథల కోసం అన్వేషించడం మానేయండి," అని హితవు పలికారు కూడా!

అసలు నన్నడిగితే... చదవని కథ చదివేదాకా ఎప్పుడూ కొత్త కథే! నచ్చడం, నచ్చకపోవడం తర్వాతి సంగతి!

కాబట్టి ఇప్పుడు నేను మీ ముందుకు తెస్తున్న 'అనుభూతి కథలు' కొత్తవే! నేనేమీ పుంఖానుపుంఖాలుగా రాసిన రచయితను కాదు.

అడపా దడపా రాసిన కథల్లో కొన్ని ఏర్చి కూర్చి ఈ సంపుటి ద్వారా అందిస్తున్నాను. ఇవి అన్నీ గొప్ప కథలని నేను అనను. ప్రయోజనాత్మకమనీ, ప్రయోగాత్మకమనీ, చెప్పే సాహసమూ చెయ్యను. మంచి కథలని మాత్రమే చెబుతాను. ఎందుకంటే... చదివించే గుణం ఉన్న కథలన్నీ మంచి కథలేనని నేను నమ్ముతాను. 'అనుభూతి కథలు' చదివాక మీరూ నాతో ఏకీభవిస్తారని నా ప్రగాఢ విశ్వాసం.

ఈ కథల్లో చాలా మట్టుకు 'పదుచుతనం రైలు బండి' ఎక్కిన తొలినాళ్లలో రాసినవే! కాబట్టి తాజాతనం కోల్పోయే ప్రసక్తి లేనే లేదు.

ఇక- కాలంతో పాటు మారిన మనిషి జీవనసరళి, ఇతివృత్తాలు కొత్త కోణాల్లో ఆవిష్కరించే వెసులుబాటు కలిగించడంతో ఈ అవకాశాన్ని అంది పుచ్చుకుని వీలైనంతవరకూ వైవిధ్యమైన కథలు రాసే ప్రయత్నం నేనూ చేశాను.

కాబట్టి, నా 'అనుభూతి కథలు' కేవలం కాలక్షేపం కథలుగా కాకుండా కొన్నైనా ఆలోచనలు రేకెత్తించే కథలుగా పాఠకులు గుర్తిస్తే నాకంతే చాలు. నా కథల సంపుటి తెచ్చే ప్రయత్నం నెరవేరినట్లుగా నేను భావిస్తాను.

❖

నా కథల్ని ప్రచురించి,ప్రోత్సహించిన పత్రికా సంపాదకులు-
స్వాతి బలరామ్‌గారు, ఆంధ్రజ్యోతి పురాణం సుబ్రహ్మణ్యశర్మగారు, ఆంధ్ర పత్రిక వీరాజీగారు, అపరాధ పరిశోధన శ్యామ్ దామోదర్ రెడ్డిగారు, జ్యోతి మాసపత్రిక లీలావతి రాఘవయ్యగార్లకు నమోవాకములు.

నన్నెంతో ఆదరించి, వెన్నుతట్టి మంచి కథలు రాయడానికి పురిగొల్పి ఆశీర్వదించిన కీర్తిశేషులు శ్రీ ఆదివిష్ణు, శ్రీ పెద్దిభొట్ల సుబ్బరామయ్య , శ్రీ సత్యం శంకరమంచి గార్లకు ప్రణామములు.

చక్కని బొమ్మలతో నా కథలకు మెరుగులు దిద్దిన చిత్రకారులు- శ్రీయుతులు బాపు, బాలి, చంద్ర, శంకు, గోపి, EVR, రాంపా, విశ్వేశ్వర్, రఘుగార్లకు కృతజ్ఞతాభివందనాలు.

ఈ కథల సంపుటి తెచ్చేందుకు నన్ను ఎంతగానో ప్రోత్సహించి, సహాయ సహకారాలు అందించి ముందుమాట రాసిన కల్పనా రెంటాలగారికి మాటవరస ధన్యవాదాలు తెలిపి చిన్నబుచ్చదలచుకోలేదు.

ఇక 'అనుభూతి కథలు' పై చక్కని విశ్లేషణ అందించిన, ఈ నరుడికి - నారాయణుడు వంటి, మా వేణు ఆసూరికి నేనెప్పటికీ ఋణగ్రస్తుడినే! తనకి శుభాశీస్సులు!

చివరిగా- ఇప్పుడు నేను అందిస్తున్న నా 'అనుభూతి కథలు' సంపుటి పాఠకుల మన్ననకు నోచుకుంటుందని విశ్వసిస్తూ...

హైదరాబాద్
20 ఆగస్ట్ 2022

మీ
విజయ్ ఉప్పులూరి

మనసుని తాకే 'అనుభూతి కథలు'

కాలచక్రంలో ఇప్పుడున్నది కలియుగంలోనో కాదో తెలియదుకానీ, ఇది పోస్ట్ కోవిడ్ కాలం అని ఖచ్చితంగా చెప్పొచ్చు.

ఇళ్లే బందీఖానాలైన సమయం. ఇద్దరి మధ్య ఆరడుగుల దూరం. రెండు మనసుల మధ్య కొలవలేనంత ఒంటరితనం.

ఇలాంటి సమయంలో నా చేతికి వచ్చాయి ఈ 'అనుభూతి కథలు.' ఒకనాటి ఆంధ్రజ్యోతి వారపత్రికలో అలనాటి ప్రసిద్ధ ఎడిటర్ పురాణం సుబ్రహ్మణ్య శర్మగారి నేతృత్వంలో పత్రిక ఆరు పువ్వులు ఏడు కాయలుగా విరాజిల్లుతున్న అపురూప చారిత్రక సమయంలో విజయ్ ఉప్పులూరిగారి కథలు ఒకటో రెండో చదివిన జ్ఞాపకం. కథ ఏమిటో గుర్తులేదు ఆయన పేరు తప్ప. అలాంటి విజయ్‌గారు అనుకోకుండా ఇటీవల ఆన్‌లైన్‌లో పరిచయ మయ్యారు. ఒకరికొకరం పాత రోజులు గుర్తు చేసుకున్నాము. కథలు ఇచ్చి పుచ్చుకున్నాము. అలా మళ్లీ విజయ్‌గారి కథలన్నీ చదివే ఓ అవకాశం వచ్చింది.

ఒక్కో కథ చదువుతున్నప్పుడు నేను మళ్లీ కాలయంత్రంలోకి వెళ్లి వచ్చిన భావన. అబ్బా, ఎంత హాయిగా ఉన్నాయి ఈ కథలు చదువుతుంటే అన్న చిన్న సంతోషం. గత మూడు దశాబ్దాలుగా తెలుగు కథ చాలా మారిపో యింది. అనేక ఉద్యమాలు, వాదాలు, వివాదాలు. అన్నీ అవసరమైనవే. తప్పనిసరి అయినవే. అయితే ఈ కథలలో ఆ ఛాయలేం లేవు. అదే ఈ కథల గొప్పతనం, విలక్షణత కూడా.

మంచి కథ, గొప్ప కథ అని కొలమానాలతో నిర్వచించే సాధనాలు నాకు తెలియవు. మనసుని తాకే ప్రతిదీ మంచి కథే అనుకుంటా నేను. ఆ రకంగా ఈ సంపుటిలోని ఎక్కువ కథలు ఆ కోవలోకి వస్తాయి. ఈ కథల్ని స్త్రీల కథలు, నిరుద్యోగ కథలు, ఆకలి కథలు ఇలా విడదీసి చూడక్కరలేదు. ఏ కాలంలోనైనా వ్యక్తికి ఉండే సహజాతాలు, అనుభూతులు, ఇంద్రియానుభవాలు సర్వసాధారణం. వాటిని వ్యక్తీకరించే తీరు వేర్వేరుగా ఉండవచ్చు. ఈ కథలు ఎవరి కథలో కాదు. మనందరి కథలు. వ్యక్తులను కులం, జాతి, జెండర్ పేరిట ప్రత్యేకంగా విభజన చేయకుండానే అందరి గురించి మాట్లాడిన కథలు. కథల ఇతివృత్తాలు, కథల్లోని పాత్రలు, కథను నడిపించిన తీరు, కథల్లోని వర్ణన ఇవన్నీ తాజాగా ఉన్నాయి. ఇప్పటి కొన్ని కథల్లాగా, చదువుతుంటే వీరావేశమో, ఎవరి పట్లో ఓ ద్వేషమో కలగవు. కేవలం సమాజ పరిస్థితి, అందులోని వ్యక్తుల దుస్థితి మాత్రమే కనిపిస్తాయి.

సీత బ్రతుకింతే కథ పేరు చూడగానే కథ ఏమిటో తెలిసిపోయినట్లే ఉంటుంది. అలా అనుకుంటే అక్కడే పప్పులో కాలేసినట్లు. కథను నడిపించిన తీరు వల్ల, తెలిసినట్లే అనిపించిన కథను చివరకు ఏమవుతుందో అని ఉద్విగ్నం గా చదివిస్తుంది.

'గయ్యాళి పెళ్లాం కోపంలా ఎండ మండిపోతోంది.' ఈ వాక్యంతో ఓ కథ మొదలవుతుంది. ఎండ గురించి ఎందరో ఎన్నో వ్యాఖ్యానాలు చేసినా ఈ వాక్యం దగ్గర ఓ క్షణం ఆగుతాము. తెలియకుండానే మన పెదాల మీద ఓ చిన్న చిరునవ్వు మొలుస్తుంది. ఏం గయ్యాళి పెళ్లాం అనకపోతే చాదస్తపు మొగుడి కోపంలా అనవచ్చు కదా అని నాలాంటి ఫెమినిస్టులెవరో లోపల నుంచి ఘోషిస్తూ ఉన్నా ఆతృతగా రెండో వాక్యం చదువుతాము. అలా మనల్ని చెయ్యి పట్టుకొని లోపలి మనిషి ఆలోచనలలోకి లాకెళ్లిపోతారు.

మరోకథ- 'సూర్యారావుగారు ఆకాశంలో చలిమంట వేశారు' అన్న వాక్యంతో మొదలవుతుంది. కథల ప్రారంభం, ముగింపు ఏ కథకైనా కీలకం. ఆ విషయంలో విజయ్‌గారు చాలా శ్రద్ధ తీసుకున్నారని ఈ కథలు నిర్ధారణ చేస్తాయి.

అనుభూతి- విజయ్‌గారికి మంచి పేరు తెచ్చిన కథ. పురాణంగారు మెచ్చిన కథ.

కథ చివర్లో ఊహించని ట్విస్ట్‌లతో ఆశ్చర్యపరచటం విజయ్‌గారి ప్రత్యేకత. అందుకు ఉదాహరణ *అనుభూతి, పప్పులో కాలు, శిక్ష, ఏది నిజం?, గుండె గుప్పిట* లాంటి కథలు.

విజయ్‌గారు ప్రవృత్తిరీత్యా ఇంగ్లీష్, తెలుగు సాహిత్యాన్ని క్షుణ్ణంగా చదివారు. అలనాటి డిటెక్టివ్ సాహిత్యం నుంచి నేటి అస్తిత్వ ఉద్యమ సాహిత్యం వరకూ. ఆయన కథల్లో అనవసర వర్ణనలు, అవసరానికి మించి కథల పొడిగింపు లాంటి అవలక్షణాలు కనిపించవు. పెపిగో (కుక్క పేరు), సర్వజిత్ లాంటి పేర్లు పెట్టడం వెనుక ఆయన ప్రత్యేకత కనిపిస్తూ ఉంటుంది.

నిరుద్యోగం, ఆకలి, స్త్రీ పురుషుల మధ్య ఆకర్షణ, లంచగొండితనం, పక్కవాడిని తోసేసి పైకి ఎదగాలనే స్వార్థం, విఫల ప్రేమ పైశాచికత్వం ఇవన్నీ ఎప్పుడూ కథావస్తువులే. ఎంతోమంది రాశారు. మరెంతోమంది రాస్తారు. విజయ్ ఉప్పులూరిగారి 'అనుభూతి కథల్లో' కూడా ఇవన్నీ కనిపిస్తాయి. రచయిత గొప్పతనం ఎక్కడంటే ఈ కథలు చదువుతుంటే కేవలం సమస్యల చిత్రణగా అనిపించవు. కొందరి జీవితాల గురించి తెలుసుకున్న భావన కలుగుతుంది. అన్ని కథలను పరిచయం చేసి విశ్లేషించనక్కరలేదు. ఎవరికి వారు చదివి అనుభూతించాల్సిన కథలు ఇవి.

అచ్చమైన తెలుగు వాక్యం విజయ్‌గారిది. ఇంగ్లీష్ పదాలు వాడినా కూడా భిన్నంగా చెప్పటం ఆయన కలంకున్న ప్రత్యేకత.

పప్పులో కాలు రచయిత మొదటి కథ.

ఈ సంపుటిలోని కథలే కాకుండా విజయ్‌గారు రాసిన ఎన్నో కథలు పత్రికల్లో అచ్చయినా, కొన్నింటిని ఎంపికచేసి ఈ సంపుటిలో అందిస్తున్నారు. విజయ్ గారి కథారచనకి ఈ పుస్తకం ఓ ఉదాహరణ మాత్రమే. మిగతా కథల్ని ప్రచురించటంతో పాటు 'సెకండ్ ఇన్నింగ్స్'లో మరిన్ని కొత్త కథలు రాయాలని మనఃస్ఫూర్తిగా ఆకాంక్షిస్తూ...

24 ఏప్రిల్ 2022 **కల్పనారెంటాల**

సత్యపీఠం మీద పలుకులు

'అనుభూతి' కథలనుగూర్చి మాట్లాడే ముందు, అసలు అనుభూతి అంటే ఏమిటి అనే ప్రశ్న ఉదయిస్తుంది. ఆంగ్లంలో feeling అని చెప్పవచ్చేమో, కానీ అదీ పూర్తిగా సరిపోదేమో! మనస్సుని ఓ అనుభవమేదో కదిలిస్తుంది, ఆ అనుభవాన్ని మనస్సు తనదైన ఊహలతో రంగరించినప్పుడు అది అనుభూతిగా మారుతుంది. ఆ అనుభూతి నుండే కథలు, కవితలు, కావ్యాలు ఉద్భవిస్తాయి. ఆ అనుభూతే లేని నాడు, కేవలం అనుభవాలే రచనలైతే మిగిలేవి చరిత్ర పుస్తకాలే (history books).

విజయ్ అనుభూతి కథలు చదివినప్పుడు ఎన్నో అనుభవాలు, ఆలోచనలు మనస్సు పొరల్లోంచి పైకివస్తాయి.

విజయ్ కథలు చాలావరకు మనకు పరిచితమైన నేపథ్యంలో నడుస్తాయి. అందులోని పాత్రలు మన మధ్యలోంచి వచ్చినవే, ఆ పాత్రల మధ్య జరిగే సంఘటనలు, సంభాషణలు వాస్తవానికి ఎంతో దగ్గరైనవే, ఆ పాత్రల ఆలోచనలు కూడా మనలోని మనిషి మాటలే!

ఏ కథైనా, కవితైనా, కావ్యమైనా పాఠకులను చదివింపజేసేలా వ్రాయడం ఒక కళ. ముఖ్యంగా పండిత పామరులని చదివింపజేసి, ఒకే విధమైన అనుభూతిని కలిగించడం మరింత కష్టమైన కళ. విజయ్ కథలలో ఆ కళ ప్రస్ఫుటంగా కనిపిస్తుంది.

ఇందులో కొన్ని పెద్ద కథలు, కొన్ని చిన్నవి, మరికొన్ని ఒకటి రెండు పుటలను మించని 'గల్పికలు' కూడా ఉన్నాయి. అయితే ప్రతి కథలోను రచయిత

మనిషి మనస్సులోకి తొంగి చూస్తాడు, తనతోపాటు మనల్ని కూడా చూడమని ప్రోత్సాహిస్తాడు.

కొన్ని కథలు గిలిగింతలు పెడితే (అనుభూతి), కొన్ని భుజాలు తడుముకునేలా చేస్తాయి (లోపలి మనిషి). కొన్ని గుండెల్ని బరువెక్కిస్తే (కుర్చీ), కొన్ని ఆపి ఆలోచింపజేస్తాయి (సీత బ్రతుకింతే).

విజయ్ కథలు మనిషిలోని సహజమైన ఆలోచనల్ని లోతుగా పరిశీలిస్తూనే, అతి సహజంగా, తేలిగ్గా మన ముందుంచుతాయి. ఉదాహరణకు, 'అనుభూతి' పైకి సరదాగా సాగినా, మనపట్ల మరో వ్యక్తి ప్రేమా, ఆరాధన మనలోని ఈగోని (ego) ఎంత సంతృప్తిపరుస్తాయో చెప్పకనే చెబుతుంది. చివరివరకు పట్టుగా సాగి ఓ కొసమెరుపుతో ముగిసిన కథాశైలి ఓ. హెన్రీని (The Gift of Magi) తలపిస్తుంది.

విజయ్ రచనాశైలిలో హాస్యం అంతర్లీనంగా ఉంటుంది. వస్తువు (subject) ఎంత బరువైనదైనా, హాస్యానికి తావులేని విషయం అనిపించినా, కథనం మాత్రం రసభంగం కాని సున్నితమైన హాస్యంతో సాగుతుంది. దాదాపు ప్రతి కథలోను ఈ శైలి కనిపిస్తుంది. నిజానికి, ఆ శైలి ఎన్నుకోవడం వెనుక ఒక ముఖ్యోద్దేశం కనిపిస్తుంది. మనిషిలోని సహజమైన హిపోక్రసీని, బలహీనతలను కర్కశంగా కాక సున్నితంగా ఎత్తిచూపుతూ – ఎత్తిపొడుపులా కాక, ఓ స్నేహితుడిలా 'నాలో, నీలో, మనందరిలో ఉన్న బలహీనతలే ఇవి,' అంటూ ఆలోచింపజేయడం విజయ్ కథలలోని ప్రత్యేకత.

అనుభూతి కథలకు మనిషి లోపలి ఆలోచనాపరంపర, సంఘర్షణలు ఆయువుపట్టు. పైన చెప్పినట్టు, ఆ అంతర్యుద్ధంలో కూడా సున్నితమైన వ్యంగ్యం, హాస్యం తొంగి చూస్తుంటాయి.

హ్యూమరస్ గా వ్రాయడం రచయితకి వెన్నతో పెట్టిన విద్య అనేది ఆయన మొదటి కథలోనే (పప్పులో కాలు) తెలిసిపోతుంది. మొదటి రచనలోనే సాటి రచయిత మీది అసూయని, దాని వెనకే– ఉక్రోషాన్ని హాస్యం రంగరించి చెప్పడంలో రచయిత శైలితో పాటు, తనలాంటి వర్ధమాన రచయితలందరి మీద (మొదటి కథ, అందులోను first-person narrative వల్ల) సటైర్‌లా రాసుకున్నాడేమో అనిపించి మరింత నవ్వు పుట్టిస్తుంది.

అదే విధంగా బ్రైన్ వాష్‌లో భాస్కర్, సీత బ్రతుకింతేలో బాబురావు పాత్రల్లోని అనుమానాలు, జెలసీ అర్థంలేనివైనా, మగవారిలో సాధారణంగా

కనిపించేవే. కథలలోని పాత్రలు, పరిస్థితులలో ఎంతో వైవిధ్యం ఉన్నా, ప్రతి మనిషిలోను అంతో ఇంతో కనిపించే హిపోక్రసీ, అసూయ, స్వార్థం లాంటి లక్షణాలను వ్యంగ్యంగా, హాస్యం మేళవించి చెప్పడం రచయితకి సహజ లక్షణమైపోయింది. అయితే చెప్పే విధానంలో రచయిత తాను ఒకవైపు నిలబడి సమాజం వైపు వేలు చూపినట్టు కాకుండా, తానూ మనలో ఒకడిగా నిలబడి, మనందరిలోని బలహీనతల్ని చూపి మనతో కలిసి నవ్వు తున్నట్టుగా ఉంటుంది. ఒకపక్క ఆ పాత్రల బలహీనతల్ని చెబుతూనే, వాటిపట్ల కొంత సానుభూతిని కూడ కలిగించడం నా దృష్టిలో చాలా గొప్ప 'ఫీట్.' రచయిత అది అలవోకగా సాధించాడనిపిస్తుంది.

విజయ్ కథలలో ఎక్కువగా మధ్యతరగతి కుటుంబాలలోని పాత్రలు కనిపిస్తాయి. కాని కథలలోని వస్తువు అన్ని వర్గాల వారికీ వర్తించేదే. ఈ కథలు వ్రాసి కొన్ని దశాబ్దాలు దాటినా, ఇప్పటికీ చదివించి, ఆలోచింప జేసేలా ఉండడానికి కారణం విజయ్ రచనాశైలి, కథలలోని సార్వకాలీనమైన వస్తువు అని నేను నమ్ముతాను.

ఈనాటి యువతరంలో పుస్తకాలు చదివే అలవాటు చాలావరకు తగ్గిపోయిం దంటే అతిశయోక్తి కాదు. ఎక్కువగా అంతర్జాలంలో (ముఖపుస్తకం, వాట్సాప్), అందులోను తమ సెల్‌ఫోన్లలో, అతి తక్కువ నిడివి గల వార్తలు, గల్పికలు చదవడానికి అలవాటు పడ్డారు. అందుకే ఈ తరం చదివించేలా కథలు వ్రాయడం అంత సులభం కాదు. అయితే విజయ్ రచనల నిడివి, శైలిలో పట్టు, సహజమైన హాస్యం ఈనాటి యువతను కూడ చదివిస్తాయని నాకు నమ్మకం. విజయ్ మళ్లీ తన కలాన్నీ, గళాన్నీ ఎత్తి, ఈ తరానికి పరిచితమైన పాత్రలను సృజించి, ప్రస్తుత సమాజాన్ని ప్రతిబింబిస్తూ కథలను రాయాలని నా ఆకాంక్ష, రాస్తాడని ఆశ.

రచయితకు అభినందన వందనాలతో...

వేణు ఆసూరి
సాహితీ ప్రియుడు
పూర్వ అధ్యక్షుడు, బే ఏరియా తెలుగు అసోసియేషన్
సీనియర్ ఇంజనీరింగ్ మేనేజర్
గూగుల్ సెర్చ్ ఆడ్స్
కాలిఫోర్నియా, యూ.ఎస్.ఎ.

24 ఏప్రిల్ 2022

1

సీత బ్రతుకింతే

తలుపు టకటకా చప్పుడయ్యింది. బాబూరావు పక్కమీద అటు నుంచి ఇటు బద్ధకంగా దొర్లాడు. మళ్లీ తలుపు చప్పుడు. ఇక లేవక తప్పలేదు బాబూరావుకి. మంచం మీద నుంచి లేచి తలుపు వైపు నడిచాడు. పాలమనిషి అందించిన సీసాలు తీసుకుని గడియపెట్టి మళ్లీ పడకగదిలోకి వచ్చాడు. ప్రశాంతంగా నిద్రపోతున్న సీతను, వేణును చూస్తూ కొద్ది క్షణాలపాటు నిలబడ్డాడు. తనతో జీవితం పంచుకున్న భార్య, తమిద్దరి అనురాగానికి చిహ్నంగా పుట్టుకొచ్చిన ముద్దుల కొడుకు. వాళ్లిద్దర్నీ చూస్తుంటే తను చాలా అదృష్టవంతుడనిపించింది బాబూరావుకి. తృప్తిగా నిట్టూర్చి వంటగదివైపు నడిచాడు.

సీతకు చిన్నప్పట్నించీ బెడ్ కాఫీ తాగడం అలవాటు. తనను ప్రేమించి, అయిన వాళ్లనందరినీ కాదని, సిరిసంపదలను వదులుకుని వచ్చేసి తనతో అతి సాధారణమైన జీవితానికి అలవాటుపడ్డ తొలి రోజుల్లో లేవగానే కాఫీ కోసం సీత ఇబ్బందిపడటం గమనించాడు బాబూరావు. తనకోసం ఎన్నో త్యాగాలు చేసిన భార్యకు బెడ్ కాఫీతో సుప్రభాతం పలకడం పెద్ద కష్టమనిపించలేదు బాబూరావుకి. అంతమాత్రం చేత భార్యాదాసుడ్నయిపోతానన్న భావనే అతని మనసులోకి ఎన్నడూ రాలేదు.

అతనికెలాగూ ఉదయం ఆరవుతుండగానే మెలుకువ వచ్చేస్తుంది. పాలు కాచి కాఫీ తయారుచేసి భార్యను నిద్రలేపడం అతని పెళ్లయిన ఆరేళ్ల నుండి యధావిధిగా, జరుగుతూనే వుంది. అలా చెయ్యడంలో ఎంతో ఆనందం కూడా ఫీలవుతాడతడు.

పొగలు కక్కుతున్న కాఫీ కప్పులు రెండు చేతుల్తో పట్టుకుని చిన్నగా ఈల వేస్తూ పడకగదిలోకి వచ్చాడు. కాఫీ కప్పులు టీపాయ్ మీద వుంచి ముందుకు వంగి సీత చెవిలో, "దేవిగారూ, కాఫీ సిద్ధం," అన్నాడు.

సీతలో చలనం లేదు.

"ఏయ్ సీతా, ఏమిటా మొద్దునిద్ర? లే," గిలిగింతలు పెట్టాడు.

"అబ్బ ఏమిటీ అల్లరిచేష్టలు? మీరు రోజురోజుకీ మరీ చిన్నపిల్లాడయి పోతున్నారు," ఒక్క ఉదుటున లేచి కూర్చుంది సీత.

"నేనలా చిన్నపిల్లాడ్నయి పసిపాపలా ఎలా మారిపోతానో అని చూస్తూనే ఉండు. ఈలోపులో ఈ కాఫీ కాస్తా చల్లారిపోతుంది. అంతేకాని తీరా నేను కేర్‌కేర్‌మంటే నాకు పట్టించడానికి పాలుగా మాత్రం చస్తే మారదు," చిలిపిగా అన్నాడు బాబూరావు.

నవ్వేసింది సీత. ఆమెకో కప్పు అందించి తనూ కాఫీ సిప్ చెయ్యసాగాడు బాబూరావు.

కాఫీ కప్పును అలాగే చేతిలో పట్టుకుని భర్తను తదేకంగా చూస్తూ వుండి పోయింది సీత.

"ఏమిటలా చూస్తున్నావ్. నేను దానిలో ఏమీ కలపలేదు."

"ఎందుకు కలపలేదు? బోలెడంత ప్రేమ కలిపి తెచ్చారు. నిజంగా మీరెంత మంచివారండీ".

"అగాగు, ముందు ఈ మంచితనమనేది కిలోల్లో తూస్తారో లేక లీటర్లలో కొలుస్తారో కాస్త చెప్పు. అప్పుడయితే నా మంచితనం ఏపాటిదో కాస్త అటూ ఇటూగా తేల్చి చెప్పడానికి నాక్కాస్త వీలుంటుంది."

చిరుకోపంతో చూసింది సీత.

"మీకన్నీ వేళాకోళాలే. అది సరే కాని ప్రతి చిన్నమాటలోనూ లక్షాతొంభై కాస్తలు వాడతారే? ఈ 'కాస్త' అన్నది మీకు మరీ ఊతపదమయిపోయింది."

"నిజమేసుమా, ఈ 'కాస్త' అన్నది నాకు ఊతపదమయి కూర్చున్నట్లే వుంది. మొన్న మా ఆఫీసరుతో కూడా 'కాస్త సంతకం కావాలి,' అనేసాను. 'కాస్త సంతక మేమిటోయ్. పూర్తి సంతకమే పెడ్తాను,' అని ఆయన జోకేసాడు కూడా."

"ఊ.. పొద్దున్నే మీ ఆఫీసరు సంగతెందుకుగాని ఇవేళేం రోజో మీకు గుర్తుందా?" మూతి విరుస్తూ అంది సీత.

"గుర్తులేకపోవడమేమిటి? గురువారం కదూ?"

"అంతేనా?"

"మరింకేమిటి?"

"ఛీ, ఇంతేనన్నమాట. ఈరోజు మన పెళ్లిరోజన్న సంగతే మర్చిపోయారన్న మాట."

"ఏయ్ సీతా నేను మర్చిపోయానని ఎలాగనుకున్నావ్. ఎలా మర్చిపోగలనను కున్నావ్?" చిన్నబుచ్చుకున్న సీత ముఖాన్ని తనవైపు తిప్పుకుంటూ ప్రేమగా అన్నాడు బాబూరావ్.

"మరయితే ఈరోజు సెలవు పెట్టారా?"

"సారీ సీతా, ఆఫీసులో ఇన్‌స్పెక్షన్ జరుగుతోంది. నేను ఆఫీసుకు వెళ్లడం తప్పనిసరి. సాయంత్రం ఇంటికి వచ్చేసరికి కాస్త లేటవుతుందేమో కూడా!"

"తప్పదా? నేనింకా ఈరోజు హాయిగా మీరింట్లోనే ఉంటారనీ సాయంత్రం సరదాగా ఎగ్జిబిషన్‌కి తీసుకువెళ్తారనీ ఆశపడ్డాను," నిరాశగా అంది సీత.

ఒక క్షణం ఆలోచనలో పడ్డాడు బాబూరావు.

"ఓ పనిచెయ్యి సీతా. సాయంత్రం అయిదున్నరకల్లా వేణుని తీసుకుని నువ్వు ఎగ్జిబిషన్ గ్రౌండ్స్‌కొచ్చేయ్. వీలైనంత త్వరలో ఆఫీసు నుండి బయటపడి ఆ టైముకల్లా నేనూ అక్కడకి చేరుకుంటాను. ఆ తరువాత నీ ఇష్టం. నీ భర్త నీ చెప్పుచేతల్లో ఉంటాడు. ఏమంటావ్."

చిన్నగా నవ్వింది సీత. సరేనన్నట్లు తలూపింది.

❖ ❖ ❖

సాయంత్రం అయిదున్నర దాటింది. అది కావాలీ, ఇది కావాలీ అని మారాం చేస్తున్న కొడుకుని బుజ్జగిస్తూ ఎగ్జిబిషన్ ముఖద్వారం వద్ద భర్త కోసం ఎదురుచూస్తూ నిలబడి ఉంది సీత.

బస్ దిగి వస్తున్న భర్త కనిపించగానే ఆమె ముఖం వికసించింది.

"ఎంత సేపయింది వచ్చి?" నవ్వుతూ పలకరించాడు బాబూరావు.

""ఇప్పుడే. వీడి గోలమాత్రం ఎక్కువయింది. నాన్నగారెక్కడ?" అని.

"ఏరా, అల్లరి చేస్తున్నావా?" అంటూ కొడుకుని ప్రేమగా పలకరించి మళ్లీ భార్యతో అన్నాడు బాబూరావు, "ఇంకా ఎందుకు వాడ్ని ఎత్తుకుని మోస్తున్నావ్? వెధవకి నాలుగో ఏడు కూడా నిండబోతోంది. కిందకు దింపు, నడుస్తాడు."

"వద్దులెండి. ఈ జనంలో మళ్లీ వీడు ఎక్కడైనా తప్పిపోతే అదో తద్దినం. నేను ఎత్తుకుంటాను లెండి. మీరు వెళ్లి టిక్కెట్లు పట్టండి."

సరేనంటూ టికెట్ల కౌంటర్ వైపు నడవబోయిన బాబూరావు ఎదురుగా కనిపించిన శ్రీరామమూర్తిని చూడగానే, "హలో గురువుగారూ, మీరొచ్చారే? చెల్లాయిని కూడా తీసుకు వచ్చారా?" అన్నాడు ఉత్సాహాన్ని ప్రకటిస్తూ.

"అబ్బే లేదండీ. మా ఆఫీసరుగారి పిల్లలకి ఎగ్జిబిషన్ చూపించే డ్యూటీ పడింది నాకు. నాలుగు గంటలకనగా వచ్చాను. వాళ్లు మళ్లీ ఏదో డాన్స్ ప్రోగ్రామ్‌కి వెళ్లాలట. అందుకే నాకు ఇప్పటికయినా విముక్తి లభించింది," అంటూ పలకరింపుగా సీత వైపు చూసి నవ్వాడు శ్రీరామమూర్తి. సీత కూడా చిన్నగా నవ్వింది.

"ఇప్పుడెక్కడికి?" అడిగాడు బాబూరావు.

"ఇంకెక్కడికి? ఇంటికే?" నవ్వాడు శ్రీరామమూర్తి మళ్లీ.

"అనుకోకుండా కనిపించారు. ఒక గంటసేపు మాకు కంపెనీ ఇవ్వకూడదూ? కలిసే ఇంటికి వెళ్లిపోదాం," అడిగాడు బాబూరావు.

ఇబ్బందిగా ముఖం పెట్టాడు శ్రీరామమూర్తి.

"అదేమిటండీ బాబూ, మేమూ మీ ఆఫీసరుగారి పిల్లలమే అనుకోండి కాస్సేపు," ఛలోక్తిగా అన్నాడు బాబూరావు.

శ్రీరామమూర్తి నవ్వేసి, "కాని ఒక షరతు. ఎంట్రన్స్ టికెట్లు నేను కొంటాను మరి," అంటూ కౌంటర్ వైపు నడిచాడు.

శ్రీరామమూర్తి బాబూరావు పక్క వాటాలో గత ఆరేళ్లుగా అద్దెకుంటున్నాడు. అతని భార్య వసుంధరను 'చెల్లాయ్' అని పిలుస్తుంటాడు బాబూరావు. ఆమె కూడా అతన్ని 'అన్నయ్యగారూ' అని పిలుస్తూ ఆప్యాయత కనబరుస్తూ ఉంటుంది. శ్రీరామ మూర్తి దంపతులకు కూడా ఒక్కడే కొడుకు. దాదాపు వేణు తోటివాడే. బాగా కలిసి మెలిసి వుండే కుటుంబాలు వాళ్లవి.

"చెల్లాయి కూడా వచ్చి వుంటే బాగుండేది," ఎగ్జిబిషన్‌లోకి అడుగుపెట్టగానే అన్నాడు బాబూరావు.

"దాందేముందిలెండి. ఎగ్జిబిషన్ వెళ్లిపోయేలోగా అందరం కలిసి ఒకసారి వద్దాం," ముందుకు దారితీస్తూ అన్నాడు శ్రీరామమూర్తి.

బాబూరావుకి రావాల్సిన ఎరియర్స్ తాలూకు మొత్తం రెండు వందలు ఆరోజే చేతికందింది. నిజానికి ఆ డబ్బు కోసమే అతడు పట్టుబట్టి ఆరోజు ఆఫీసుకు వెళ్లింది కూడా. పెళ్లిరోజు కానుకగా మంచి చీరకొని ప్రెజెంట్ చేసి భార్యను సర్‌ప్రైజ్ చేద్దామనే అతని ఉబలాటం. అందుకే మంచి చీరలున్న దుకాణాల వైపు అతని చూపులు పరుగెత్తాయి.

భర్త కొనిచ్చిన చీర చూసుకుని మురిసిపోయింది సీత. ఆమె కళ్లలో మెరుపు చూసి మరింతగా పరవశించిపోయాడు బాబూరావు. బట్టలషాపులో నుండి బయటకు రాగానే ఐస్‌క్రీమ్ అంటూ గొడవ మొదలుపెట్టాడు వేణు.

ఐస్‌క్రీమ్ కొనిపెట్టి కొడుకు ముచ్చట కూడా తీర్చాడు బాబూరావు.

చుట్టూ వున్న షాపులు చూస్తూ నెమ్మదిగా నడుస్తున్నారు.

"ఏమండీ, జయింట్ వీల్," ఉత్సాహంగా అంది సీత.

"సీతా! నీకు తెల్సుగా నాకు రంగులరాట్నమన్నా భయమని. నేను చస్తే యెక్కను. కాని ఈసారి నీ కోర్కె కూడా తీరుస్తాను. నువ్వూ, బాబూ ఎక్కండి."

"వద్దులెండి."

"భలేదానివే. శ్రీరామమూర్తిగారు కూడ ఎక్కుతారు. ఏమండోయ్. మావాడ్ని కాస్త గట్టిగా పట్టుకోండి," శ్రీరామ్మూర్తికేసి తిరిగి అన్నాడు.

శ్రీరామమూర్తి యిరుకున పడ్డట్టు ఫీలయ్యాడు.

సీత ఇబ్బందిగా ముఖంపెట్టి యేదో అనబోయింది.

"అదిగో జయింట్ వీల్ తిరుగుతున్నట్లుంది. నేను టికెట్లు తీసుకుంటాను. పదండి," అంటూ తొందరపెట్టి ముందుకు నడిచాడు బాబూరావు, ఆమెకు మాట్లాడే అవకాశం ఇవ్వకుండానే.

సీత, వేణు, శ్రీరామమూర్తి జెయింట్ వీల్ ఎక్కి కూర్చున్నారు. జయింట్ వీల్ తిరగడం మొదలయింది. బాబూరావు సిగరెట్ కాలుస్తూ నిలబడి చూస్తున్నాడు. సీతా వాళ్లు కూర్చున్న బల్ల సమీపానికి రాగానే నవ్వుతూ చెయ్యి ఊపుతున్నాడు. అతనికెంతో సంతోషంగా ఉంది. తనకు లక్షల కొద్దీ డబ్బులేదు. ఇళ్లూ, భూములూ లేవు. అయితేనేం? భార్యబిడ్డలతో తన జీవితం ఎలాంటి ఒడిదుడుకులు లేకుండా హాయిగా గడిచిపోతోంది. ఇంతకన్నా ఎవరికైనా ఏం కావాలి? మరోమారు తన అదృష్టాన్ని తల్చుకుని మురిసిపోయాడు బాబూరావు.

జయింట్ వీల్ ఆగింది సీత, శ్రీరామమూర్తి వచ్చి బాబూరావుని కలుసుకున్నారు.

సరిగ్గా అప్పుడే సీత దృష్టి అంతదూరంలో వున్న 'కుక్కల సర్కస్' బోర్డు మీద పడింది.

"ఏమండీ, కుక్కల సర్కస్‌ట. చూద్దామండీ," అంటూ రెండడుగులు ముందుకు వేసింది.

"బ్రహ్మాండమైన కుక్కల సర్కస్! ఎన్నో సినిమాల్లో నటించి మీ ఆదరాభిమానాల్ని చూరగొన్న మా కుక్కలు చేసే విచిత్రాలు కళ్లారా చూసి ఆనందించండి," బోర్డు మీద రాతలు బిగ్గరగా చదివాడు బాబూరావు.

"సినిమాల్లో కూడా నటించాయటండోయ్. అర్ధరూపాయి టికెట్ పెడ్తే సినిమా స్టార్స్‌ని కూడా చూడగలమన్నమాట," బిగ్గరగా నవ్వాడు.

"అన్నట్లు మీరు చూసారా ఇది?" నవ్వాపి శ్రీరామమూర్తికేసి తిరిగి అన్నాడు మళ్లీ.

లేదన్నట్లు తల అడ్డంగా ఊపాడు శ్రీరామమూర్తి.

"అయితే ఇంకేం? పదండి చూద్దాం," అంటూ కౌంటర్ వైపు నడిచాడు.

గేటు దగ్గర టికెట్లు ఇచ్చేసి లోపలకు నడిచారు. లోపలంతా సర్కస్ చూడ్డానికి వచ్చిన ప్రేక్షకులతో కిటకిటలాడుతోంది. చిన్న స్టేజీలాంటిది కట్టారు. ఆ స్టేజి మీద ఒక వ్యక్తి మైకు పట్టుకుని నిలబడి ఉన్నాడు. ఒకపక్కగా అయిదారు కుక్కలు స్తంభానికి గొలుసులతో కట్టబడి ఉన్నాయి. చూసీ చూడగానే అవి జాతి జాగిలాలని తెలుస్తూనే ఉంది. పెద్దపెద్ద సైజుల్లో వున్న అవి నాలుకలు బయటకు చాపి, భీతి గొల్పుతున్నాయ్. రికార్డుల సంగీతం మంద్రస్థాయిలో వినిపిస్తోంది.

ఒక మూలగా స్తంభాన్నానుకుని బాబు నెత్తుకుని సీత నిలబడింది. ఆమె పక్కనే బాబూరావు, శ్రీరామమూర్తి. షోకి కావాల్సిన టికెట్ల సంఖ్య పూర్తి కాగానే మైకు పట్టుకున్న వ్యక్తి గొంతు సవరించుకున్నాడు.

"మీరెన్నో సర్కస్‌లు చూసి ఉంటారు. రకరకాల జంతువులు జేసే అద్భుత కృత్యాలు మీకు కొత్తవికాదు. కాని కుక్కల సర్కస్ మీరు చూసి ఉండరు. భగవంతుడు తన సృష్టిలో కుక్కను చాలా తెలివైన జంతువుగా సృష్టించాడు. అంతేకాదు, విశ్వాసం కుక్క జన్మహక్కు. తన యజమాని కోసం ప్రాణాన్నయినా ఇవ్వడానికి కుక్క వెనుదీయదు. ఈ విషయాలన్నీ మీకు తెలిసినవే. తెలిసిన విషయాలనే మళ్లీమళ్లీ చెప్పి మిమ్మల్నిక విసిగించదల్చుకోలేదు. మా కుక్కలన్నీ పూర్తిగా శిక్షణ పొందినవి. అన్ని భాషాచిత్రాల్లోనూ నటించి పేరు తెచ్చుకున్నవే. నన్ను మాస్టర్ అని మావాళ్లు పిలుస్తారు. ఈ కుక్కలన్నింటికీ శిక్షణ ఇచ్చింది నేనే. మా కుక్కల గొప్పదనాన్ని నేను వివరించి చెప్పదల్చుకోలేదు. మా కుక్కలు చేసే ఫీట్స్ చూసింతర్వాత ఆ విషయాన్ని మీరే ఒప్పుకుంటారని నాకు గట్టి నమ్మకం. ఇక షో మొదలు పెడ్తున్నాం."

"అమ్మయ్య, వదిలాడు. వీడిలాగే కాస్సేపు ఉపన్యాసం దంచి వుంటే సర్కస్ మాట దేవుడెరుగు కానీ జనం పారిపోయి ఉండేవాళ్లు," శ్రీరామమూర్తి చెవిలో నెమ్మదిగా అన్నాడు బాబూరావు.

శ్రీరామమూర్తి నవ్వి ఊరుకున్నాడు.

కుక్కల ఫీట్స్ మొదలయ్యాయి. నిప్పుల్లోకి దూకడం, రకరకాల భంగిమల్లో నిలబడడం, రింగ్ టెన్నిస్ ఆడడం లాంటివి చేస్తున్నాయ్.

"ఇలాంటివి చాలాచోట్ల చూసాం. ఇంత మాత్రానికేనా అంత గొంతు చించుకుని చెప్పాడు?" అంటున్న బాబూరావు మాటలను ఖండిస్తున్నట్లు మైకు పట్టుకున్న మాస్టర్ కంఠం గంభీరంగా పలికింది.

"ఈమాత్రం ఫీట్స్ ఇంతకుముందే చూసామన్న ఫీలింగ్ మీలో ఎవరికైనా కలిగి ఈ సర్కస్ చూడ్డం శుద్ధ దండగ అన్న అభిప్రాయం ఏర్పడితే దయచేసి ఆ అభిప్రాయాన్ని మార్చుకోండి. ఇక ముందు మా కుక్కలు చేసే ఫీట్స్ అసాధారణమైనవి. మిమ్మల్ని విభ్రాంతుల్ని చేసి తీరేవి. పోతే మా కుక్కల్ని ఇప్పుడు మీమీద ప్రయోగించ బోతున్నాం. భయపడకండి! కరవమని కాదు. మా కుక్కల గొప్పదనం మీచేత ఒప్పించే ఫీట్స్ చెయ్యించే నిమిత్తం. మరో చిన్న మనవి- ఎవర్నీ కించపర్చే ఉద్దేశం మాకు లేదు. స్పోర్టివ్‌గా తీసుకోవాలని కోరుతున్నాను."

"అబ్బ వీడు రాజకీయ నాయకుడు కావడం కాస్తలో తప్పి ఈ కుక్కల మధ్య పడ్డట్టున్నాడు," గొణిగాడు బాబూరావు.

"మీలో రకరకాల వ్యక్తులున్నారు. జులపాలవాళ్లు, పొట్టి క్రాపుల వాళ్లు, బట్టతల వాళ్లు. ఇప్పుడు అందరికన్నా ఎక్కువగా జులపాల జుట్టున్న హిప్పీ క్రాప్ మనిషిని మా

'జూలీ' వెదకి పట్టుకుంటుంది. దయచేసి అన్యథా భావించవొద్దు కమాన్ జూలీ," అంటూ జూలీ అనే కుక్క గొలుసు విప్పి వదిలాడు మాస్టర్.

జూలీ ముందుకురికింది. జనం మధ్య కలదిరిగి ఒక వ్యక్తి చెయ్యి నోటితో కరిచి పట్టుకుంది.

నిజమే ఆ వ్యక్తికి పొడుగాటి జులపాలున్నాయ్.

"శభాష్ జూలీ కమ్ బాక్. చూసారుగా. చప్పట్లు కొట్టండి," జూలీని వెనక్కి పిలుస్తూ హుషారుగా అరిచాడు మాస్టర్.

జూలీ రెండంగల్లో వచ్చి చేరి మాస్టర్ చెయ్యి నాకసాగింది.

దానిని మృదువుగా నిమురుతూ మళ్లీ అన్నాడు మాస్టర్.

"పొట్టి జుట్టు ఉన్నవాళ్లు మీలో చాలామంది ఉన్నారు. వాళ్లలో ఒకర్ని పట్టుకోవడంలో ప్రత్యేకత ఏమీలేదు. అంచేత ఈసారి మా టైగర్ మీ అందర్లోకి బట్టతల బాగా వున్న వ్యక్తిని గుర్తించి తన గొప్పదనాన్ని రుజువు చేసుకుంటుంది. కమాన్ టైగర్."

మాస్టర్ గొలుసు సడలించగానే టైగర్ తల విదిలించి ప్రేక్షకుల్లోకి చొచ్చుకు పోయింది.

"ఇదేదో గమ్మత్తుగానే ఉందే," బాబూరావుకేసి తిరిగి నెమ్మదిగా అన్నాడు శ్రీరామమూర్తి.

"ఏడ్చినట్లుంది," అన్నాడు చిరాగ్గా బాబూరావు.

శ్రీరామమూర్తి బాబూరావు వైపు అర్థంకానట్లు చూసి ఊరుకున్నాడు.

ఈలోగా టైగర్ నామమాత్రంగా నెత్తిమీద అతికొద్ది వెంట్రుకలు మాత్రమే ఉన్న బట్టతల వ్యక్తి చెయ్యి పట్టుకుంది.

"వెల్‌డన్ టైగర్. ఆయనకు షేక్ హేండివ్వు," ఉత్సాహంగా అరిచాడు మాస్టర్.

టైగర్ బట్టతల వ్యక్తి చెయ్యి వదిలి కాలు ముందుకు చాపింది. బట్టతలాయన నవ్వుతూ ఒక చేత్తో బట్టతల నిమురుకుంటూ మరో చెయ్యి టైగర్ కందించాడు.

చప్పట్లతో ఆ ప్రదేశం మారుమ్రోగింది.

శ్రీరామమూర్తి కూడా చేతులు కలపడం గమనించి బాబూరావు విసుగ్గా అన్నాడు. "మీరు కూడా ఏమిటి మూర్తిగారూ, అనవసరంగా చేతులకు నొప్పి కలిగిస్తున్నారు? ఇదంతా మోసం. నిజమనుకుంటున్నారా ఏమిటి? ఆ జులపాలవాడూ, బట్టతలవాడూ వీళ్ల మనుషులే. ప్లాన్ ప్రకారం ముందే వాళ్ల స్థానాల్లో వాళ్లు నిలబడతారు. కుక్కలకీ వాళ్లు గుర్తే. ఆవిధంగా వాటికి ట్రయినింగ్ ఇస్తారు. అవి వెళ్లి పట్టుకుంటాయి. మనం వెర్రిగా చప్పట్లు కొడతాం. అంతే, కాస్త ఆలోచించి చూస్తే మీకే బోధపడుతుంది."

ఆశ్చర్యంగా చూసాడతన్ని శ్రీరామమూర్తి.

మళ్లీ గొంతు సవరించుకున్నాడు మాస్టర్.

"తరువాతది మీకు మరింత ఉత్సుకత కలిగించే ఐటమ్. ఎగ్జిబిషన్‌కి రక రకాలుగా వస్తూంటారు. ఒంటరిగా వచ్చేవాళ్లు, జంటలుగా వచ్చేవాళ్లు, ఫ్రెండ్స్‌తో జట్లుజట్లుగా వచ్చేవాళ్లు. ఇంతమందిలో భార్యతో గొడవపెట్టుకుని వచ్చిన భర్తలూ ఉండొచ్చు. భర్తతో గిల్లికజ్జాలు పెట్టుకుని ఇక్కడికి వచ్చిన భార్యలూ ఉండొచ్చు. అలాంటి వాళ్లు ఎవరైనా ఉంటే మా కుక్కలు గుర్తిస్తాయి. మళ్లీ చెప్తున్నాను. వేరోలా అనుకోవద్దు. ముందు భర్తల వంతు. కమాన్ జాకీ."

గొలుసు విప్పిన జాకీ ముందుకు ఉరికింది. తలాడిస్తూ జనం మధ్యలో తిరిగింది.

ప్రేక్షకులంతా ఊపిరి బిగబట్టి చూస్తున్నారు. కొద్ది నిముషాలు అటూ ఇటూ తిరిగి మళ్లీ మాస్టర్ దగ్గరకు వెళ్లిపోయి నిలబడింది జాకీ.

"చూసారా, మీలో అలాంటి భర్తలెవరూ లేరన్న మాట. అందుకే మా జాకీ తిరిగి వచ్చేసింది. లేకుంటే వదిలి ఉండేది కాదు," నెమ్మదిగా అన్నాడు మాస్టర్.

"ఇదొక ట్రిక్కు," తనలో తాను అనుకున్నట్లు అన్నాడు బాబూరావు.

"సరే, ఇక భార్యల వంతు. మా పప్పీని వదిలిపెడ్తున్నాం."

బంధం విప్పుకున్న పప్పీ ముందు కురకక ఉన్నచోటనే నిలబడి ప్రేక్షకుల వైపు పరిశీలనగా చూసింది. ఆ తరువాత ముందుకు కదిలింది. తిన్నగా వెళ్లి ఒక అమ్మాయి చెయ్యి పట్టుకుంది. ఆమె కంగారుపడింది. సిగ్గుపడిపోయింది. చెయ్యి వదిలించుకోవాలని ప్రయత్నించినా పప్పీ వదల్లేదు.

"ఏమ్మా మీరు మీ భర్తతో తగువు పెట్టుకున్నారా ఈ రోజు?" ఖంగున మ్రోగింది మాస్టర్ కంఠం.

ఆమె ముఖం ఎర్రబడింది.

"తగువులాంటిదేమీ లేదు. కానీ ఎగ్జిబిషన్‌కి వెళ్దాం రమ్మంటే ఆయన ఈరోజు పనుంది మరోరోజు వెళ్దాం అన్నారు. నాకు వళ్లుమండి పంతానికి ఒక్కదాన్నీ వచ్చేసాను," నెమ్మదిగా అంది.

"చూసారుగా మా పప్పీ తన ప్రత్యేకతను నిలబెట్టుకుంది. కమాన్ పప్పీ," కరతాళ ధ్వనుల మధ్య అరిచాడు మాస్టర్.

"ఘోరం, దగా, పచ్చి మోసం," బాబూరావు గొణిగాడు.

"ఇది కూడా నాటకమేనంటారా?" విచిత్రంగా అతడ్ని చూస్తూ అన్నాడు శ్రీరామమూర్తి.

"ముమ్మాటికీ. ఆ అమ్మాయిని చూస్తుంటే కిరాయి మనిషని తేలిగ్గా తెలిసి పోవడం లేదూ? కుక్కలు గొప్పవే. వాసన చూసి పసిగడ్తాయ్ కాని, ఇలాంటి అద్భుతాలు చెయ్యవు. కుక్కల పేరు చెప్పి మనల్ని కాస్త కాదు, పూర్తిగా ఫూల్స్ చేస్తున్నాడు ఈ సర్కస్ వాడు. మీరు కాస్త తార్కికంగా ఆలోచించండి. నువ్వేమంటావ్ సీతా?"

సీత మొదట్నుంచీ భర్త వాదన వింటూనే ఉంది. ఆమెకి ఏమనడానికి తోచలేదు. అందుకే చిన్నగా నవ్వి ఊరుకుంది.

ఇంతలో మాస్టర్ దగ్గాడు. మైకులో ఆ దగ్గు భయంకరంగా వినిపించింది. జేబులో నుండి 'విక్స్' డ్రాప్స్ తీసి ఒకటి నోటిలో వేసుకుని ఇలా అన్నాడు.

"దగ్గుకి విక్స్ డ్రాప్స్ బాగా పనిచేస్తాయి. దగ్గు మాత్రల కంపెనీ తరఫున నేను పబ్లిసిటీ ఇస్తున్నానుకోకండి. నాకు నిజంగానే దగ్గు పట్టుకుంది. అందుకే వాడుతున్నాను. నా దగ్గర విక్స్‌డ్రాప్స్ చాలా ఉన్నాయి. దగ్గుతో బాధపడేవాళ్లెవరైనా కావలిస్తే వచ్చి తీసుకోవచ్చు."

అతడలా అన్నాడోలేదో నలుమూలల నుండి దగ్గులు ప్రారంభమయ్యాయి.

మాస్టర్ నవ్వి అన్నాడు- "ఒక్కసారిగా ఇంతమందికి దగ్గు మొదలయిందంటే ఆశ్చర్యంగా ఉంది. అన్ని దగ్గులు నిజం దగ్గులని నేను అనుకోను. సెన్స్ ఆఫ్ హ్యూమర్ ఉన్నవాళ్లు మీలో అధికంగా ఉన్నారని దీన్నిబట్టి తెలుస్తున్నది. వాళ్లందర్నీ నేను అభినందిస్తున్నాను.

"ఇకపోతే 'లాస్ట్ అండ్ ఇంటరెస్టింగ్ ఐటమ్ ఆఫ్ ది షో'. కుక్కలు వాసన ద్వారా పసిగట్టి ఎందరో దొంగల్నీ హంతకుల్నీ పట్టించిన ఉదంతాలు మీకు విదితమే. అలాంటి విచిత్రాన్ని మీకు చూపించడానికి మా శునకరాజం 'పెపిగో' ఉరకలు వేస్తున్నది. కంగారుపడకండి, ఇక్కడేదో హత్య జరిపించి హంతకుడ్ని పట్టుకోవడం జరుగుతందని. విషయమేమిటంటే చెప్తాను వినండి.

"ఇక్కడికి చాలామంది తల్లిదండ్రులు తమ పిల్లల్తో కలసి వచ్చారు. చూస్తూనే ఉన్నాను. ఉత్సాహం ఉన్న తల్లిదండ్రులు ముందుకు వస్తే సంతోషిస్తాను. తండ్రి రానక్కరలేదు. తల్లి తన కుమారుడ్ని కాని, కుమార్తెనుకాని ఈ స్టేజి వద్దకు తీసుకువస్తే మా 'పెపిగో' ఆ బిడ్డ చెయ్యి వాసన చూసి గుంపులో నిలబడి వున్న బిడ్డ తండ్రిని వెదికి గుర్తిస్తుంది. ఎవరైనా ముందుకు వచ్చి ఈ ప్రదర్శనను విజయవంతం చెయ్యాల్సిందిగా కోరుతున్నాను."

కొద్ది క్షణాలపాటు ఆ ప్రదేశంలో నిశ్శబ్దం ఆవరించింది. బాబూరావు మెదడులో ఒక ఆలోచన తళుక్కుమంది. గబుక్కున సీతవైపు తిరిగి అన్నాడు.

"సీతా! ఈ వెధవ ఆట కట్టించడానికి ఇది మంచి అవకాశం. పిల్లాడ్ని వాసన చూసి తండ్రిని పట్టుకుంటుందట వీడి కుక్క. నేనలా దూరంగా వెళ్లి నిలబడతాను. నువ్వు బాబును స్టేజి దగ్గరకు తీసుకెళ్లు, క్విక్. ఆలస్యం చేస్తే ముందే ప్లాన్ వేసుకున్న విధంగా వాళ్ల వాళ్లే ఎవరో ముందుకు వచ్చే ప్రమాదముంది. నన్నెలా గుర్తుపడుతుందో చూస్తాను. కుక్కల సర్కస్ గొప్పదనం ఈ దెబ్బతో తేలిపోవాలి."

సీత కంగారుగా చూసింది భర్తవైపు.

"ఏమిటండి మీరు మరీనూ. మనకెందుకండీ ఈ గొడవ?"

"అబ్బ అడ్డు ప్రశ్నలేయకు. వెళ్లమంటుంటే. దీనిలో నష్టమేముంది? వెళ్లు. తొందరగా వెళ్లు. ఇదిగో నేనక్కడ నిలబడతాను. పదండి మూర్తిగారూ. మనమక్కడ నిలబడదాం."

చేసేదిలేక సీత ముందుకు నడిచింది.

మరోపక్కగా నడుస్తున్న బాబూరావును అయోమయంగా చూస్తూ అనుసరించాడు శ్రీరామమూర్తి.

"వెరీ గుడ్. రామ్మా, రండి. బాబును ఇక్కడదించి అతని చెయ్యి చాపండి," సీత అలాగే చేసింది.

మాస్టర్ బెబ్బులిలా ఉన్న 'పెపిగో' గొలుసు విప్పాడు. వాసన చూసిన పెపిగో ముందుకు కదిలింది.

"ఇప్పుడు మా పెపిగో గుంపులో ఉన్న బాబు తండ్రిని వెదకి పట్టుకుంటుంది. ఒకసారి అందరూ చప్పట్లు కొట్టండి. గట్టిగా కొట్టండి," అరిచాడు మాస్టర్.

చప్పట్ల వర్షం కురిసింది.

బాబూరావు ఉత్సాహంగా ముందుకు చూస్తున్నాడు.

"చూసారా శ్రీరామ్మూర్తిగారూ, నేను చెప్పిందే రైటు. నేనిక్కడుంటే అది ఎటు చూస్తుందో చూసారా? పిచ్చిగాని అది నన్నెలా వెదికి పట్టుకుంటుందండీ."

పెపిగో తల యిటు తిప్పింది.

"ఏమిటండోయ్! అది ఇటు తిరిగింది. నిజంగానే గుర్తుపట్టేయలేదు కదా?" బాబూరావులో కంగారు.

"అమ్మయ్య మళ్లీ అటు తిరిగింది. దాని ముఖం, ఆఫ్టరాల్ కుక్క. అంత తెలికేమిటి ఇంతమందిలో నన్ను గుర్తించడం. ఈ దెబ్బతో కుక్క ప్రజ్ఞా తేలిపోతుంది. వాడి పొగరూ అణిగిపోతుంది," శ్రీరామమూర్తి భుజం నొక్కుతూ మళ్లీ అన్నాడు.

ప్రేక్షకులందరి చూపులూ పెపిగో మీదే ఉన్నాయ్.

పెపిగో నాలుగడుగులు వేసి చటుక్కున బాబూరావు నిలబడ్డ వైపు తిరిగింది.

"ఓర్నాయినోయ్. మళ్లీ యిటు తిరిగిందేమిటండోయ్. యిటే వస్తాం దండోయ్. దీని అసాధ్యం గూల. అదరకుండా బెదరకుండా వచ్చేస్తుందండోయ్. చూడబోతే నేనే ఈ కుక్కల్ని తక్కువ అంచనా వేసినట్లున్నాను."

బాబూరావులో అలజడి అధికమయ్యింది.

పెపిగో ఎటూ చూడకుండా జనాన్ని దాటుకుంటూ తిన్నగా బాబూరావు నిలబడ్డ వైపే రాసాగింది.

"ఇది సాధారణమైన కుక్క కాదండోయ్. అదిగో వచ్చేసింది. నేనే ఓడిపోయాను. అసలే నాకు కుక్కలంటే చిన్నప్పట్నించీ భయం. చెయ్యి పట్టుకుని కరవదు కదా? మరీ భూతంలా వుంది. కండ ఊడి రాగలదు. మళ్లీ బొడ్డు చుట్టూ పధ్నాలుగు ఇంజెక్షన్లు. బుద్ధి తక్కువై, వళ్లు పొగరెక్కి సవాలు చేశాను," బాబూరావులో టెన్షన్ పెరిగిపోయింది.

'పెపిగో' మరీ సమీపానికి రాగానే భయంతో గట్టిగా కళ్లు మూసుకున్నాడు.

"వెల్‌డన్ పెపిగో. చూడండి ఆ అబ్బాయి తండ్రిని మా పెపిగో ఎలా వెదికి పట్టుకుందో? అందరూ ఒక్కసారి... చివరిసారిగా చప్పట్లు కొట్టండి."

కరతాళధ్వనులు ఒక్క పెట్టున చెలరేగాయి.

బాబూరావుకి ఆశ్చర్యమనిపించింది.

"ఏమిటింకా ఆ కుక్క తనను పట్టుకోనేలేదు. అప్పుడే చప్పట్లు కొట్టిం చేస్తున్నాడు," అనుకుంటూ కళ్లు విప్పాడు.

తన కళ్లని తనే నమ్మలేకపోయాడు. గుండాగిపోయినట్లు ఫీలయ్యాడు. పెపిగో శ్రీరామ్మూర్తి చెయ్యి గట్టిగా కరిచి పట్టుకొని ఉంది.

పిచ్చిగా అరవాలన్పించిందతనికి. నోటమాట పెగిలిరాలేదు. శిలాప్రతిమలా నిలబడిపోయాడు.

శ్రీరామమూర్తి ముఖంలో కత్తివేటుకు నెత్తురు చుక్కలేదు. అపరాధిలా నిలబడ్డాడు.

కమాన్ పెపిగో, గెట్‌బాక్. ఇంతటితో ఈ షో ముగిసింది. ఇంతసేపూ మా కుక్కల ప్రజ్ఞా పాటవాలు ఓపిగ్గా తిలకించి, సహకరించిన మీకందరికీ మా కుక్కల తరఫునా, మా సర్కస్ తరఫునా కృతజ్ఞతలు చెప్పుకుంటున్నాను."

మాస్టర్ అంటున్న మాటలేవీ బాబూరావుకి వినిపించడం లేదు. అతని చెవుల్లో ఏదో రొద, గుండెల్లో మంట, అందరూ వెళ్లిపోతున్నారు. సర్కస్ వాళ్లు తరువాత షోకి సంబంధించిన ప్రయత్నాల్లో మునిగిపోయారు. అక్కడ ముగ్గురి గుండెల్లో అగ్ని పర్వతాలు చెలరేగుతున్నాయన్న సంగతి వాళ్లకెవరికీ తెలీదు.

అంత దూరంలో బొమ్మలా నిలబడిపోయిన సీతవైపు అసహ్యంగా చూసాడు బాబూరావు.

తనను నిలువునా కాల్చేసేటట్లున్న అతని చూపుల్లో ఆంతర్యం ఆమెకి తెలుసు. అతనికేదో చెప్పాలనీ, నమ్మించాలనీ ఆమె కళ్లల్లో మెదిలే శతకోటి భావాలు.

కాని బాబూరావుకి ఆమె కళ్లలో కనపించింది రెడ్‌హేండెడ్‌గా దొరికిపోయిన దొంగలో ఉండే అపరాధభావన మాత్రమే.

చివాలున తలతిప్పి బయటకు వెళ్లే దారివైపు తిరిగాడు.

“ఏమండీ, నా మాట వినండి,” వెనుక నుండి సీత అర్ధింపు.

బాబూరావు వినిపించుకోలేదు.

“బాబూరావుగారూ మీరు అపార్థం చేసుకుంటున్నారు. నేను చెప్పేది కాస్త వినండి,” ఆపి శ్రీరామమూర్తి వేడుకోలు.

బాబూరావు అదీ వినదల్చుకోలేదు. చరచరా బయటకు వచ్చాడు.

రెండంగల్లో శ్రీరామమూర్తి బాబూరావుని చేరుకున్నాడు. అతని వెనుకే వేణు నెత్తుకుని సీత.

“ప్లీజ్ తొందరపడకండి. మీరనుకునేది నిజం కాదు,” తన భుజం మీద పడ్డ శ్రీరామమూర్తి చెయ్యి విసురుగా తోసేసాడు బాబూరావు.

“షటప్, ఏమిటి నువ్వు చెప్పే నిజం? ఈ సీతొక పతివ్రతనీ, ఏమీ ఎరుగని నంగనాచనీ నేను ఇంకా నమ్మాలంటావ్. ఈ ఆరేళ్లూ నా కళ్లుగప్పి మీరిద్దరూ సాగించిన రంకు అబద్ధమంటావ్. ఇదేగా నువ్వు చెప్పేది?”

“బాబూరావుగారూ, మీరు ఆవేశంలో ఉన్నారు. సావధానంగా ఆలోచించి యధార్థాన్ని గుర్తించండి,” ప్రాధేయపడుతూ అన్నాడు శ్రీరామమూర్తి.

“చూడు మిస్టర్ శ్రీరామ్మూర్తీ నన్ననవసరంగా రెచ్చగొట్టక. నేనూ మానవత్వాన్ని మరిచిపోయి పైశాచికంగా ప్రవర్తించి మీ ఇద్దరి గొంతులు నులిమి పారేసే పరిస్థితికి నన్ను తీసుకురాకు,” భగభగమండుతున్న అతని కళ్లలోకి చూడలేకపోయాడు శ్రీరామమూర్తి.

చరచరా నడుస్తూ జనంలో కలిసిపోయాడు బాబూరావు. అతని తలంతా దిమ్మెక్కినట్లుగా ఉంది. వళ్లంతా తేలిపోతున్నట్టు, ప్రపంచమంతా గిర్రున తిరుగుతున్నట్టుగా అనిపించసాగింది.

రోడ్డు మీద నడుస్తున్నాడు. తనెక్కడికి వెళ్తున్నాడు? ఏమో? అసలు తను ఎక్కడికని వెళ్తాడు? భార్య, కొడుకు, సంసారం- ఇవన్నీ ఒక భ్రమని తేలిపోయాక ఇక తనకెవరున్నారు?

'నేను వంటరిని, నాకెవరూ లేరు,' గట్టిగా అరవాలని ఉందతనికి.

నోరులేని జంతువయితేనేం? తెలివిగల జంతువు. నేనెంత వెర్రివాడ్నో క్షణాల మీద తేల్చిచెప్పింది. నా కళ్ల ముందు ఇన్నేళ్లుగా జరుగుతున్న అన్యాయాన్ని గుర్తించలేని నేనా కుక్క సామర్థ్యాన్ని శంకించేది? కుక్కా, నన్ను క్షమించు. నీకు జన్మజన్మలకూ రుణపడి వుంటాను. లేకపోతే ఈ నరకాన్నే స్వర్గమని భావిస్తూ ఇంకెన్నాళ్లు గుడ్డివాడిగా బతికేవాడ్నో?

సీత ఏం చేస్తుందో? ఏం చేస్తుంది? పీడా విరగడయిందని వాడితో చెట్టాపట్టా లేసుకుని రిక్షాఎక్కి ఉంటుంది.

బాబు... ఎవరికి బాబు? ఎన్ని ఆశలు పెట్టుకున్నాను వాడిమీద. నా కొడుకని ఎంత పొంగిపోయాను? అంతా మిథ్య. ఈ వాస్తవాన్ని ముందే నేనెందుకు గుర్తించలేక పోయాను?

రకరకాలైన ఆలోచనలతో సతమతమవుతూ పిచ్చిగా నడుస్తూనే వున్నాడు బాబూరావు.

2

రాత్రి ఎనిమిదయింది. పడకకుర్చీలో తల పట్టుకుని కూర్చుని వున్నాడు శ్రీరామమూర్తి.

"ఏమిటలా దిగాలుగా కూర్చున్నారు? భోజనానికి లేవండి," వంటగదిలో నుండి అప్పుడే బయటకు వచ్చిన వసుంధర భర్త పక్కనే కుర్చీలో కూలబడుతూ అంది.

"నాకాకలిగాలేదు వసూ. నువ్వు భోంచేసేయ్," నెమ్మదిగా అన్నాడు శ్రీరామ మూర్తి.

"ఏం ఎందుకని ఆకలిగా లేదు? బయట ఫ్రెండ్స్‌తో బాగా టిఫిన్ పట్టించా రేమిటి?"

శ్రీరామమూర్తి బదులు చెప్పలేదు. కాస్సేపాగి అన్నాడు, "బాబు నిద్ర పోయాడా?"

"ఆ..."

"నువ్వు తినెయ్ వసూ. నిజంగానే నాకు ఆకలిగా లేదు."

"నాకూ ఆకలిగా లేదు. కాస్సేపాగుదాం. మీకు ఆకలి కాగానే చెప్పండి, కలిసే భోంచేద్దాం. ఈ నవలొకటి సగం వరకూ చదివాను. మంచి పట్టులో ఉంది. ఈలోగా నేను దీన్నొక పట్టుపడతాను," పుస్తకంలో తల దూరుస్తూ అంది వసుంధర.

శ్రీరామమూర్తి భార్యవంక కళ్లార్పకుండా చూస్తూ ఉండిపోయాడు.

ఇంత ఘోరం జరిగిపోయిందని తనకి తెలియదు. కాబట్టి నిశ్చింతగా నవల చదువుకోగల్గుతోంది. అసలు విషయం తెలిస్తే? అర్థం చేసుకుంటుందో లేక తనూ బాబూరావులాగే...? ఏమో?

నా పరిస్థితే ఇలాగుంటే పాపం సీత...? ఎంత కుమిలిపోతుందో? ఎందుకలా జరిగింది. కుక్కల సర్కస్ ఎంత పని చేసింది? తన ఖర్మ కాకపోతే వాళ్లెందుకు తారస పడాలక్కడ? తామే పాపం ఎరుగమని మొత్తుకున్నా బాబూరావు నమ్మే పరిస్థితుల్లో లేడు. అతడు నిజం తెలుసుకునేలా చేయడమెలా? పూనకం పూనినవాడిలా కదం తొక్కుతున్న అతని వెనుకే పరిగెట్టబోయిన సీతను ఆపడమే బ్రహ్మయత్నమయి పోయింది తనకి. జాగ్రత్తగా రిక్షా ఎక్కించి ఇంటికి తీసుకురాకపోతే ఆ పరిస్థితిలో ఏ కారు కింద పడి ఉండేదో?

'దేవుడా నువ్వే కాపాడాలి. సీత జీవితం అన్యాయం కాకుండా చూడు,' మనసులోనే ప్రార్థించాడు శ్రీరామమూర్తి.

తొమ్మిదయింది. చదవడం పూర్తి చేసిన నవల టేబిల్ మీదకు గిరాటేస్తూ అంది వసుంధర, "ఇక లేవండి. నాకాకలేస్తుంది."

శ్రీరామమూర్తి ఏదో అనబోయాడు.

ఇంతలోనే-

"నోర్మూయ్..."

"... ... ..."

"నీకనవసరం. నా ఇష్టమొచ్చిన చోట తిరిగి వచ్చాను."

అవి పక్క వాటాలో నుండి ఇవతలికి దూసుకు వచ్చిన బాబూరావు అరుపులు. సీత ఏమంటుందో వినిపించడంలేదు.

"ఏమిటండోయ్ ఎన్నడూ లేనిది బాబూరావన్నయ్య అరుస్తున్నాడు. బహుశా ప్రణయకలహమై ఉంటుంది. మీరూ ఉన్నారు. ఒక్కసారైనా నాతో అలా సరదాగా దెబ్బలాడారా?" నవ్వుతూ అంది వసుంధర.

'పిచ్చి వసూ, అది ప్రణయకలహం కాదు. అతనక్కడ చేసేది ప్రళయ తాండవం. నీకెలా తెలుస్తుంది,' మనసులోనే బాధగా అనుకున్నాడు శ్రీరామమూర్తి.

"చస్తే తినను, ఇంత జరిగాక మళ్లీ నీ చేతి కూడా? నీ ముఖం నాకు చూపించకు వెళ్లిక్కడ్నుంచి".

"అరె నిజంగానే కీచులాడుకుంటున్నట్లున్నారే. విచిత్రంగా ఉందే. ఏమయింది ఈ రోజు వీళ్లకి?" ఈసారి ఆశ్చర్యపడింది వసుంధర.

"ఛీ సిగరెట్లు కూడా అయిపోయాయి," తలుపు దఢాలున తెరిచి బాబూరావు వీధిలోకి వెళ్లిపోయిన చప్పుడు.

"మీరేమిటండీ, వచ్చినప్పటి నుంచీ చూస్తున్నాను. అలా మాటాపలుకూ లేకుండా కూర్చుండిపోయారే? పక్క వాటాలో జరిగేవి విచిత్రంగా అనిపించడం లేదూ మీకు?"

ఇక తమాయించుకోలేకపోయాడు శ్రీరామమూర్తి. అంతవరకు తనొక్కడే భరిస్తున్న వేదనలో కొంత భార్యకూ పంచి ఇవ్వకుండా ఉండలేననుకున్నాడు.

"అక్కడ జరుగుతున్న గొడవకు కొంతవరకు నేనే బాధ్యుడ్ని వసూ," హీన స్వరంతో అన్నాడు.

"ఏమిటి మీరనేది?" అర్థంకానట్లు చూసింది వసుంధర.

చెప్పడం మొదలుపెట్టాడు శ్రీరామమూర్తి.

❖ ❖ ❖

"ఏమండీ నా మాట నమ్మండి. నేనే పాపమూ ఎరుగను."

"నమ్మను. చస్తే నమ్మను. నీ కల్లబొల్లి ఏడుపులన్నీ నిజమని నమ్మేంత వెర్రి వెంగళప్పని కాను."

"ఇది మీకు న్యాయం కాదండీ. ఆ పాడుకుక్క చేసిన పొరబాటుకి నాకు కళంకాన్ని అంటగడతారా?"

"ఏమిటి పాడుకుక్కా? ఏదీ మరొక్కసారను. నీ నాలుక చీల్చేస్తాను. అజ్ఞానాంధ కారంలో కొట్టుకుపోతున్న నాకు వెలుగుబాటను చూపించిన కాలభైరవస్వామిని పాడు కుక్కనడానికి నీకెన్ని గుండెలు? ఆయ్..."

"సీతమ్మ తల్లిని నిష్కారణంగా అనుమానించిన శ్రీరామచంద్రుడు చివరికి తన తప్పును తెలుసుకున్నాడు. ఏమండీ. నేనూ సీతనేనండీ. మీ సీతను. నా గురించి అంత హీనంగా ఆలోచించడానికి మీకు మనసెలా ఒప్పిందండీ?"

"నువ్వు సీతవే కావచ్చు. కాని నేను రాముడ్ని కాను, బాబూరావుని. శ్రీరాముడు పక్క వాటాలో ఉన్నాడు ఫో."

"మన బాబు మీద ఒట్టండీ నన్ను నమ్మండీ."

"ముందా 'మన' తీసేయ్. నాకు చిర్రెత్తుకొస్తోంది. ఈ వెధవ నా కొడుకా? నీ కొడుకు. వాడి కొడుకు."

"మీకు పుణ్యముంటుంది, అంతంత మాటలనకండి."

"ఏం ఎందుకనను? అంటాను. ఇంకా అంటాను. వసుంధర నన్ను అన్నయ్యా అని నోరారా పిలుస్తుంది. నువ్వూ వాడ్ని అలా పిలవకూడదూ? అని నిన్నొకప్పుడంటే

నువ్వేమన్నావో గుర్తుందా? నేనలా పిలవను. పిలవలేను. నా తోడబుట్టిన సొంత వాళ్లను తప్ప పరాయివాళ్లను అన్నయ్యలు, తమ్ముళ్లు అనలేను అని కూశావ్. మంద బుద్ధిని కాబట్టి నిజమే అని అమాయకంగా నమ్మేసాను. కాని యిప్పుడో? నమ్మను. చస్తే నమ్మను."

సీత వెక్కివెక్కి ఏడవసాగింది.

❖ ❖ ❖

రెండు వాటాల మధ్యనున్న తలుపు నానుకుని పక్కవాటాలో జరుగుతున్న గొడవంతా విన్న వసుంధర నిట్టూర్చింది. భర్తకు ఎదురుగా వున్న కుర్చీలో కూలబడి శ్రీరామమూర్తి వైపు సూటిగా చూసింది.

"వసూ నన్ను నమ్ము. నాకే పాపమూ తెలియదు. నువ్వూ, నన్ను అనుమానిస్తే నేను భరించలేను. ప్లీజ్. అలా చూడకు," దీనంగా అన్నాడతడు.

"ఛ ఏమి మాటలండీ అవి? నేనంత సంకుచితంగా ఆలోచిస్తానని మీరెలా అనుకున్నారు? మీతో యిన్నేళ్లు సంసారం చేసి మిమ్మల్ని అర్థం చేసుకోలేని మూర్ఖురాలిననుకున్నారా? మీ తప్పేమీ లేదని నేను మనస్ఫూర్తిగా నమ్ముతున్నాను," భర్తవైపు లాలనగా చూసింది వసుంధర.

గుండెల్లో కాస్త బరువు తగ్గినట్టు ఫీలయ్యాడు శ్రీరామమూర్తి.

"కాని ఇప్పుడెలా వసూ? అతడు నిజాన్ని ఒప్పుకునే పరిస్థితిలో లేడు. ఆ పాడు కుక్క చేసిన ఆగడానికి పిచ్చికుక్కయి కరవొస్తున్నాడు. పాపం, సీత సంగతి తల్చుకుంటే గుండె తరుక్కుపోతోంది," కాస్సేపాగి బాధగా అన్నాడు.

"మీరు అనవసరంగా బెంబేలు పడకండి. ఈ సమస్యను పరిష్కరించే పూచీ నాది," అనునయంగా అంది వసుంధర.

"నువ్వేం చెయ్యగలవ్ వసూ. ఎలా పరిష్కరిస్తావ్?"

"నేనిప్పుడే ఏమీ చెప్పలేను. ఈ రాత్రి గడవనీయండి. మీరు ఈ విషయం గురించి ఆలోచించడం పూర్తిగా మానేయండి. రేపు ఉదయం చూద్దాం. రండి భోంచేద్దురుగాని..."

"నాకాకలిగా లేదు వసూ."

"అదిగో మళ్లీ అదేమాట. చెప్పానుగా అనవసరంగా మనసు పాడుచేసుకోవద్దని, రండి కాస్త ఎంగిలిపడుదురుగాని, ప్లీజ్."

భార్యను మరింతగా నొప్పించడం యిష్టంలేక అయిష్టంగానే భోజనానికి లేచాడు శ్రీరామమూర్తి.

ఆ రాత్రి చాలా భారంగా గడిచింది, రెండు వాటాలవాళ్లకీ. వాళ్లలో ఎవరూ సరిగ్గా నిద్రపోలేదు. ఎడతెగని ఆలోచనలు, వేధించే సమస్యలు, వీటి మధ్య తెల్లారింది.

"టక్... టక్..." తలుపు చప్పుడుతో మేలుకున్నాడు బాబూరావ్ అలవాటు ప్రకారం.

పక్క మీద నుండి అప్రయత్నంగా లేవబోయాడు. అంతలోనే క్రితంరోజు జరిగిన పీడకలలాంటి ఉదంతం చటుక్కున గుర్తుకొచ్చింది.

'ఛీ నేనెందుకు లేవాలి? ఎవరి కోసం? తియ్యటి కలలాంటి జీవితం భగ్గుమని మండిపోయాక ఇంకేం మిగిలింది? బూడిద. చాలు, ఇకపై నేను వెధవలా బ్రతక బోవడం లేదు.' మళ్లీ ముసుగు తన్ని పడుకున్నాడు.

తలుపు చప్పుడు విని లేచిన సీత భర్త లేవడమూ, తిరిగి పడుకోవడం గమనించింది. తనే వెళ్లి పాలసీసాలు అందుకుని వంటగదివైపు నడిచింది. స్టౌ వెలిగించి పాలు కాచి కాఫీ కలిపింది. కాఫీ కప్పుతో పడకగదిలోకొచ్చింది.

"ఏమండీ!"

బాబూరావు పలకలేదు.

"ఏమండీ కాఫీ తీసుకోండి."

ఈసారి బాబూరావు కళ్లు తెరిచి సీతవైపు చురుగ్గా చూసాడు.

"ఏం కలిపి తెచ్చావిందులో?" కఠినంగా అన్నాడు.

సీతకు దుఖం ముంచుకొచ్చింది. గొంతు పూడుకుపోయి ఏమీ మాట్లాడలేక పోయింది.

"నాకు తెలుసు. నేను చస్తే పీడ విరగడయిపోతుందని ఏ విషమో కలిపే ఉంటావ్. ఒకప్పుడు నువ్వు విషం తెచ్చిచ్చినా అమృతంగా భావించి తాగేసేంత పిచ్చి ప్రేమ ఉండేది నీ మీద. ఇప్పుడది లేదు, చచ్చిపోయింది. కాబట్టి తీసెయ్," చివాలున లేచి బాత్‌రూమ్ వైపు నడిచాడు.

స్నానం ముగించి బట్టలు తొడుక్కుని కనీసం సీతవేపైనా చూడకుండా బయటకు నడిచాడు. బజార్లో టిఫిన్, కాఫీ కానిచ్చి నడవసాగాడు.

ఇక బాధపడకూడదు. అందువల్ల ప్రయోజనమేముంది? సీతలాంటి వంచకిని ఇన్నాళ్లకైనా గుర్తించగలిగినందుకు సంతోషించాలి. తనేం అవివేకి కాడు. జరిగింది తలుచుకుంటూ కుమిలిపోయి భావిజీవితాన్ని నరకప్రాయం చేసుకోవటానికి. గుడ్ బై టు సారోస్ అండ్ టియర్స్. ముందు సీత పీడ వదిలించుకోవాలి. అంతే.

అతడు ఇంటికి వచ్చేసరికి ఎనిమిదయింది. సీత దిగాలుగా కూర్చుని ఉంది.

బాబూరావును చూడగానే వేణు 'నాన్నా' అంటూ పరుగెత్తుకు వచ్చాడు నవ్వు ముఖంతో.

"ఛీ వెధవా! ఎవడ్రా నీకు నాన్న? ఫో! అవతలికి!" చీదరించుకున్నాడు బాబూరావు.

అకారణంగా తండ్రి ఎందుకలా కసిరాడో అర్థంకాని ఆ పసివాడు బిక్కమొగ మేశాడు. వెళ్లి తల్లి ఒడిలో తలదాచుకున్నాడు.

"ఇదిగో సీతా, నేను చెప్పేది కాస్త జాగ్రత్తగా విను. ఒకప్పుడు నా కోసం నీ వాళ్లను కాదనుకున్నావు. ఇప్పుడు నేను కాదంటున్నాను కాబట్టి పుట్టింటికే వెళ్తావో లేక మరింకెక్కడికో వెళ్తావో నాకు అనవసరం. ఈరోజుతో నీకూ నాకూ చెల్లిపోయింది. నిన్ను రచ్చకీడ్చి నలుగురిలో అవమానం పాలుచెయ్యడం నాకిష్టంలేదు. నా మంచి తనాన్ని గుర్తించు. గుర్తించి వెంటనే వెళ్లిపో. సాయంత్రం నేను ఆఫీసు నుండి వచ్చేసరికి నువ్వూ నీ కొడుకు నా కళ్లబడకూడదు. ఇంతే. ఇంతకుమించి నీకేం చెప్పాల్సిన అవసరం నాకు లేదు. గో ఎవే."

సీత కళ్లల్లో నీళ్లు సుడులు తిరిగాయి.

సరిగ్గా అదే సమయంలో వసుంధర వచ్చి గుమ్మంలో నిలబడింది. ఆమెను చూడగానే బాబూరావు ముఖం నల్లబడింది. అంతలోనే సర్దుకున్నాడు.

పాపం, జరిగిన దానిలో వసుంధర తప్పేం ఉంది? ఒకరకంగా చూస్తే ఆమెదీ తన పరిస్థితే. తనను భార్య వంచిస్తే ఆమెకు భర్త ద్రోహం చేశాడు. బహుశా ఈ కఠోర సత్యం ఆమెకు ఇంకా తెలిసి ఉండదు. తెలిస్తే ఆమె గుండె పగిలిపోతుంది. వసుంధర మీద జాలి పెల్లుబికిందతనిలో.

"రా చెల్లాయ్."

ఆ తరువాత ఏం మాట్లాడాలో తెలియలేదతనికి. వసుంధరకూ ఎలా మొదలెట్టాలో అర్థం కాలేదు.

"అన్నయ్యగారూ మీరు అకారణంగా ఆవేశానికి లోనవుతున్నారు. కొంచెం నిదానంగా ఆలోచించి చూడండి," చివరికి వసుంధర అంది.

ఉలిక్కిపడ్డాడు బాబూరావు.

"ఏమిటీ నీకూ తెలిసిందన్నమాట? గుండెలు బద్ధలయ్యే నిజం తెలిసాక కూడా అంత నిబ్బరంగా ఎలా ఉండగలిగావ్ చెల్లాయ్? నీ భర్త నిన్ను మోసం చేస్తున్నాడు. నా కాపురాన్ని నిలువునా కూల్చేసాడు. అతడు టక్కరి. మాయమాటలు చెప్పి నిన్నింకా మభ్య పెడుతున్నాడు. ఇకనైనా నువ్వు కాస్త కళ్లు తెరిచి చూడు. ఆ మేకవన్నె పులిని గుర్తించు, తొందరపడు," దూకుడుగా అన్నాడు.

"ఆ తొందరపడటమే నాకు ఇష్టంలేదు. ఇన్నేళ్లు కాపురం చేసాక ఆయన గురించి అంత నీచంగా అనుకోలేను. సీత కూడా ఎంత అమాయకురాలో నాకు తెలుసు మీరే పొరబాటు..."

"ఏమిటి నేనా పొరబాటుపడేది? నీకు తెలియదు చెల్లాయ్. ఈ సీత ఏమీ తెలియని బేల అని నిజంగానే ఇన్నాళ్లూ పొరబాటు పడ్డాను. కాని నా కళ్లముందే నిజాన్ని నిరూపించిదా కుక్క. అది పొరబాటు పడలేదు," రెచ్చిపోయాడు బాబూరావు.

"ఆ కుక్కే పొరబాటుపడి ఉండొచ్చని నేనంటున్నాను."

"ఓహ్... నీకెలా చెప్తే అర్థమవుతుంది చెల్లాయ్. నేనూ కుక్క సామర్థ్యాన్ని అలాగే తక్కువ అంచనా వేసాను. కాని కుక్క తెలివితక్కువది కాదు. వీళ్ల గుట్టు కాస్తా బట్టబయలు చేసింది. నువ్వు అదృష్టవశాత్తు అక్కడ లేవు. ఉంటే ఆ ఘోరాన్ని చూసి పిచ్చెక్కి ఉండేది నీకు."

"ఆ అదృష్టమే నాకూ కలగాలని కోరుకుంటున్నాను."

"ఏమిటి నువ్వనేది?" అర్థం కానట్లు చూసాడు బాబూరావు.

"అన్నయ్యగారూ, కాస్త శాంతంగా వినండి. కుక్కేదో చేసిందని విన్నంత మాత్రాన నా భర్తను అనుమానించలేను. నేను మీ ఆలోచనావిధానంలోనే తప్పుందని అనడానికి సాహసిస్తున్నాను."

"అది కాదు చెల్లాయ్..."

"ఆగండి. అడ్డుపడవద్దు, నన్ను పూర్తిగా చెప్పనీయండి. మీరనుకుంటున్నట్లు మీ కుక్క గొప్పదే కావచ్చు. దాని గొప్పదనాన్ని శంకించడం నా అభిమతం కాదు. కాని ఎక్కడో ఏదో పొరబాటు జరిగిందన్న మాట మాత్రం నిజం. మీరన్నారే నా కళ్లతో ఆ దృశ్యాన్ని చూడలేదని, అందుకే నేనూ చూడాలనుకుంటున్నాను. ఆ అవకాశం నాకూ కల్పించమని మిమ్మల్ని కోరుతున్నాను."

బుర్ర గిర్రున తిరిగింది బాబూరావుకి.

"నీకు పిచ్చి పట్టలేదు కదా? ఏమిటీ విపరీతపు కోరిక?" తడబడుతూ అన్నాడు.

"అవును ఆ సర్కస్ నేనూ చూడాలనుకుంటున్నాను మీరనేది నిజమయి నప్పుడు ఆ కుక్క మళ్లీ మా ఆయన చెయ్యి పట్టుకోవాలి. అప్పుడు నేనూ మీతో ఏకీభవిస్తాను. నా భర్తంత గుణవంతుడు లేడని మురిసిపోయి మోసపోయానన్న విషయం రూఢీగా తెలుసుకుంటాను. ఇలా చెయ్యడంలో మరింతగా వచ్చే నష్టం ఏమీలేదు. దయచేసి కాదనకండి, ప్లీజ్."

"నేనెంతగా చెప్పినా నమ్మే స్థితిలో నువ్వు లేవు. అంతమందిలో ఎవరినీ కాదని, పక్కనున్న నన్నూ వదిలేసి సరిగ్గా మీ ఆయన చెయ్యే ఎందుకు పట్టుకుందంటావ్?

సరే. కానియ్. నీ ఇష్టం! నీ కోసం మరోసారి ఆ క్షోభ భరించడానికి సిద్ధపడుతున్నాను. నిజం అబద్ధంగా మారదని నాకు తెలుసు. ఆ విషయం నువ్వూ తెలుసుకోవాలి. వాస్తవాన్ని గుర్తించాలి," బాధగా నవ్వి అన్నాడు.

"థాంక్స్, ఈ సాయంత్రం మనమంతా ఎగ్జిబిషన్‌కి వెళ్దాం. మీ మానసిక పరిస్థితి నాకు తెలుసు. మీలో చెలరేగుతున్న అలజడి అర్థం చేసుకోగలను. ఆలోచనలతో సతమతమవుతూ ఆఫీసులో మీరేం పనిచేయగలరు? ఈరోజు సెలవు పెట్టి ఇంట్లోనే ఉంటే బాగుంటుందేమో?"

ఒక్కక్షణం ఆలోచించాడు బాబూరావు.

"నిజమే, నా తల పగిలిపోతోంది. నువ్వన్నట్లే చేస్తాను. ఆఫీసుకు వెళ్లి సెలవు పెట్టి వస్తాను," అన్నాడు ముక్తసరిగా.

వాళ్లిద్దరి మధ్యా అంతవరకూ కేవలం శ్రోతగా మిగిలిపోయింది సీత.

❖ ❖ ❖

ఆఫీసుకు వెళ్లిన బాబూరావు మరో గంటకు తిరిగి వచ్చాడు. ఏదో పుస్తకం చదువుతూ కూర్చున్నాడు.

శ్రీరామమూర్తి కూడా ఇంట్లోనే వుండిపోయాడు. సీతా వాళ్లకు కూడా తనింట్లోనే భోజనం సిద్ధంచేసింది వసుంధర.

భోంచెయ్యమని వసుంధర ఎంత బ్రతిమాలినా మాత్రం బాబూరావు వినలేదు. ఆ విషయంలో తనను క్షమించమని చెప్పి హోటల్‌కి వెళ్లి తిని వచ్చాడు. వసుంధర బలవంతం మీద ఆకలి లేకపోయినా సీతకు భోజనం అయిందనిపించక తప్పలేదు.

సాయంత్రం ఐదయింది. అందర్నీ ఎగ్జిబిషన్‌కి బయల్దేరదీసింది వసుంధర.

"ఏమండీ, రెండు రిక్షాలు పిలవండి," అంది వసుంధర భర్తనుద్దేశించి.

"రెండు కాదు, మూడు" అరిచాడు బాబూరావు.

వసుంధర అతనివైపు అదోలా చూసి ఊరుకుంది.

రిక్షాలు వచ్చాయి. వసుంధర, శ్రీరామమూర్తి వాళ్లబ్బాయి ఒక రిక్షాలో ఎక్కి కూర్చున్నారు.

చకచకా వెళ్లి తనొక్కడూ ఒక రిక్షాలో కూర్చున్నాడు బాబూరావు, తన చేయి పట్టుకోబోయిన వేణును కసిరి.

'ఈ వెధవను నా దగ్గర కూర్చోబెట్టుకుంటానా? నా దగ్గరకు పొమ్మని వాడికి సీతే చెప్పి ఉండాలి. అలాగన్నా నా వాసన కాస్త వాడికి పడుతుందని కాదూ ప్లాన్? ఈ సీత పప్పులు ఉడకనివ్వను,' కసిగా అనుకున్నాడు.

కిమ్మనకుండ వేణును ఎత్తుకుని మరో రిక్షావైపు నడిచింది సీత.

మరో అరగంటలో ఎగ్జిబిషన్ గ్రౌండ్స్ చేరుకున్నారు. టికెట్లు కొని లోపలికి నడిచారు. తిన్నగా కుక్కల సర్కస్‌లో ప్రవేశించారు. షో ప్రారంభమైంది.

మాస్టర్ అంతకుముందు రోజు వల్లించిన డైలాగులే చిలకపలుకుల్లా పలుకుతూ ఒక్కొక్క ఐటమ్ ప్రజెంట్ చేస్తున్నాడు. కుక్కల ప్రతిభకు ప్రేక్షకులు హర్షాన్ని వెలిబుచ్చుతూనే ఉన్నారు.

సీత మనసు మనసులో లేదు. తన జీవితం, కొడుకు భవిష్యత్ యిప్పుడు జరిగే విషమ పరీక్షపై ఆధారపడి ఉన్నాయ్. 'భగవాన్ నన్నీ యిరకాటంలో ఎందుకు పడేసావో తెలియదు. నన్ను కరుణించు నేనే పాపం ఎరుగనని నిరూపించు,' ప్రార్థించ సాగింది.

శ్రీరామమూర్తిది కూడా దాదాపు సీత పరిస్థితే. ఏ ధైర్యంతో వసుంధర ఈ ఏర్పాటుచేసిందో అతనికి అర్థం కాలేదు. తనలో చెలరేగుతున్న ఉద్వేగాన్ని అదుపులో పెడ్తూ స్థిరంగా ఉండడానికి ప్రయత్నిస్తున్నాడు.

బాబూరావుకి తెల్సు తను మరోసారి గుండెల్ని పిండిచేసే ఘట్టాన్ని తిలకించ బోతున్నాడని. అదేదో త్వరగా అయిపోతే వసుంధర కళ్లు తెరిపించానన్న సంతృప్తి అయినా మిగులుతుందని అనుకుంటున్నాడు.

వసుంధర మాత్రం చాలా నిబ్బరంగా వుంది. ఎలాంటి కంగారు, అలజడి ఆమెలో కనిపించడంలేదు.

ఎదురుచూస్తున్న ఐటమ్ రానే వచ్చింది. వసుంధర ఆదేశం ప్రకారం సీత వేణును తీసుకుని బలిపశువులా ముందుకు కదిలింది. బాబూరావు వెళ్లి దూరంగా నిలబడ్డాడు. వసుంధర కనుసైగనందుకుని శ్రీరామమూర్తి అతని పక్కగా వెళ్లి నిలుచున్నాడు. బాబూరావు, శ్రీరామమూర్తిని ఒకసారి ఉరిమి చూసి ముందుకు దృష్టి సారించాడు.

మాస్టర్ సీతను గుర్తుపట్టలేదు. రోజుకు ఎన్నో ప్రదర్శనలు యిస్తూ ఉంటాడతను. ముఖాలు గుర్తు పెట్టుకునే తీరికా, ఓపికా అతనికుండవు. అందుకే మామూలుగా అరిచాడు.

"ఇప్పుడు మా 'పెపిగో' గుంపులో ఉన్న బాబు తండ్రిని వెదికి పట్టుకుంటుంది. ఒకసారి అందరూ చప్పట్లు కొట్టండి. గట్టిగా కొట్టండి."

చప్పట్ల మోత నలుమూలల నుండి వినిపించింది.

వేణు చెయ్యి వాసన చూసి పెపిగో ముందుకు దూకి బాబూరావు నిలబడిన వైపుకు కాక మరోవైపుకు తిరిగింది.

'ఏయ్ కుక్కా, అటెందుకు తిరుగుతావ్. నీ ట్రిక్కులు నాకు తెలుసు. ఇటు! ఇటు రా, కాలయాపన వద్దు. త్వరగా వచ్చి ఈ నీచుడి చెయ్యి పట్టుకో. నీ సామర్థ్యాన్ని నిరూపించుకో.' అది బాబూరావులో చెలరేగుతున్న ఆవేదన.

'కుక్కా! కుక్కా! నీకు లక్ష దండాలు పెడతాను. ఈసారైనా నీ పొరబాటు సరిదిద్దుకో. నన్నిలా అవమానాలపాలు చెయ్యడం నీకు భావ్యం కాదు. నీ శక్తిని పూర్తిగా ప్రదర్శించి ఈ పెద్దమనిషి చెయ్యి పట్టుకో. ఈ అనుమాన పిశాచి కళ్లు తెరిపించు. అంతకంటే నిన్నేమీ కోరను.' ఇది శ్రీరామమూర్తిలో సుడులు తిరుగుతున్న చిత్త క్షోభ.

పెపిగో అటూ ఇటూ తిరిగి శ్రీరామమూర్తికేసి తిరిగింది.

'నాకు తెలుసు నీ ప్రతిభ, ఆలస్యం చేస్తావేం? వచ్చేయ్. వచ్చి వీడి చెయ్యి పట్టుకో. నీకు మాత్రం తెలీదూ వీడెంత దుర్మార్గుడో? చెయ్యి పట్టుకోవడం కాదు. కండ ఊడొచ్చేలా కొరికి పారేయ్. నీకేం భయంలేదు. నేనున్నాను.'

'అదిగో నావంక చూస్తున్నావ్. నీకిది తగదు. అక్కడే ఆగు. బాగా ఆలోచించు. మళ్లీ పొరబడితే మాట దక్కదు. నువ్వు తీసుకునే నిర్ణయం మీద రెండు సంసారాల మనుగడ ఆధారపడి ఉంది. నీకు దయలేదూ? ఉంటే మళ్లీ నన్ను పట్టుకోకు.'

పెపిగో రెండడుగులు వేసి మరెటో తిరిగింది.

'నీ కుక్కబుద్ధి పోనిచ్చుకున్నావ్ కాదు. ఏమిటా వేళాకోళం? అటు తిరిగీ ఇటు తిరిగీ నువ్వొచ్చేది ఇటేనన్న విషయం నాకు పూర్తిగా తెలుసు. నేను బాధపడ్తానేమోనని ఆలోచిస్తున్నావా? అది పడ్తూనే ఉన్నాను. అది తీరని బాధ. నీకు నా మీద ఉన్న జాలికి థేంక్స్. ఇక రా మరి.'

'కుక్కా, నీ పేరు పెపిగో కదూ? అదిగో అక్కడ నిలబడి ఉందే. సరిగ్గా చూడు. ఆమె నా భార్య వసుంధర. నా మీద కొండంత నమ్మకం. ఆ నమ్మకాన్ని నువ్వు రుజువు చేస్తావని నన్నిక్కడికి మళ్లీ తీసుకొచ్చింది. ఆమె నమ్మకాన్ని వమ్ము చెయ్యకు. నీక్కావలసినంత టైము తీసుకో. ఫర్వాలేదు. ఈసారి వేణు తండ్రిని గుర్తించడంలో మాత్రం ఎలాంటి తప్పు చెయ్యకు. అలా కాదూ? ఎవర్నీ పట్టుకోకుండా వెనక్కి వెళ్లిపో. అదయినా చాలు నాకు.'

పెపిగో శ్రీరామమూర్తి మొర వినిపించుకోనట్లు అతనివైపు నిర్లక్ష్యంగా చూసింది. తిన్నగా అతనివైపు రాసాగింది.

'అమ్మయ్య, ఇప్పటికి నీకు తీరిందన్నమాట. వేగంగా రా. ఈ తుచ్ఛుడి కండ లాగి పారెయ్. నీ ఇష్టం. వసుంధరకూ నిజం తెలిసొస్తుంది. నేను పొరబడలేదన్న విషయమూ నేను ధృవపర్చుకుంటాను. కమాన్ క్విక్.'

'కుక్కా, సారీ... కుక్కగారూ, పెపిగోగారూ పూర్వజన్మలో నేను కుక్కనయి మీరు యజమానయి ఉంటారు. నేను తెగబలిసి మీ ఇల్లు కాయడంలో నిర్లక్ష్యం చేసి ఏదో తీరని నష్టం వాటిల్లేలా చేసి వుంటాను. అంతే జరిగి ఉంటుంది. ఆ కక్షను ఇలా తీర్చుకుంటున్నారు. నన్ను క్షమించమని మనవి చేస్తున్నాను. వచ్చే జన్మలో నేను తిరిగి కుక్కనయి పుడతాను. మీరు నా యజమానై పుడితే ఒళ్లు దగ్గరుంచుకుని సేవలు చేస్తాను. విశ్వాసంగా నడుచుకుంటాను. నన్ను నమ్మండి, రక్షించండి.'

పెపిగో దగ్గరయింది.

తెలియని ఉద్వేగంతో బాబూరావు కళ్లు మూసుకున్నాడు. శ్రీరామమూర్తీ అంతే చేసాడు.

పెపిగో గట్టిగా బాబూరావు చెయ్యి కరచి పట్టుకుంది.

ఉలిక్కిపడి కళ్లు తెరిచాడు బాబూరావు. అతని ఆశ్చర్యానికి అంతులేదు. విదిలించుకోవాలని ప్రయత్నించినా పెపిగో వదల్లేదు.

అంతవరకూ వెయ్యి దేవుళ్లకు ప్రార్థిస్తున్న సీత సంతోషంతో ఉక్కిరిబిక్కిరయి ఆనందభాష్పాలు రాల్చింది.

వసుంధర ఒక దీర్ఘ నిశ్వాస విడిచింది.

'అమ్మయ్య,' అనుకున్నాడు శ్రీరామమూర్తి కుదుటపడ్డ మనసుతో.

"కొట్టండి, అందరూ చప్పట్లు కొట్టండి.చివరిసారిగా గట్టిగా కొట్టండి. వెల్‌డన్ పెపిగో. కమ్ బాక్," మైకులో మాస్టర్ గొంతు మారుమ్రోగింది.

మిన్నుముట్టేలా కరతాళధ్వనులు చెలరేగుతున్నాయి. బాబూరావుకి అంతా కలలా ఉంది. అందరితోపాటు తనూ బయటికి నడిచాడు. ఎగ్జిబిషన్ నుండి బయటకు వచ్చి రిక్షాలో ఎక్కి కూర్చున్నారు. ఈసారి రిక్షాలు రెండే.

❖ ❖ ❖

ఇంటి తాళం తీసి బాబూరావుని, సీతని లోపలికి ఆహ్వానించింది వసుంధర.

"ఇదెలా సంభవం చెల్లాయ్?" హీనస్వరంతో అన్నాడు బాబూరావు.

"చెప్తాను కాస్త ఓపిక పట్టండి. ఇప్పుడే వస్తాను," అంటూ వసుంధర వంట గదిలోకి వెళ్లింది.

తలదించుకుని కూర్చున్నాడు బాబూరావు. శ్రీరామమూర్తివైపు చూడాలంటేనే చాలా సిగ్గుగా ఉందతనికి.

కాఫీ కప్పులతో తిరిగి వచ్చింది వసుంధర. అందరూ కాఫీ తాగడం పూర్తికాగానే చిన్నగా మొదలుపెట్టింది వసుంధర.

"ఈరోజున మనం మళ్లీ ఇలా కలిసి కూర్చోవడం చాలా ఆనందంగా ఉంది. అన్నయ్యగారి అనుమానం తీర్చగలిగినందుకు చాలా గర్వపడుతున్నాను కూడా."

"సరే, అసలు విషయానికొస్తాను," అంటూ బాబూరావు వైపు తిరిగింది.

"మీరు సీతను నిన్న ఎగ్జిబిషన్ దగ్గర కలుసుకున్నారు. ఆమె ఇంటి దగ్గర నుండి బయలుదేరేటప్పుడు ఏం జరిగిందో మీకు తెలియదు. అసలు గొడవంతా ఇక్కడే మొదలయింది.

"సీత వేణును ముస్తాబు చేసి ఎగ్జిబిషన్‌కి వెళ్లడానికి తయారయింది. మీ వేణు మా రాజా వేసుకున్న కొత్త చొక్కా చూసి అది కావాలని మారాం చెయ్యడం మొదలు పెట్టాడు. సీత ఎంత బుజ్జగించినా వినలేదు. పసివాడు ముచ్చట పడుతున్నాడని నేనే సీత వద్దంటున్నా రాజా చొక్కా విప్పించి వేణుకు తొడిగాను. ఎగ్జిబిషన్‌లో ఆ విషయం మీరు గుర్తించి ఉండరు. మా రాజా వేణుకన్నా కాస్త పొడుగు! వేణుకు ఆ చొక్కా కాస్త వదులయింది. అది పొడుగు చేతుల చొక్కా.

"అసలే కుక్క మా ఆయన చెయ్యి పట్టుకోవడం సీతకొక షాక్. ఆపైన మీరు చేసిన గందరగోళం తోడవడంతో చొక్కా విషయం సీతకి స్ఫురించి ఉండదు". ఆగి ఔనా అన్నట్లు సీతవైపు చూసింది వసుంధర.

ఔనన్నట్లు తలూపింది సీత. ఆమె కళ్లలో వసుంధర పట్ల కృతజ్ఞతాభావం తొణికిసలాడుతోంది.

మళ్లీ మొదలెట్టింది వసుంధర.

"నిన్న రాత్రి గొడవంతా విన్న తరువాత చొక్కా విషయం స్ఫురణకొచ్చింది నాకు. కుక్క వేణు చెయ్యి వాసన చూసిందో లేక చొక్కా వాసన చూసిందోనని నాలో చిన్న అనుమానం రేకెత్తింది. అలా జరగడానికి కూడా అవకాశం ఉంది కనుక, నా అనుమానం నిజం కావాలని వెయ్యి దేవుళ్లకు మొక్కుకున్నాను. ఈ విషయం బయట పెట్టడం నాకప్పట్లో ఇష్టంలేదు. నా అనుమానాన్ని రూఢీ చేసుకోవడమే ఈ సమస్యకు పరిష్కారమని నాకు తోచింది. అందుకే మిమ్మల్ని మళ్లీ ఎగ్జిబిషన్‌కి బయల్దేరదీసాను.

"ఈరోజు మీ వేణు తొడుక్కున్నది మీరు కొన్న చొక్కా. అదీ పొట్టి చేతుల చొక్కా. కుక్క వాసన చూసింది మీ అబ్బాయి చెయ్యి, పట్టుకున్నదీ మిమ్మల్నే. దీన్ని బట్టి కుక్క నిన్న చొక్కాయే వాసన చూసిందని, అందుకే ఆ వాసనతో సంబంధమున్న మా ఆయన్ను పట్టుకుందని అర్థమవుతోంది. కాబట్టి కుక్కనీ శంకించాల్సిన అవసరం లేదు. ఇది కేవలం చొక్కా తెచ్చిన తంటా."

"నిజమే, నేను కాస్త తొందరపడ్డాను," సిగ్గుపడ్తూ అన్నాడు బాబూరావు.

వసుంధర తీక్షణంగా చూసింది బాబూరావును.

"అవును తొందరపడ్డారు. అది మీ మగజాతి హక్కు. మాటలు పడడం, నిందలు మోయడం మా ఆడజాతి ధర్మం. ఇది అనాదిగా వస్తూ ఉన్నదే. ఆనాడు శ్రీరాముని ఆజ్ఞమేరకు తన పవిత్రతను నిరూపించుకోవడానికి సీత అగ్నిప్రవేశం చెయ్యాల్సి వచ్చింది.

"ఆ రోజులు వేరు. ఇప్పుడు స్త్రీలు అన్ని రంగాల్లోనూ ముందుకు వచ్చారు. సంఘంలో స్త్రీకొక ప్రత్యేక స్థానం వుందని మా స్త్రీ జాతి అనుకుంటుందే అది వెర్రిమాట. మహిళా సంవత్సరాలు జరుపుకుంటుందే, అది శుద్ధ దండుగ. ఎక్కడుంది స్త్రీ అభ్యుదయం? ఈనాటి సీత తన శీలాన్ని నిరూపించుకోవడం కోసం కుక్క పరీక్షకు గురికావల్సి వచ్చింది చివరకు. ఇది నిజంగా సిగ్గుచేటు.

"నా భర్త మీద నాకు నమ్మకం వుంది. ఆయనను నేను నమ్మాను. అందుకే నేను చలించలేదు. ఒకవేళ ఇది నాకే జరిగి మా అబ్బాయి చెయ్యి వాసన చూసి కుక్క మీ చెయ్యి పట్టుకుంటే మా ఆయనేం చేసేవారో?" ఒక క్షణం ఆగింది వసుంధర.

చిన్నగా నిట్టూర్చి అంది.

"భార్యంటే తనకింత వండిపెట్టి, పిల్లల్ని కని పోషించడం కాదు. ఆ భార్యకి మనసుంటుంది. ఆ మనసెరిగి ప్రవర్తించాలన్న ఇంగితం ప్రతి భర్తకూ ఉండాలి అన్నయ్యగారూ. పుట్టి పెరిగిన చోటు, పెంచినవాళ్లనూ, బంధాలను వదులుకుని భర్త కోసం సర్వస్వం అర్పించుకునే త్యాగమయిగా స్త్రీని మగాడు గుర్తించనంతకాలం ఈ దేశంలో సీత బ్రతుకింతే. ముమ్మాటికీ ఇంతే."

బాబూరావు తలెత్తలేదు.

శ్రీరామమూర్తి కూడా తల దించుకున్నాడు. అవును, అతడూ మగాడే.

స్వాతి మాసపత్రిక

2

లోపలి మనిషి

గయ్యాళి పెళ్లాం కోపంలా ఎండ మండిపోతోంది. దాహమేస్తోంది. ఎదురుగా కనిపించిన హోటల్లో దూరాను. మంచినీళ్లు తాగి బయటపడాలంటే నామోషీ. టీ తాగుదామనుకున్నాను. కుర్చీలో కూలబడ్డాను. ఎదురుగా కూర్చున్న మనిషి ముందు పొగలు కక్కుతున్న ఇడ్లీ ప్లేటు. నాకూ ఇడ్లీ తినేయాలనిపించేసింది.

ఒక ప్లేటు ఇడ్లీ- బాగా వేడిగా ఉండాలి సుమా అనేసాను. మంచినీళ్ల గ్లాసు ముందు పెట్టి సర్వర్ వెళ్లిపోయాడు. గటగటా గ్లాసెడు నీళ్లూ తాగేసాను. పక్కనే వున్న పేపర్ తీశాను. 'చింతపిక్కల పాడులో హరిజనుడి సజీవ దహనం,' చదివేశాను.

ఛీ వెధవ సమాజం... ఎప్పటికి బాగుపడుతుందో? అంటరాని తనమట... అంటరానితనం. ఆ మాటంటేనే నాకు డోకు. పెద్ద కులాల వాళ్ల బావిలో నీళ్లు చేదుకున్నందుకు నిలువునా తగలెడతారా?

భగవంతుడా, ఈ దేశాన్ని రక్షించు.

సర్వర్ వచ్చాడు. నా ఇడ్లీలు తేలేదు. నా ముందాయనకు కాఫీ తెచ్చాడు. ఖాళీ అయిన నా మంచినీళ్ల గ్లాసు నింపి మళ్లీ వెళ్లిపోయాడు.

'ఇడ్లీ ఏదయ్యా?' అని అడుగదామనుకుని మళ్లీ మానేశాను, కరుస్తాడేమోనని భయపడి. అసలే యీ సర్వర్లకు ముట్టె మీద ఉంటుందట కోపం.

ఇంతలో వచ్చాడో కుర్రవాడు. ఎండకు వాడిపోయిందా పసివాడి ముఖం. తిన్నగా నా టేబుల్ దగ్గరకొచ్చి నిలబడ్డాడు.

'మంచినీళ్లు తాగమంటారా?' అన్నట్లు నా ముఖంవైపు నా గ్లాసువైపు మార్చి మార్చి చూసాడు.

'వద్దురా బాబూ, ఎంగిలి చేసాను,' అనేద్దామనుకున్నా. ఇంతలో నాలో జ్ఞాన నాడి మేలుకొన్నది.

'ఎంగిలేమిటి నాబొంద? నీటిచుక్క పుట్టని ఎడారిలో ఈ నీళ్లే దొరికితే అమృతంగా తాగమూ? అంటూ, ఎంగిలీ లేని సమసమాజ నిర్మాణానికి నాలాంటి వాడే నాంది పలకాలి,' అనుకుంటూ,

'నీకేం భయం లేదు. తాగెయ్యరా బాబూ,' అన్నట్లు చూసాను.

గ్లాసందుకుని మంచినీళ్లు తాగేసి వాడు వెళ్లిపోయాడు. నా గుండెల్లో సముద్ర మంత తృప్తి చోటు చేసుకుంది.

వచ్చేసాడు సర్వర్. ఇడ్లీ ప్లేటు నా ముందుంచి, గ్లాసులో నీళ్లు నింపి నావైపు గెంటాడు.

'అయ్ ఏమిటిది? ఆ కుర్రాడి ఎంగిలి గ్లాసులో నన్ను తాగమనే?'

ఛీ...

'మరి ఎడారిలో...' నా మనసు గొంతు విప్పబోయింది.

'ఇదేం ఎడారికాదు. నీళ్లు కావలసినన్ని పుష్కలంగా దొరుకుతాయి. దొరకని పరిస్థితి వచ్చినప్పుడు చూద్దాం,' మనసు గొంతు నొక్కేసాను.

ఛీ... ఛీ...

"ఆ గ్లాసు తీసెయ్. మరో గ్లాసు బాగా కడిగి మంచినీళ్లు పట్రా," అరిచాను.

ప్రభవ మాసపత్రిక,
బహుమతి పొందిన కథ

3

రేపు నీదే

వి జేత జేబులు తడుముకున్నాడు. ఖాళీగా ఉన్నాయి. అసంకల్పితం గానే పొట్టవైపు అతడి చేతులు కదిలాయి. సునిశితంగా పరీక్షించాయి. అంతకంతకూ కుంచించుకు పోతున్న పేగుల్ని సముదాయిస్తున్న పొట్ట నిండుతనాన్ని నిభాయించుకోవడం కోసం విఫల ప్రయత్నాలు చేస్తోంది.

తను పోషించలేని పొట్ట ఇంకా స్వామిభక్తితో సహకరిస్తున్న ధోరణికి విజేత చలించాడు. చిట్టి పేగులికి ఎండమావుల్ని చూపిస్తూ బుజ్జగిస్తున్న పొట్ట ఎంతవరకూ తన స్వామి అసమర్థతను సమర్థించగలదు? ఆ పిల్ల పేగులే సహనం కోల్పోయి తిరుగుబాటు లేవదీస్తే? ఓటమి ఒప్పుకోవల్సిన గతిపడితే? తప్పనిసరై తన స్వామి ప్రతినిధినంటూ ఆర్భాటాలు పలికే మెదడుకి ఒక టెలిగ్రామ్ లాంటిది కొట్టడం తప్ప మరో గత్యంతరం లేదు కదా పొట్టకు?

విజేత అలా అనుకున్నాడో లేదో...!

పైలోకంలో తథాస్తు దేవతలు ఉలిక్కిపడి మరీ లేచి కూర్చున్నారన్న దానికి నిదర్శనంగా బిగించి పట్టిన పేగులు బంధనాలు విదిలించుకుని అరుపులు మొదలెట్టాయి. ఆ పొలికేకలకు ప్రపంచంలో ఏ భాషలోనైనా అర్థం ఒక్కటే.

'ఆకలి... ఆకలి... ఆకలి...'

ఈ ఆకలి అనే శక్తి దైవమా? ఊహు... దైవం దెయ్యంలా ప్రవర్తించదు.

మరైతే...?

ఈ పిశాచం కర్కశత్వం అణువణువునా నింపుకుని కరాళనృత్యం చేసే ఆకలి రక్కసే అయి తీరాలి.

విజేతకు చటుక్కున ఒక బ్లేడు కొనాలనిపించింది. పేగుల్ని పరపరా కోసేసి వాటిని ప్రేరేపిస్తున్న ఆకలి రక్కసి స్వరూపం ఎలా ఉంటుందో కళ్లారా చూడాలనే కసి పుట్టుకొచ్చింది.

ఈ ఆలోచన వచ్చిన అరమాత్ర కాలంలోనే బోడి హోదా వెలగబెడుతూ మెదడు తనకందించిన అపసవ్య సందేశాన్ని ఆకళింపు చేసుకోగలిగాడు.

తక్షణం పొట్ట పట్టుకుని నవ్వడం అంటే అర్థం మరోలా కూడా ఉంటుందని గ్రహించిన విజేత పొట్టను అనునయిస్తూ శుష్కమందహాసం చేసాడు. తదుపరి అతడినో కీలుబొమ్మలా భావిస్తున్న మెదడుకి చీవాట్లు ప్రసాదించాడు.

'మెదడూ, మెదడూ నువ్వూ నాతో ఆటలాడుకుంటున్నావు కదూ? పరిహాసాలకు కూడా ఒక వేళ ఉంటుంది. బ్లేడ్ కొనాలనే ఆలోచన నాకు కలిగించే ముందు ఒక్కసారి నీ విధి సక్రమంగా నెరవేరుస్తున్నావా లేదా అన్న ప్రాథమిక అంశం జ్ఞప్తికి రాలేదా? నేను అన్నం మెతుకు రుచి చూసి రెండ్రోజులయింది. పాచిపోయిన రొట్టె ముక్క దిగమింగి ఆరుగంటలు దాటుతోంది. అలాంటి నాకు బ్లేడు కొనే స్థోమతే ఉంటే కాసిన్ని తేనీటి చుక్కలే గొంతులో పోసుకుని నా పేగులికి అచ్ఛాదనం కల్పిస్తున్న ఉదరానికి ఊరట కల్పించేవాడ్ని కదా? చఛ, మతిభ్రమించిన నీతో మొత్తుకుని ప్రయోజనమేమిటి? దయచేసి చేసింది చాలు. ఇంక నా మెదడు తినకు.'

ఈ తన స్వగతం పిచ్చిపట్టిన వాడి గొణుగుడులా ఉందని గుర్తించిన విజేత స్పృహ తప్పుతున్నానేమోనన్న భయంతో గట్టిగా తల విదిలించాడు.

సూర్యుడు ఇంటికి చేరాలని తొందరపడుతున్న ఆ సమయంలో...

ఆ నాలుగురోడ్ల కూడలి వద్ద ఒక లైటు స్తంభానికి అనుకుని నిర్లిప్తంగా నిలబడ్డ విజేత భవిష్యత్‌లో ఏలాల్సిన రాజ్యాల గురించి ఆలోచించడం లేదిప్పుడు. ప్రస్తుతం గురించే అతడి పోరాటం. కోల్పోతున్న సత్తువను కూడగట్టుకోవడం కోసం ఆహార సేకరణ చెయ్యాలన్నదే ఆరాటం.

ఆ దారి ఎలాగూ అగోచరంలా కనిపిస్తోంది. కనుక ఇక గతమే శరణ్యం. అదే... అతడ్ని ఆహ్వానించి ఆకలి బాధను మరపించడానికి సిద్ధంగా ఉంది.

విజేత గత జీవితమూ పూలపాన్పు కాదు. నెలల వయసులోనే తల్లినీ, తండ్రినీ ఏక్సిడెంటులో పోగొట్టుకున్న దురదృష్టజాతకుడిగా అతడి మీద ముద్రపడింది.

కాలం కోరల్లో చిక్కుకుని నలిగిపోవాల్సిన ఆ పాలబుగ్గల పసివాడ్ని గుండెలకు హత్తుకుని చేరదీసింది తాతయ్య. చెట్టంత కొడుకూ, పాదంత కోడలూ అకాల మరణానికి గురైనా, ఆ బాధను దిగమ్రింగి తన వంశాంకురం ఆకాశమంత ఎత్తు ఎదగాలని విజేత అని నామకరణం చేసి, అల్లారు ముద్దుగా పెంచుకొన్నాడా బట్టల కొట్టులో పద్దులు రాసి జీవనం కొనసాగించే బక్కప్రాణి.

పలకా, బలపం చేతబట్టి తాతయ్య చిటికెనవేలు గట్టిగా పట్టుకుని బడికి వెళ్లిన రోజులు నిన్న మొన్నలాగే ఉన్నాయి. పిడతకింద పప్పు కారం కారంగా తిని గొంతు మండుతుంటే గాభరాపడుతూ ఐసుబండివాడ్ని కంగారుపెట్టి మరీ రంగు రసంలో ఊరిన ఐసు ఉండ పుల్లను నోటికందించి లాలనగా ఛాతీ నిమిరిన ముడతలు పడ్డ తాతయ్య చేతివేళ్లూ జ్ఞాపకాల పొరల్లో తాజాగా నిక్షిప్తమై ఉన్నాయి. ఏళ్లు గడిచి వళ్లంతా ముడతలే మిగిలే వయసొచ్చినా మనమడు పట్టభద్రుడైతే చాలు అగ్నిహోత్రుడి కౌగిల్లో మరింత ఒదిగి ముడుచుకుపోయి బూడిదైపోవాలన్న తాతయ్య దృఢసంకల్ప ప్రభావమేనేమో? పౌత్రుడు బీఏ ఫస్ట్ క్లాసులో పాసయ్యాడన్న మాట చెవులారా విన్నాకే నిధిగా దాచుకున్న ఆనందభాష్పాలు పూర్తిగా జాలువార్చి విజేత నిజంగానే విశ్వవిజేత అయిపోయాడన్న సంతృప్తితో స్వచ్ఛంద మరణం పొందిన భీష్ముడి దారిలోనే పయనం సాగించాడా పితామహుడు.

❖ ❖ ❖

చెప్పులు కూడాలేని పాదాలపై చీమల దండు దాడి చేసి విజేతను గతంలోంచి బయటకు లాగి అతగాడు నిరుద్యోగ సంకెళ్లు ధరించిన బందీయే అన్న వాస్తవ ప్రపంచానికి లాక్కొచ్చాయి.

అసంకల్పిత ప్రతీకారచర్య కారణంగా విజేత పాదాల తొక్కిడికి లోనై చీమలు పచ్చడయిపోయాయి.

స్పృహలోకొచ్చిన విజేత తన కారణంగా నలిగి చచ్చిన చీమల్ని చూసి వ్యాకుల పడకుండా ఉండలేకపోయాడు ఒకవైపు తన పాదాలకయిన దద్దుర్లు రుద్దుకుంటూ,

'శివుడి ఆజ్ఞ లేనిదే చీమైనా కుట్టదట.'

తాతయ్య పోయాక ఆయన మిగిల్చిపోయిన వెయ్యిన్నర రూపాయిలు ఉద్యోగాన్వేషణలో చిల్లర పైసలతో సహా వెచ్చించి పరాజయాల పరంపరతో విసిగి వేసారి చివరికిలా ఆకలిచావు కోసం క్యూలో నిలబడ్డ తనని కుట్టి, పాపం చీమలు చావడమేమిటి? ఆశ్చర్యంగా ఉంది. తనకే చావు రాసి పెట్టుంటే ఈ లైటు స్థంభం చాలదూ? అనుకోని విధంగా షాక్ తగిలి తన పంచప్రాణాలు పంచ భూతాల్లో కలిసి పోవడానికి క్షణం పట్టదు. మరి అలా ఎందుకు జరగలేదు?

ఆ క్షణంలో-

సృష్టిధర్మం ఎవరో చెవిలో ఉపదేశం చేస్తున్న భావన కలిగింది విజేతకు. ఫలితంగా-

'తను బ్రతకాలి, బ్రతికి సాధించాలి,' అన్న ధృఢ సంకల్పం రూపుదిద్దుకుని అతడ్ని ఆశావాదిగా మార్చింది. ఇప్పుడతడు పూర్తిగా కొత్త మనిషి.

ఆకలిదప్పులకు సంబంధించిన ఆలోచనలను పక్కకునెట్టి నూతన ఉత్సాహాన్ని పుంజుకుని ముందుకు దృష్టి సారించాడు.

అక్కడే-

రోడ్డు పక్కనే నేలపై రంగురంగుల సుద్దముక్కలు, మసిబొగ్గుల సమ్మేళనంలో జీవం ఉట్టిపడుతున్న ఆంజనేయస్వామి చిత్రకల్పన చేసి సామాన్య రసజ్ఞులు విసిరి పారేసిన నాణేలవైపు అనాసక్తి దృక్కులు ప్రసరిస్తూ బవిరి గడ్డాన్ని నిమురుకుంటూ పేవ్‌మెంట్ మీద చతికిలబడ్డ వ్యక్తిని పరిశీలనగా చూసాడు విజేత.

ఆంజనేయస్వామి బొమ్మ మీద చిత్రకారుడు చిత్రించని ఆభరణాలుగా కళ్లు మిరిమిట్లు గొల్పుతున్న రూపాయి నుండి అయిదు పైసలు విలువగల నాణేల తళతళలు విజేతకు స్ఫూర్తిని కలిగించాయి.

'డబ్బు సంపాదించడం ఇంత తేలికా? దైవస్వరూపుడని పేరు పెట్టి కోతి బొమ్మ గీస్తే డబ్బులు కుప్పలుగా రాలుతున్నాయి. వెర్రివాడిలా తను ఇంతవరకూ చేతకాని వాడిలా ప్రవర్తించాడు. ఈ కోతి బొమ్మే హంగులూ, ఆర్భాటం లేకున్నా చిన్న తరహా పద్ధతిలో పక్కవీధిలో కెళ్లి గీసి కూర్చుంటే టీ నీళ్ల పైసలు రావూ? తప్పకుండా వస్తాయి. అమ్మయ్య, ధనార్జనకు చిన్న దారి దొరికింది. ఇక ముందుకు దూసుకుపోవడమే. ఆలస్యం అమృతం విషం అన్నారు పెద్దవాళ్లు. కాబట్టి ఇక కార్యరంగంలోకి దూకాలి.'

విజేత తన ఆలోచనలు అమలుపర్చేలోగానే, 'ఆగాగు,' అంటూ మెదడు మళ్లీ రంగంలోకి వచ్చింది. చింత చచ్చినా పులుపు చావని పద్ధతిలో చూడు, బొమ్మ గీసి డబ్బులు పోగేసుకోవాలని అనుకున్నా ఒక బొగ్గు ముక్కయినా కనీస అవసరం కదా నీకు? అంది. దాంతో విజేత చీదరించుకున్నాడు మోకాలిపై గట్టిగా చరిచి.

'ఉండాల్సిన చోట ఎలాగూలేవు. ఉన్న చోటులోనైనా కిక్కురుమనకుండా పడి ఉండక సూచనలు దంచుతున్నావా? నీ పనికిమాలిన సలహాలు నాకు వద్దంటే వద్దు. నా అంతట నేనే ఎలాంటి చమత్కారం చేసి చూపిస్తానో చూడు,' అంటూ ముందడుగు వేసి అంజనేయస్వామి బొమ్మముందు నిలబడ్డాడు. బవిరి గడ్డంవాడ్ని పూర్తిగా ఉపేక్షించి బొమ్మను నిశితంగా పరీక్షిస్తున్నట్లుగా నటించాడు.

"వాటె పిటీ?" అన్నాడు బిగ్గరగా రెండు క్షణాల తర్వాత. తానాశించిన ప్రతిస్పందన బవిరిగడ్డం వాడి ముఖంలో ద్యోతకం కావడంతో చిన్నగా నవ్వి అన్నాడు విజేత.

"చూడు బ్రదర్, ఒక ఆర్టిస్ట్‌ని మరో ఆర్టిస్ట్ మెచ్చుకోవడం గొప్ప కాదు. చిత్రకారుడు గీసిన బొమ్మలో లోపాలంటూ ఉంటే అవి సవరించాల్సిన బాద్యత తోటి చిత్రకారుడు విస్మరించకూడదు. అతి సూక్ష్మమైనదే కావచ్చు. కాని దోషం దోషమే. ఎందుకిలా అంటున్నానో అర్థంకాలేదు కదూ! సరే, నేనే చెప్తాను. ఆ తోకవైపొకసారి చూడు, సరిగ్గా ఉందా? ఒక బొగ్గు ముక్క ఇలా పారేయ్."

బవిరి గడ్డం చిత్రకారుడు అందించిన బొగ్గు ముక్కను అపురూపమైన సంపదగా స్వీకరించి ముందుకు వంగి అంజనేయస్వామి తోక మరింత వంకర తిరిగేలా రెండు మూడు పిచ్చి గీతలు గీసాడు. బొగ్గు ముక్క గుప్పిటలో బిగించి లేచి నిలబడి చేతులు వెనక్కి పెట్టి బొమ్మను పరీక్షగా చూసి సంతృప్తి ప్రకటించాడు.

"బ్రదర్. నువ్వు నిజంగా గొప్ప చిత్రకారుడివి. సందేహంలేదు. కాని తోక వంకరపై ఎందుకో వంకర చూపు చూపించావ్. పెద్ద అపరాధం కాదులే. ఎంత గొప్ప కళాకారుడైనా అప్పుడప్పుడూ పప్పులో కాలేయడం సహజం. సరే, ఇప్పుడు చూసావా? నేను సరిదిద్దిన తర్వాత నీ బొమ్మ ఎలా సంపూర్ణత సంతరించుకుందో?"

ప్లాట్‌ఫారం చిత్రకారుడు గడ్డం నిమురుకుంటూ అదోలా నవ్వి అన్నాడు-

"థాంక్స్ సార్, ఇన్నాళ్లూ ఈ బొమ్మ ఇలాగే ఎన్నోసార్లు ఎన్నోచోట్ల గీశాను. కాని మీలాంటి సూక్ష్మదృష్టిగల వాళ్లను మొట్టమొదటిసారి చూసాను. కాని సార్ బహుశా ఇదే చివరిసారి కావచ్చు నేను బొమ్మ గీయడం."

"చివరిసారి అంటే... వాట్ నాన్సెన్స్. కొంపదీసి ఆత్మహత్య చేసుకోవాలనుకుంటున్నావా? వెరీ బాడ్. నీలాంటి చిత్రకారుడికి భవిష్యత్ ఉంది. రేపు కాకపోతే మాపు గుర్తింపు లభించి తీరుతుంది. చూడు, నీ కళకు ధర కట్టడం హీనమే అయినా ఈ క్షణంలో నా చెక్‌బుక్ చేతిలో ఉంటే హీనపక్షం పదివేలు నీకు రాసిచ్చి ఉండేవాడ్ని. అవునూ ఇంతకీ నీ పేరేమిటి?" బొగ్గుముక్కను జాగ్రత్తగా పేంటు జేబులోకి జారవిడుస్తూ అడిగాడు విజేత.

"సర్వజిత్ సార్."

"ఎంత మంచి పేరయ్యా, ఏరికోరి పెట్టారేమో మీవాళ్లు. తప్పకుండా అంతటి వాడివే అవుతావు. అంతా మంచే జరుగుతుంది నీకు. ఇవేళ ఏదో హడావుడిగా బయల్దేరాను గానీ రేపు ఇటువైపు వచ్చేటప్పుడు పెళపెళలాడే నోట్లు జేబు నిండా నింపుకుని మరీ వస్తాను. ఎందుకో చెప్పాల్సిన పనిలేదు కదా? ధైర్యం ముఖ్యం బ్రదర్. ఖర్మకాలి నేను రేపు రాలేదనుకో, అధైర్యపడకు. రేపు కాకపోతే మరోరోజు తీరిక చూసు కుని వస్తా. నీ కళకు సిసలైన అభివందనం చేస్తా. ఓపిక ముఖ్యం, అది గుర్తుంచుకో."

చేతులు జోడించి నమస్కరించిన సర్వజిత్ భుజం తట్టి అక్కడి నుంచి కదిలాడు విజేత. ప్యాంట్ జేబులో పదిలంగా ఉన్న పెన్నిధిని పదేపదే తడుము కుంటూ. ఒక సందు మలుపు తిరిగాడు. మునిసిపాలిటీ వాళ్లు కటాక్షించి పూర్తిగా చీకటి పడకముందే వెలిగించిన వీధి దీపం ముందు కూలబడ్డాడు.

జేబులోంచి బొగ్గు ముక్క బయటకు తీసి కళ్లు మూసుకుని ఆంజనేయ స్వామి విగ్రహాన్ని కళ్లలో నిలుపుకునే ప్రయత్నం చేసాడు. ఆ రూపాన్ని తన మానసిక నేత్రాలు స్పష్టంగా ముద్ర వేసుకున్నాయని రూఢీ చేసున్నాక బొమ్మ గీయడానికి ఉపక్రమించాడు.

అతని కుడిచేతిలో బొగ్గుముక్క కదులుతోంది చకచకా బొమ్మ పూర్తిచేయాలని. అంత వేగంగానూ అతడు గీస్తున్న ప్రతి గీత చెరపడానికి యథాశక్తి ప్రయత్నం చేస్తూనే ఉంది వామహస్తం.

అతడి యత్నం యుగయుగాల పోరులా కొనసాగింది.

కాని చివరికి- గీసీ చెరిపీ, మళ్లీమళ్లీ గీసే కృషి చేసి ఒక స్వరూపం కల్పించలేక విసిగి వేసారి పోయాడు విజేత. మసితో నిండిన చేతులతో నుదురు రుద్దుకున్నాడు.

ఛీ కేవలం ఒక కోతి బొమ్మ గీయడమే కదా, అదెంత అనుకున్నాను. ఒక ఉబ్బెత్తు మూతి, వంకరలు తిరిగిన తోకతో కూడిన బొమ్మ గీసి పారెయ్యడం చాలా తేలిక అని భ్రమపడ్డాను. బవిరిగడ్డం వాడెంత నా ముందు అనుకున్నానే. ఎంత పొరబాటు పడ్డాను? అతడు వాస్తవిక కళాకారుడు, మరి నేనో?

నిజంగానే సిగ్గుపడ్డాడు విజేత. అంతలోనే అతనికి రోషం పుట్టుకొచ్చింది. సరే, ఆ బవిరిగడ్డం వాడ్ని ద్రోణాచార్యుడిగా భావిస్తాను. నేనో ఏకలవ్యుడిగా మారుతాను. గురూ, నన్ను ఆశీర్వదించి నేను కృతకృత్యుడు కావడానికి అవకాశం కల్పించు అని మనస్ఫూర్తిగా బవిరిగడ్డం చిత్రకారుడ్ని స్ఫురణకు తెచ్చుకుంటూ అంజలి ఘటించాడు.

మళ్లీ బొగ్గుముక్క చేతబట్టాడు. అదేమి చిత్రమో? ఈసారి కుడిచేయికి ఎడమ చేయి సహకారం అందించింది. కాస్సేపటిలో ఒక మాదిరి కోతిస్వామి బొమ్మ ఆ గతుకు రోడ్డుపై వెలిసింది.

చాలా సంతృప్తి చెందాడు విజేత తన కృషి ఫలితం చూసాక. ఇక కావాల్సింది తన సృష్టిని గుర్తించే ప్రేక్షక దాతలు. తన చిత్రంపై రాలే కాసులు.

ఓపిగ్గా కూర్చున్నాడు విజేత. ఆ దారిలో వచ్చే పోయేవారి దృష్టి తన పికాసో చిత్రంపై పడుతుందనీ- పడాలనీ. క్షణాలు నిముషాలై పోతున్నాయి. నిముషాలు గంట వైపు సాగిపోతున్నాయి. ఒక్కరూ రాలేదు తనవైపు. పైస విదల్చలేదు. అసహనంతో గడ్డం గోక్కున్నాడు విజేత. అప్పుడే అర్థమయింది అతడికి తన గడ్డమూ పెరిగి బవిరి గడ్డంవాడ్ని తలపుకు తెచ్చేలా ఉందని.

ఈ పోలికను ఎందుకో అంగీకరించలేకపోయిందతని మనస్సు. ఊపిరి సలపని స్థితిలో ఇలా రోడ్డున పడాల్సి వచ్చిందిగాని... ఆ బిచ్చగాడితో తనకు సామ్యమా? చేదు మాత్ర మింగలేని స్థితిలో అతడున్న ఆ క్షణంలోనే...

అకస్మాత్తుగా కరెంట్ ఫెయిలయింది. చుట్టూ చిమ్మ చీకటి అలుముకుంది. ఉద్యోగానికి ఇంటర్వ్యూ కార్డు రావడం అసంభవం అని మాత్రమే అనుభవరీత్యా తెలుసుకున్న విజేత కరెంట్ పోకపోవడం కూడా అంతే అసంభవమని అవగాహన చేసుకున్న పిదప పక్షవాతానికి గురైనవాడిలా అయిపోయాడు.

అనుకోకుండా తగిలిన షాక్ నుండి తేరుకోవడానికి ప్రయత్నిస్తున్న విజేత కళ్లలో ఉబుకుతున్న బాష్పకణాలు వేగంగా పోతున్న వాహనాల వెలుతురులో మిణుక్కు మిణుక్కుమంటున్నాయి. కాని అవి కనబడేదెవరికి? పాదచారులే గుడ్డివాళ్లలా తడుముకుంటూ వాళ్ల గమ్యాన్ని వెదుక్కుంటూ పోతున్నారు.

ఇక విజేత గీసిన బొగ్గు గీతలు? నల్లగా నల్ల చీకటిలో కలిసిపోయి అతడి కనుచూపునే వెక్కిరిస్తున్నాయి. విధిపై అతడికి తీవ్రమైన ఆగ్రహం కలిగింది. 'చిన్నప్పటి నుండి నాపై చిన్న చూపే చూసావ్. స్వయంశక్తిపై నాకున్న నమ్మకంతో ఎన్నో భరించాను. కాని జీవన్మరణ సమస్యతో కొట్టుమిట్టాడుతున్న సమయంలో కూడా నా మీద జాలి లేదు నీకు. ఇంతకు దిగజారినా ఆత్మవిశ్వాసంతో అడ్డదారి తొక్కని నా మీద నీకెందుకీ కసి? నా మానాన్న నన్ను బ్రతకనివ్వనప్పుడు ఇక ఆత్మాహుతే గతి నాకు. అదే నీ అభీష్టమయితే నేను సిద్ధంగానే ఉన్నాను. విధిపై విరక్తితో బొగ్గుముక్కను విసిరికొట్టి చివాలున లేచి నిలబడబోతున్న విజేత అచేతనుడైపోయాడు ఆ సవ్వడి చెవుల సోకడంతో. అది కాసుల గలగల. నాణేల చప్పుడు. డబ్బు... డబ్బు... డబ్బు... కుప్పగా తన ముందు పడుతున్న పైసల శబ్దం.

అనాలోచితంగా ముందుకు వంగాడు. ఆబగా ఏరుకుంటున్నాడు. రెండు చేతులూ వెతుకులాటలో నిమగ్నమయిపోయాయి. జేబులు కిలకిలా నవ్వడం నేర్చుకుంటున్నాయి.

అప్పుడే విధి మీట నొక్కినట్లుగా వీధి దీపాలు వెలిగాయి. తెలివిలోకి వచ్చిన విజేత తన దాతను చూడాలని తలెత్తి నివ్వెరపోయాడు.

ఎదురుగా నిలబడి ఉన్న వ్యక్తి సర్వజిత్.

బవిరి గడ్డాన్ని నిమురుకుంటూ నవ్వుతూ ఇలా అన్నాడు.

“ఆశ్చర్యపడకు తమ్ముడూ. టేకిటీజీ. నువ్వు ఫస్ట్ క్లాస్ తెచ్చుకున్న గ్రాడ్యుయేట్‌వన్న సంగతి నాకు తెలుసు. నువ్వు నన్ను గమనించలేదుగానీ మొన్నామధ్య ఎంప్లాయిమెంట్ ఎక్స్ఛేంజ్‌లో నిన్ను చూసాను. నీలో పేరుకుంటున్న నిస్పృహను గుర్తించాను. ఈరోజు చావు తెలివి ప్రదర్శిస్తున్నవాడిలా నా నుండి ఓ బొగ్గుముక్క సంగ్రహించడం కూడా నా దృష్టి నుండి తప్పించుకోలేదు. ఉద్యోగాన్వేషణలో నువ్వెంత అలసిపోయావో నాకర్థమయింది. చూడు తమ్ముడూ, నేనో పోస్టు గ్రాడ్యుయేట్‌ని. నా వెనుక నిలబడ్డ ఇద్దరున్నారు చూడు. ఒకడు రిక్షా తొక్కుతున్న సివిల్ ఇంజినీరు. మరొకడు బేరర్ అని పిలిస్తే జీహుజూర్ అంటూ చీవాట్లు తింటూనే తినేవాళ్లకు ఆహార పదార్థాలు సరఫరా చేస్తూ రెస్టారెంట్‌లో సర్వర్‌గా బతుకుతున్న చాలా డిగ్రీలున్న మహా మేధావి.

“ఇప్పటికి నీకు అర్థమయి ఉండాలి. అర్హతలు ఉండి అవకాశాలు లేక మగ్గిపోతున్న నిరుద్యోగ జీవుల అవస్థలు.

“ఇక నిన్ను వెదుక్కుంటూ ఎందుకొచ్చామో చెప్పాలి. తెగింపుతో జీవన పోరాటం సాగిస్తున్న నువ్వు నాకు నచ్చావు. చివరిసారిగా బొమ్మ గీస్తున్నానని నీతో అన్నప్పుడు నీ ధోరణిలో నువ్వుండి తప్పుగా అర్థం చేసుకున్నావ్. కాని నేనన్నది యదార్థ సత్యం. మేము ముగ్గురం గత రెండేళ్లలో కష్టించి ఈరోజు వరకూ కూడబెట్టింది ఎంతో తెలుసా? అక్షరాలా మూడువేల మూడు వందల ముప్పై అరు రూపాయిల ముప్పై పైసలు. ఈ మొత్తంతో స్వయం ఉపాధి పథకం ఆచరణలో పెట్టాలనుకుంటున్నాం. అదృష్టవశాత్తు పేద ప్రజలు నివసించే ప్రాంతంలో జాగా దొరికింది. అక్కడ పాఠశాల ప్రారంభించాలని ఏకాభిప్రాయానికొచ్చాం. పేదలకు అందుబాటులో లేని విజ్ఞాన సర్వస్వం చేరువలోకి తీసుకురావాలనేది మా ఆకాంక్ష. ఒక్క మాటలో చెప్పాలంటే కాన్వెంట్ చదువులకీ, కుటీరాల చదువులకీ తేడా లేకుండా చేయాలనేది మా ధ్యేయం. ఇక ఫీజు విషయమా? పైసల్లో ఉంటుంది. ఒక్కోబొట్టూ కలిస్తే సముద్రమవుతుందనే సూక్తి పై మాకు నమ్మకముంది. మనకు ఖచ్చితంగా సుఖవంతమైన జీవనం సాగించడానికి వీలుంటుంది.

“ఇప్పుడు చెప్పు తమ్ముడూ, మాతో కలుస్తావా? కలిసే ఉద్దేశం నీకు లేకుంటే మా పెట్టుబడి అరు రూపాయిల ముప్పై పైసలు తగ్గుతుంది. ఏమంటావ్.”

విజేత బదులుగా తన జేబుల్లో నింపుకున్న పైసలన్నీ సర్వజిత్‌కి అందించాడు.

వెలుగురవ్వను దేదీప్యమానం చేసేందుకు తలపెట్టిన మహత్తర యజ్ఞంలో తన వంతు పాత్ర చిత్తశుద్ధితో నిర్వహించాలన్న అంకితభావంతో వాళ్లతో కలిసి ముందుకు సాగాడు.

4

ముసుగు

సూర్యుడికి ఎండాకాలం అంటే భలే సరదా! తన తీక్షణమైన చూపుల ప్రభావంతో భూమి మీద ప్రజలు చెమటలు కక్కుతూ సతమతమవుతుంటే చెప్పలేని ఆనందం అనుభవిస్తాడు కాబోలు. ఆయన ప్రతాపానికి గురైన మిగతా జనం మాటేమో గాని చెప్పులు కూడా లేకుండా నడుస్తున్న నాకు కాళ్లు చుర్రుమంటుంటే నరకయాతన అంటే ఏమిటో అర్థమవుతోంది.

చెప్పులు లేవంటే నేనొక బిచ్చగాడినని అనుకుంటే పొరబాటే. ఒక పెద్ద కంపెనీలో క్లర్క్‌గా పని చేస్తున్నాను. అదేమిటో, వచ్చే జీతం నెలలో పది రోజులు గడిచే సరికే ఖర్చయిపోతుంది. ఇక అప్పులు చేయడం మొదలెడతాను. అనవసరమైన ఖర్చుల మూలంగానే నాకా పరిస్థితి వస్తుందని ఫ్రెండ్స్ నుంచి వడ్డీకి అప్పులిచ్చే వాళ్ల వరకూ అందరూ పనికిమాలిన కామెంట్స్ చేస్తుంటారు. 'అయ్ పే ఏ డెఫ్ ఇయర్ టు దెమ్' ఇలాంటి సమ్మర్‌లో కనీసం బీర్ సిప్ చేసే లీస్ట్ కంఫర్ట్ లేని జీవితం వ్యర్థం కాదూ?

ఒక పెద్దమనిషి అప్పిస్తానని ప్రామిస్ చేసి మరీ ఇంటికి రమ్మన్నాడు. అందుకే బయల్దేరాను. ఎటొచ్చీ ప్రస్తుతానికి నా జేబులో 150 పైసలు మాత్రమే ఉన్నాయి. అందుకే నడక తప్పలేదు. తిరిగి

వచ్చేటప్పుడు ఎలాగూ ఆటోలో వస్తాను. ఈరోజు వేసవి తాపాన్ని భరించడానికి ఖర్చుపెట్టడం తప్పనిసరి. అలాగే గుర్తుంటే చెప్పులూ కొనుక్కుంటాను.

నా పక్కనే నడుస్తున్న మనిషి ఉన్నట్లుండి దఢాలున రోడ్డు మీద పడిపోవడంతో నా ఆలోచనల నుండి బయటకు వచ్చాను. ఫిట్ వచ్చి పడ్డాడేమో నోటివెంట నురగలు కక్కుతూ గిలగిలా కొట్టుకుంటున్నాడు. చుట్టూ చాలామంది చేరారు. చూస్తూ ఊరు కున్నారేకాని అతనికి సహాయం చేయాలని ఒక్కరికీ అనిపించడంలేదు.

నాకు చాలా కోపం వచ్చింది. ఆపదలో వున్న తోటి మనిషికి సాయపడడం మినిమమ్ రెస్పాన్సిబిలిటీ అన్న విషయం వీళ్లెవరికీ గుర్తురావడం లేదా? ఛీ, రాక్షసుల్లా ప్రవర్తిస్తున్నారు.

సో వాట్? నేనింకా బ్రతికే ఉన్నాను. ఇలాంటి స్థితిలో ఏదైనా మెటల్ పీస్ అతని గుప్పెట్లో బిగించి ఉంచగలిగతే స్పృహలోకి రావడానికి అవకాశం ఉంది. నా జేబులో ఉన్న తాళాల గుత్తి అందుకు పనికివస్తుంది. క్షణం ఆలస్యం చేయకుండా నేను ప్రొసీడ్ అయితే అతడు తేరుకుంటాడు. అప్పుడు నేను చుట్టూ ఉన్న సెన్స్‌లెస్ పీపిల్‌ని కసితీరా తిట్టొచ్చు. అయ్ కెన్ మేక్ దెమ్ రిపెంట్!

డామిట్! ఆలోచిస్తూ టైమింగ్ విషయంలో దెబ్బతిన్నాను. ఈలోగా సైకిల్ షాప్ కుర్రాడొకడు పరుగెత్తుకుంటూ వచ్చి ఒక మెటల్ రాడ్ మూర్ఛ రోగి గుప్పెట్లో ఉంచాడు.

ఇంకేముంది? నాకు రావాల్సిన క్రెడిట్ సైకిల్ షాపు కుర్రాడు కాజేసేసాడు. ఫిట్ నుంచి తేరుకున్న మనిషితో సహా అందరూ కదిలిపోతున్నారు. ఇక నేనెందు కక్కడ? నేనూ కదిలాను.

నాకింత అన్యాయం జరిగినా సూర్యుడికి జాలి లేదు. నన్నింకా వేధిస్తున్నాడు. ఫలితంగా నాకు చెమటలు పోస్తున్నాయి దాహం వేస్తోంది. గొంతెండిపోతోంది.

"సార్, సోడా కొట్టమంటారా? ఐస్ కోల్డ్ సార్. ఒక్కసోడా తాగారంటే ప్రాణం అలా గాలిలో తేలిపోతుంది. బీరూ గీరూ ఈ సోడా ముందు బలాదూర్," వరాలిచ్చే దేవతలా ప్రత్యక్షమయ్యాడు సోడావాలా.

దాంతో నా జేబులో ఉన్న 150 పైసల్లో ఒక 50 పైసల కాయిన్ బయటకు వచ్చేస్తానంటూ తొందరపడిపోసాగింది.

వేలు ఖర్చు చేసాను. వేలు ఖర్చు చేస్తాను. కాని ఇలాంటి స్థితిలో ఛట్! కుదరదు. ఇప్పుడు ఒక్కో పైసా నాకు లక్షతో సమానం, చూస్తూ చూస్తూ వెధవ సోడా నీళ్ల కోసం 50 లక్షలు వెచ్చించాలా? నెవర్!

"సిగ్గులేకపోతే సరి! బురద నీటితో నింపిన సోడాలు అమ్మి, సమాజానికి నువ్వెంత ద్రోహం చేస్తున్నావో నీకు తెలుసా? ఎన్ని అంటురోగాలు ప్రబలడానికి నువ్వు

కారణమవుతున్నావో అసలు ఎప్పుడైనా ఆలోచించావా? మై డియర్ బ్రదర్! సామాజిక స్పృహ లేని ఒక స్మాల్ స్కేల్ బిజినెస్‌మేన్ చేతిలో నువ్వో జీతగాడివి! కీలుబొమ్మవి!"

"సార్! మీరేమంటున్నారో నాకు అర్థం కావడం లేదు. వద్దంటే సోడా కొట్టను! అంతేగాని ఎలక్షన్ల టైములో వినిపించే లెక్చర్లు దయచేసి వినిపించకండి."

దూరమైపోతున్న సోడాబండి వాడ్ని చూసి చిన్నగా నవ్వుకున్నాను.

ఇంతలో వినిపించింది-

"రిక్షా కావాలా బాబూ?"

ఆ రిక్షావాడ్ని పరిశీలనగా చూసాను. తోలుతో కుట్టిన అస్థిపంజరానికి చిరిగిన బనీను, మాసిన నిక్కరు వీలైనంత ఆచ్ఛాదనను కల్పిస్తున్నాయి.

ఆ అవతారాన్ని చూడగానే నేనొక రాజకీయ నాయకుడిలా ఫీలయ్యాను. నువ్వూ వద్దు, నీ రిక్షా వద్దు! ఇదిగో తీసుకో- అని నా జేబులో ఉన్న 150 లక్షలూ అతడి చేతుల్లో ఉంచాలని అనుకున్న ఆఖరి క్షణంలో నేను రాజకీయ నాయకుడ్ని కాననీ, దానకర్ణుడి ఫేమిలీకి చెందననీ గుర్తించాను.

నేనింకా రెండు కిలో మీటర్ల దూరం నడవాలి. నా పాదాలు ఇప్పటికే బొబ్బ లెక్కాయి. ఇక నడవడం కష్టం!ఈ బక్క ప్రాణితో బేరమాడి చూస్తే నష్టమేముంటుంది?

"చూడు బాబూ! నా దగ్గర 150 పైసలున్నాయి. ఫలానా చోటుకి వెళ్లాలి. నీ ఇష్టం- నీ కష్టం! ఎలాగూ 20 కిలో మీటర్లు నడుస్తూ వచ్చాను. నువ్వు కాదంటావా- ఇంకాస్సేపు నడవడం నాకు తప్పనిసరి, అంతే!" అన్నాను.

రిక్షావాలా నా మాటలకు మంత్రముగ్ధుడయ్యాడో లేక డెస్పరేట్ స్టేజ్‌లో ఉన్నాడో నాకు తెలీదు.

మరుక్షణం రిక్షాలో నేనున్నాను. రిక్షా వేగంగా సాగిపోతోంది. కాస్సేపటిలో రైల్వే వంతెన దగ్గరయింది. అది ఎగువ ప్రదేశం కావడంతో రిక్షావాలా దిగి లేని సత్తువను పుంజుకుని రిక్షాను ముందుకు లాగడానికి ప్రయత్నిస్తున్నాడు. నేను దిగి నడిస్తే రోడ్డు సమతలానికి రిక్షాని లాగి నడిపించడానికి ఆ బక్క ప్రాణికి సులువవుతుందని తెలిసీ పాదం నేలపై మోపకుండా బిగదీసుకుని కూర్చున్నా. నా ప్రమేయం లేకుండానే చచ్చీ చెడీ నన్నూ, రిక్షాని లాగించాడు పూర్ ఫెలో! ఇప్పుడు పల్లంగా ఉన్న రోడ్డు మీద సాఫీగా సాగిపోతోంది రిక్షా!

మరి నా గమ్యం చేరువవుతోంది. నా 150 లక్షల ఆస్తి నాకు దూరమయ్యే సమయం దగ్గరవుతోంది. అదిగో, ఆ సందు మలుపు తిరిగితే నా ఫైనాన్షియర్ ఇల్లు కనుచూపు మేరలో ఉంటుంది. రిక్షా మలుపు తిరిగింది.

సరిగ్గా అప్పుడే అటు నుండి వేగంగా సైకిల్‌పై దూసుకు వచ్చాడో అబ్బాయి. ఎదురొచ్చిన నా రిక్షాను చూసి గజిబిజి అయ్యాడు. అనుకోని ప్రమాదాన్ని తప్పించాలని రిక్షావాలా శతవిధాల ప్రయత్నించినా స్పీడ్‌గా వచ్చిన సైకిల్ కుర్రాడ్ని ఆపలేకపోయాడు.

ఇంకేముంది? నా రిక్షా రోడ్డు పక్కనున్న చెత్తకుండీని గుద్దుకుని బోల్తాపడింది. సామాజిక స్పృహలేని వాళ్లు పారేసిన గాజుపెంకుల్లో పడ్డాడు రిక్షావాడు. నాకైతే దేవుడి దయవల్ల నుదురు మీద చిన్న బొప్పి తప్ప దెబ్బలేమీ తగల్లేదు.

ఇప్పుడు నా బ్రెయిన్ పాదరసంలా పనిచేస్తోంది. అప్పిచ్చే పెద్దమనిషి ఇంతకీ ఇంట్లో ఉన్నాడో లేదో? ఒకపక్క నా దగ్గిరున్న 150 లక్షలు 'అవుట్' అవడానికి సిద్ధంగా ఉన్నాయి. ఈ సంపద త్యాగం చేసి అప్పు గుమ్మం ముందు నిలబడ్డాక ఆ పెద్దమనిషి నేమ్ ప్లేట్ 'అవుట్'ని సూచిస్తూ నన్ను వెక్కిరిస్తే? బాబోయ్! ఊహించుకుంటేనే భయమేస్తోంది.

ఈలోగా చూస్తూ నిలబడడమే డ్యూటీగా భావించే జనం రానే వచ్చారు. వీళ్లే ఇలాంటి స్థితిలో నాకు కొండంత అండ!

ఇంకేం కావాలి? నేను విజృంభించాను.

"ఒరేయ్! తిన్నగా రిక్షా తొక్కడం రానివాడివి, ఎందుకురా! మా ప్రాణాలతో ఆటలాడుకుంటావు? నా కాలు విరిగిందో, బెణికిందో 'ఎక్స్‌రే' తీయిస్తే తప్ప తెలీదు. నీకూ నీ రిక్షాకు కోటిదండాలు," తిట్టుకుంటూనే కుంటుతున్నట్లు నటిస్తూ ముందుకు నడిచాను.

దెబ్బలు తగిలి రక్తం కారుతున్న రిక్షావాడి మూలుగు నాకు వినిపిస్తూనే ఉంది. వాడిని వెంటనే హాస్పిటల్లో చేర్పించాలి. ఎవరు? ఎవరో ఏమో? నాకనవసరం! నా 150 లక్షలు నేను రక్షించుకోవాలి.

అప్రయత్నంగానే వెనుతిరిగి చూసాను. జనం జాలిగా చూస్తున్నారు.

పిటీ! వాటె పిటీ...! వాళ్ల జాలి రిక్షావాడిపై కాదు. నా మీద! బాధతో మెలికలు తిరుగుతున్న రిక్షావాడ్ని పూర్తిగా విస్మరించి నావైపే చూస్తూ జాలి, దయ, కరుణ ఇంకా... వాట్ నాట్!

"రియల్లీ పిటీ!"

6

అనుభూతి

ప్లాట్‌ఫారం మీద పచార్లు చేస్తున్నాను. జనతా ఇంకా గంట లేటుగా వస్తుందని తెలిసింతర్వాత విసుగు పుట్టుకొచ్చింది. చేసేది లేక మరొక గంటలో చెప్పాల్సిన డైలాగులు నెమరు వేసుకుంటున్నాను. ఇంతలో ఏదో బండి వచ్చి ఆగింది.

"ఈ బండి ఎక్కడికి పోతుంది బాబూ?" అంది వెనక నుంచో మగ కంఠం.

ఆ ప్రశ్న అడిగింది ఆడ కంఠమే గనుక అయితే ఒక్క ఉరుకున ముందుకు పరుగెత్తి ఆ రైలు ఎక్కడ నుంచి వచ్చిందో ఎక్కడికి పోతుందో, ఇక్కడ ఎంతసేపు ఆగుతుందో తదితరమైన వివరాలన్నీ సేకరించి మరుక్షణంలో సవినయంగా ఆమె ముందు నిలబడి ఉండేవాడ్నే. కాని ఇక్కడ పరిస్థితి వేరు. మగ కంఠాల మీద నాకేమాత్రం ఇంట్రస్ట్ లేదు.

అందుకే, "ఏమో తెలీదు. ముందుకెళ్లి కనుక్కో," అని వెనక్కయినా తిరిగి చూడకుండా జవాబిచ్చాను.

రైల్లో నుంచి దిగుతున్న అందాలు ఆస్వాదించడంలో మునిగిపోయిన నా కళ్లు చటుక్కున ఒకచోట ఆగిపోయాయి. నా స్మృతి మంటపం తలుపులు గబగబా తెరిచి, ఆ కిటికీ దగ్గర కూర్చుని ఉన్న అమ్మాయిని తక్షణం గుర్తుకు తెచ్చుకున్నాను. '1936 సుందరి- సందేహం లేదు. ఆ అమ్మాయే.'

ఆ అమ్మాయిని సరిగ్గా రెండేళ్ల క్రితం మైలవరంలో నా స్నేహితుడి పెళ్లికి వెళ్లినప్పుడు చూశాను.

విడిదింట్లో అడుగుపెడుతూనే ఆ ఇంటికి ఎదురుగా వున్న డాబా వైపు యథాలాపంగా దృష్టి ప్రసరించిన నన్ను ఆ డాబా మీద నిలబడి నావైపే చూస్తున్న ఒక అందమైన చిన్నది క్షణాల మీద అకట్టుకుంది. ఇక నాకు అడుగులు ముందుకు పడలేదు. ఎత్తిన తల దించకుండా అలాగే చూస్తూ ఉండిపోయాను. సిగ్గు ముంచుకొచ్చింది కాబోలు, ఆ అమ్మాయి లోపలికి పరుగెత్తింది. మిత్ర బృందం వెనుక నుంచి ముందుకు నెట్టడంతో నేనూ ముందుకు సాగక తప్పలేదు.

మావాడ్ని పలుకరించి, మరి కాస్సేపటిలో మళ్లీ బయటికొచ్చి నిలబడ్డాను. ఒక ఆడపిల్ల నా కళ్లల్లో కళ్లు పెట్టి చూసిం తరువాత ఆ పిల్లకు అలాంటి అవకాశం మరొక్కసారయినా కలుగజేయకపోతే నా మనసూరుకోదు.

అందుకే దృష్టి సారించి చూశాను. ఆ అమ్మాయి కనిపించలేదు. ఆ డాబావైపే పరీక్షగా చూస్తూ నిలబడ్డాను, ఆ ఇల్లు 1936లో కట్టినట్లు ఆ ఇంటి గోడమీదున్న

రాతలు చెప్తున్నాయి. 1936 సుందరి కోసం కాచుకున్నాను. కాసేపటికి ఆ అమ్మాయి పైకి వచ్చి నిలబడింది. నేను చిన్నగా నవ్వాను. ఆమె చూపులు తిప్పుకుని ఆకాశం వైపు చూడసాగింది. నేను మనసులో ఒకటీ రెండూ... అంటూ పది లెక్కెట్టేలోగా ఆ అమ్మాయి నా వంక చూసింది. ఎవరికోసం చూడదు?

ఈసారి ఇంకొంచెం అందంగా నవ్వాను. అంతే, ఆ అమ్మాయి పెదాల మీద చిరునవ్వు దోబూచులాడింది. ఆ తర్వాత మేమిద్దరం కళ్లతో కాస్సేపు మాట్లాడుకున్నాం. అంతలోనే పెళ్లికి వచ్చిన నా మిత్రులు నన్ను బలవంతంగా ఊళ్లోకి లాక్కుపోయారు. ఒక గంటసేపు అటూ ఇటూ తిరిగివచ్చి భోజనాలకు కూర్చున్నాం.

తెల్లవారుఝాము మూడింటికి ముహూర్తం. మావాళ్లు సినిమా ప్రపోజల్ పెట్టారు. వాళ్లతోపాటు సెకండ్ షోకి బయలుదేరక తప్పలేదు. వెళ్లే ముందు డాబా వైపు చూశాను. ఆ అమ్మాయి, ఇంకా ఇద్దరుముగ్గురు ఆడాళ్లు నిలబడి ఉన్నారు.

ఆ టూరింగ్ హాల్లో 'నవగ్రహ పూజామహిమ' ఆడుతోంది. సినిమాలో కూర్చున్నా నా మనసంతా 1936 సుందరి మీదే ఉంది. ఏం చెయ్యను? కనిపించిన ప్రతి అమ్మాయిని కాస్సేపు ప్రేమించెయ్యడం నా వీక్‌నెస్.

సినిమా వదిలేసరికి ఒంటిగంటన్నరయింది. కాళ్లీడ్చుకుంటూ పెళ్లింటికి చేరేసరికి రెండయింది. అక్కడంతా సందడిగా ఉంది. ఇంటి ముందే కళ్యాణ మంటపం కట్టారు. ఇంటి ముందు వేసిన కుర్చీల్లో ఆహూతులందరూ ఒక్కరొక్కరుగా ఆసీనులవుతున్నారు. ఆ డాబా దగ్గరగా వున్న కుర్చీలను నేనూ నా మిత్రబృందం ఆక్రమించుకున్నాం.

నేను పైకి చూశాను. అక్కడ కొంతమంది ఆడవాళ్లు నిలబడి కళ్యాణ మంటపం వైపు చూస్తున్నారు. నావైపే చూస్తున్న ఆ అమ్మాయిని నా చూపులు వెదికి పట్టుకున్నాయి. పెళ్లి తంతు మొదలయింది. అదంతా గమనించే ఓపికా, ఆసక్తి నాకు లేవు. లైట్ల వెలుతురులో ఆ ప్రదేశమంతా పట్టపగలులా ఉంది. వీలైనన్నిసార్లు తల పైకెత్తి చూస్తూ ఆమె అందాన్ని ఆస్వాదిస్తున్నాను.

ఇంతలోనే నా ఒళ్లో ఏదో పడింది. తీసి చూశాను. అదొక మల్లెమొగ్గ. నేను తల పైకెత్తే లోగానే మరొక మల్లెమొగ్గ పడింది. నేను తల పైకెత్తాను. ఆ అమ్మాయి నవ్వుతోంది. మల్లెమొగ్గలు వాసన చూసి ఎవరూ చూడకుండా ముద్దు పెట్టుకున్నాను. ఆ తరువాత మెల్లిగా వాటిని జేబులోకి జారవిడిచాను.

పెళ్లితంతు ముగిసింది. ఈ లోగా తెల్లారింది. మావాడి దగ్గర సెలవు పుచ్చుకుని మేము విజయవాడకు బయలుదేరాం. బయలుదేరే ముందు మళ్లీ ఆ అమ్మాయి

కనిపిస్తుందేమోనని వీధి మలుపు తిరిగే వరకు వెనక్కి చూస్తూనే ఉన్నాను. కాని ఆ అమ్మాయి కనిపించలేదు.

❖ ❖ ❖

మళ్లీ ఈ రోజున ఇలా చూస్తున్నా ఆ అమ్మాయిని. ఇప్పుడు నా ప్రస్తుత కర్తవ్యమేమిటి? తక్షణం పోయి ఆ అమ్మాయిని పలకరించాలి. ఆమెకో తియ్యటి అనుభూతి ప్రసాదించాలి. జేబులో ఉన్న చిన్న పొట్లం తడుముకున్నాను. అందులో నలిగి ఎండిపోయిన మల్లెపూలున్నాయి. ఆ పువ్వులు నేను ఇంకొక గంటలో రిసీవ్ చేసుకోబోయే సుచిత్రకు సంబంధించినవి.

ఇక్కడ నా గురించి కొన్ని విషయాలు సవినయంగా మనవి చేసుకోవాల్సిన అవసరం ఎంతైనా ఉంది.

లవ్ గేమ్స్ మీద నాకెంతో ఆసక్తి. ఆడపిల్లల హృదయాల మీద చాలాకాలం నుండి రీసెర్చ్ చేస్తున్నాను. నాకింకా పెళ్లి కాలేదు. బహుశా ఇప్పట్లో చేసుకోనేమో? నిజం చెప్పాలంటే నేనింత వరకు ఎవర్నీ ప్రేమించలేదు. అయినా నాతో పరిచయమైన ప్రతి ఆడపిల్లా తనని నేను ఎంతో గాఢంగా ప్రేమించేశాననుకుంటుంది. అనుకోవాలి. అదే నా ఆశయం. నాకు పరిచయమైన ఆడపిల్లల తాలూకు వస్తువులు- వాళ్లు నాకు రాసిన ఉత్తరాలు, పువ్వులు, గాజుముక్కలు వగైరా వగైరా నా దగ్గర పదిలంగా పది కాలాలపాటు వుంటాయి. అవసరం వచ్చినప్పుడు వాటిని బయటకు తీస్తాను. తీసి నాలుగు డైలాగులు వల్లించేసి, 'అయ్యో నా గాజుముక్కలు ఇన్నాళ్లు జేబులో పెట్టుకు తిరుగుతున్నాడే,' అన్న భావన సదరు ఆడపిల్ల హృదయంపై బలంగా నాటుకునేలా చేసి, దీనంగా ముఖం పెట్టేసి నేను దాటుకుంటాను. అంతే, ఆ తియ్యటి అనుభూతి ఆ పిల్ల మనసులో కలకాలం నిల్చిపోతుంది. రేప్పొద్దున్న పెళ్లయి మొగుడు తిట్టిన చేదుక్షణంలో నేను తప్పకుండా గుర్తుకొస్తాను. అయ్యో నన్నంతగా ప్రేమించాడే, అతనితో జీవితం పంచుకునే అదృష్టమే కలిగి ఉంటే నా బ్రతుకెలా ఉండి ఉండేదో? తప్పకుండా స్వర్గతుల్యమయి ఉండేదని నన్ను తలుచుకుని నిట్టూర్పు విడవక తప్పదు. అదే నాకు కావాలి. అంతకుమించి ఏ దురుద్దేశమూ నాలో లేదు.

ఆలోచనలో నుండి బయటపడి ముందుకు చూశాను. ఆ అమ్మాయి నావంకే దృష్టి మరల్చకుండా చూస్తోంది. అప్పుడే ఆ అమ్మాయిని చూసినట్లు త్రుళ్లిపడి ముఖంలో కావలసిన మార్పులన్నీ తెచ్చిపెట్టుకున్నాను. నెమ్మదిగా అటు నడిచాను.

నేనటు రావడం చూసి ఆ అమ్మాయి తల తిప్పుకుంది. ఆ పెట్టెలో ఆ అమ్మాయి కాక మరొక అమ్మాయి ఉంది. తీరికగా కూర్చుని అటువైపు తిరిగి ఏదో పుస్తకం చదువుకుంటోంది.

“ఏమండీ నేను గుర్తున్నానా?” కంఠాన్ని కొద్దిగా వణికిస్తూ పలుకరించాను.

ఆమె నావైపు తిరిగింది. ప్రశ్నార్థకంగా చూసింది. ఆమె కళ్లల్లో భావాలు చదవడానికి ప్రయత్నంచేస్తూ మెల్లిగా అన్నాను.

“బహుశా మీరు నన్ను ఎప్పుడో మర్చిపోయి ఉంటారు. ఈ పిరికివాడిని మరిచి పోవడమే మంచిది. మిమ్మల్ని చూడగానే చూడనట్లు నటించి వెళ్లిపోదామను కున్నాను. కాని ఏ రూపాన్నయితే కళ్లలో నిలుపుకుని ఆరాధిస్తున్నానో ఆ రూపం కళ్ల ముందు ప్రత్యక్షమయితే మాట్లాడించకుండా ఉండలేకపోతున్నాను. ఇప్పటికైనా నేను గుర్తు వచ్చానా? మైలవరంలో పెళ్లికొచ్చినప్పుడు...”

“గుర్తుంది,” హీన స్వరంతో మధ్యలోనే అందుకుందామె.

మనసులోనే నవ్వుకున్నాను. ‘రెండేళ్ల క్రితం కలిగించిన చిన్న అనుభూతి ఇంకా ఆమెను వదల్లేదు. ఈసారి ప్రసాదించే అనుభూతి జీవితమంతా గుర్తుండిపోయేలా చెయ్యాలి.’ ఆ నిశ్చయంతో కార్యసాధనకు ముందుకురికాను.

ఆ రోజు... నా జీవితాంతం మరచిపోలేని రోజు.

“ఆ రోజు మిమ్మల్ని చూశాను. మైమరచిపోయాను. నా జీవితానికి వెలుగును ప్రసాదించే జీవనజ్యోతి మీరేనని నా మనసెందుకో పదేపదే చెప్పింది. మిమ్మల్ని భార్యగా పొందే అదృష్టంతుడు నేనే కావాలని ఆ క్షణంలోనే నిశ్చయించుకున్నాను. కాని విధి నిర్ణయం మరోలా వుంది.

“మనం సినిమాల్లో చూస్తూ వుంటాం. నాయకుడు తన తండ్రి మాట కాదనలేక తను ప్రేమించిన అమ్మాయిని పెళ్లి చేసుకోలేక ఇంకెవరినో కట్టుకుని జీవితమంతా తీరని క్షోభ అనుభవిస్తూ వుండడం. చివరికి నా బ్రతుకూ సినిమాకథలాగే తయారయింది.

“మా నాన్న బలవంతం మీద నేను కామాక్షిని చేసుకోక తప్పలేదు. ఆమె వట్టి చాదస్తురాలు. నా భావుకత్వాన్ని అర్థం చేసుకోలేని మూర్ఖురాలు. దాంతో నా జీవితం నరకప్రాయంగా మారింది. నా మనసుకు నచ్చిన మిమ్మల్ని పెళ్లి చేసుకునే రాతే నాకుంటే నా జీవితం ఎంత హాయిగా గడిచిపోయేదో తలుచుకుని నాలో నేనే కుమిలిపోతూ వుంటాను. ఇదిగో, చివరికి నాకంటూ మిగిలింది. మీ స్మృతిచిహ్నంగా ఈ పూలు,” ముందుగానే తుంచి వుంచుకున్న రెండు ఎండిన మల్లెపూలు ఆమె కళ్ల ముందుంచాను.

“ఏమిటివి?” ఆమె కళ్లు పెద్దవయ్యాయి.

చిన్న ఏడుపు నవ్వొకటి నవ్వాను.

"ఆ రాత్రి మీరు నా మీద వేసిన పూలబాణాలు. నేను ప్రాణప్రదంగా చూసుకునే సంపద. ఇవెప్పుడూ నా జేబులోనే ఉంటాయి," ఆరాధనాభావాన్ని కళ్లల్లో నింపుకుని అన్నాను.

ఆమె చలించింది. చాలా తీవ్రంగా చలించింది. ఏదో మాట్లాడాలని పెదాలు కదిలాయి. కాని మాట్లాడలేకపోయింది. ఒక క్షణం మౌనం వహించి అంది.

"కిరీటిగారూ, మీరు ఇప్పటికీ నన్నింతగా ఆరాధిస్తున్నారని నాకు తెలియనే తెలియదు. మీరు నన్నప్పుడే మరిచిపోయి వుంటారని నేను తప్పుగా అర్థం చేసుకున్నాను."

"నా పేరు మీకెలా తెలుసు?"

నిర్లిప్తంగా నవ్విందామె.

"ఆ రోజున మీ ఫ్రెండ్స్ మాటల ద్వారా మీ పేరు కిరీటి అని తెలుసుకున్నాను. నేనెంత పవిత్రంగా మిమ్మల్ని ఆరాధించానో, మీరూ నన్నంతగా ప్రేమిస్తున్నారని చివరికిలా తెలుసుకోవడం నా దురదృష్టం. మిమ్మల్ని చూసిననాడే నాలో ఎన్ని ఆశలు పెంచుకున్నానో ఇప్పుడు వివరించి మీ మనసు కష్టపెట్టడం నాకిష్టంలేదు. కాని నేనెందుకు పెళ్లి చేసుకోనని మొండికేస్తున్నానో మావాళ్లకు మాత్రం అర్థంకాలేదు. బహుశా ఈ జన్మకు అర్థంకాదు," ఆమె కళ్లల్లో నీళ్లు తిరిగాయి.

"ఏమిటీ? మీరు పెళ్లి చేసుకోదల్చుకోలేదా? దయచేసి అలాంటి పిచ్చిపని మాత్రం చేయకండి. మీరైనా పెళ్లి చేసుకుని సుఖంగా ఉండాలనే నేను కోరు కుంటాను. నాకు సంబంధించిన జ్ఞాపకాలను సమాధి చెయ్యండి. ఈ జన్మలో మళ్లీ నేను మీకు కనిపించను. మీకు అశాంతి కలిగించను," ఆవేశంగా అన్నాను.

నీరసంగా మందహాసం చేసిందామె. ఇంతలో రైలు కూత వేసింది.

"మీకు వచ్చే జన్మపై నమ్మకముందో, లేదోగాని నాకు మాత్రం ఉంది. వచ్చే జన్మలోనైనా మిమ్మల్ని తప్పకుండా నాదాన్ని చేసుకుంటానని నా గట్టి నమ్మకం. నా నమ్మకాన్ని దేవుడు వమ్ము చేయడని ఆశిస్తాను."

రైలు కదిలింది.

"కనీసం మీ పేరు తెలుసుకునే అదృష్టమైనా ఈ మందభాగ్యుడికి కలుగ జెయ్యరా?"

ఆమె నా వంక బాధగా చూసి, "త్రివేణి," అంది.

రైలు వేగం పుంజుకుంది. ఆమె కనిపించేంత వరకు చెయ్యి ఊపుతూనే ఉన్నాను.

రైలు కనుమరుగయిన తరువాత తృప్తిగా నవ్వుకున్నాను. చేతిలో ఉన్న పూలను, మిగిలిన పూలతోపాటు పొట్లం కట్టి భద్రపరిచాను. పాపం పిచ్చిపిల్ల. ఇవి తన పువ్వులే అనుకుంది. అవును పువ్వుల మీద సొంతదారు పేరు రాసిపెట్టి ఉండదు కదా? నా అద్భుతమైన నటనాపాటవంతో ఆమెకు పిచ్చెక్కేటట్లు చేశాను. ఇక కాస్సేపటిలో సుచిత్ర బండి దిగుతుంది. ఆమెకు వినిపించాల్సిన పురాణం మననం చేసుకుంటూ సిగరెట్ వెలిగించాను.

ఇదీ నాకు తెలిసిన కథ. నాకు తెలియని కథేమిటో తెలుసా?

అది ఇది-

చదువుతున్న పుస్తకం పక్కకు విసిరేసి కిటికీలోంచి బయటకు చూస్తున్న త్రివేణి భుజం మీద గట్టిగా చరిచి, "ఎవరే ఆ నలకూబరుడు?" అంది సుమతి.

"నలకూబరుడూ కాదు, జీమూతవాహనుడు అంతకంటే కాదు. మజ్నూగారి చిన్న తమ్ముడు."

"ఏమిటి విషయం? చాలా సేపు ఈ ప్రపంచాన్నే మరచి బాతాఖానీ కొట్టావ్?"

"నీతో చెప్పకుండా ఎలా వుంటాను? విను."

రెండేళ్ల క్రితం మా ఎదురింట్లో పెళ్లి జరిగింది. ఆ పెళ్లికి ఇతడూ, ఇతగాడి మిత్రబృందం విచ్చేశారు. ఇతగాడేమో ఎప్పుడూ ఆడపిల్ల ముఖం ఎరుగనివాడిలా నా వంక ఎగాదిగా చూడ్డం మొదలెట్టాడు. నాకు ముచ్చటేసింది. ఒక ఆట పట్టించాను. దాంతో ఆ రాత్రంతా నావంకే మంత్రముగ్ధుడిలా చూస్తూ ఉండిపోయాడు. సరదాకి రెండు మల్లెమొగ్గలు కూడా విసిరి రెచ్చగొట్టాను.

"పాపం, ఆ నరమానవుడు..." వస్తున్న నవ్వు ఆపుకుంటూ ఒక క్షణం ఆగింది త్రివేణి.

"ఊ... ఏమంటాడే?" కుతూహలంగా అడిగింది సుమతి.

"ఏమంటాడు? ఆరోజు నన్ను చూసి వరించాడట. పెళ్లి చేసుకోవాలనే అనుకున్నాడట. కాని పెద్దాళ్లు అడ్డమొచ్చారట. దాంతో మనసులోనే ఒక పూజామందిరం కట్టేసి నన్ను దేవతలా కొలుచుకుంటున్నాడట."

"మరి నువ్వేమన్నావ్?"

"నేనేమంటాను? నేనూ అతని కోసం పరితపించిపోతున్నాననీ, అతని మీద ఎన్నో ఆశలు పెంచుకుని భారంగా రోజులు గడుపుతున్నాననీ కథలు వినిపించాను. నాకింకా పెళ్లే కాలేదన్నాను."

"నీకేమైనా పిచ్చి పట్టిందటే త్రివేణీ, హాయిగా పెళ్లి చేసుకుని కాపురానికి వెళ్లబోతూ ఈ వెధవ వేషాలేమిటి? ఎందుకీ అల్లరి చేష్టలు. అతడు నిజమనుకోడూ?" చీవాట్లు వేసింది సుమతి.

"అనుకోనీ, అనుకోవాలనేగా?"

"పాపం, అప్పుడెప్పుడో నేను విసిరిన మల్లెపూలు ఇంకా జేబులో భద్రంగా పెట్టుకుని తిరుగుతున్నాడు. పూర్ ఫెలో. ఒక్కసారి చూసిన మాత్రానే నన్నింతగా ప్రేమించిన ఆ పిచ్చివాడికి చిన్న అబద్ధం చెప్పి ఒక తియ్యటి అనుభూతి ప్రసాదిస్తే మన సొమ్మేం పోతుంది? జీవితంలో సుఖమూ, సంతోషమూ లేనప్పుడు ఈ మాత్రం అనుభూతయినా అతడికి కొద్దిపాటి ఉపశాంతిని కలిగిస్తుంది. ఏమంటావ్?" గలగలా నవ్వేస్తూ అంది త్రివేణి.

ఆంధ్రజ్యోతి సచిత్ర వారపత్రిక

6

కుర్చీ

"ఇం కెంతసేపు నిలబడాలయ్యా! తొందరగా కుట్టి ఇవ్వు. నేను తొందరగా వెళ్లాలని చెప్పలేదూ?" విసుక్కున్నాడు గోవిందు.

"మరీ అంత ముళ్లమీద కూర్చునట్లు బొబ్బలెడతావేమయ్యా? పని పూర్తి కావొద్దా? ఇంద తీసుకో," చెప్పును ముందుకు విసిరాడు చెప్పుల వీరయ్య.

"ఇంతకీ సరిగా కుట్టావా లేక ఇప్పుడే ఊడివచ్చేనా?" చెప్పు కాలికి తొడుగుతూ గొణిగాడు గోవిందు.

"సరిసరి. నా పనితనానికే వంకబెట్టే మొనగాడు వచ్చాడు ఇన్నాళ్లకు. ముందు టీ నీళ్లు పొయ్యి. నాలుగు చుక్కలు పడితేగాని మన బండి స్పీడందుకోదు".

"ఊ... త్వరగా తాగు. నే వెళ్లిపోవాలి," కెటిల్‌లో నుండి టీ పోసి వీరయ్య కందించాడు గోవిందు.

గ్లాసు శుభ్రం చేసి ముందుకు కదిలాడు. తుమ్మొచ్చింది గోవిందుకు. హాచ్ అని గట్టిగా తుమ్మాడు. 'ఎవరో తలచుకొంటున్నారు తనని. ఇంకెవరు? ఆ దొరబాబులే తలచుకుంటుంటారు. వెధవ చెప్పు మూలంగా ఒక రవ్వంత ఆలస్యం కూడా అయింది,' మరింత చురుకుగా నడవసాగాడు.

గోవిందుకు ఊర్లో ఒకమూల చిన్న టీ కొట్టు ఉంది. దాని మూలంగా అతనికి గిట్టుబాటయ్యేది అంతంత మాత్రమే. గోవిందుకు మంచి రాబడి తెచ్చిపెట్టే దారి వేరే ఉంది. ఆ ఊర్లోనే పెద్ద ఆఫీసు. ఆ ఆఫీసులో బోలెడంతమంది గుమస్తాలు. ఏళ్ల తరబడి గోవిందు ఆ ఆఫీసులో పనిచేసే వాళ్లకు టీ అందిస్తూనే ఉన్నాడు. సర్వకాల సర్వావస్థలలోనూ ఫైళ్లతో, లెడ్జర్లతో సతమతమై అలిసేవారికి గోవిందు పోసే టీ నీళ్లు అమృతప్రాయం. ప్రతిరోజూ గంటకూ గంటన్నరకూ ఆ ఆఫీసు మెట్లు ఎక్కుతూనే ఉంటాడు గోవిందు.

గబగబా ఆఫీసుమెట్లు ఎక్కసాగాడు గోవిందు. చెప్పు ఊడినట్లనిపించి ఆగి చూసుకున్నాడు.అంతకుముందు కుట్టించిన మేర పూర్తిగా ఊడిపోయింది. గోవిందుకు చెప్పుల వీరయ్య మీద కోపం ముంచుకు వచ్చింది. దొంగ వెధవ అని తిట్టుకున్నాడు.

'ఈ చెప్పులు కుట్టేవాళ్లు అందరూ ఇంతే. సరిగ్గా కుట్టరు. వెంటనే తెగితే మళ్లీ వాళ్ల దగ్గరకే వెళ్లాలిగా? అవును అంతే. అందరి చెప్పులు వీలైనంత త్వరలో తెగిపోవాలని కోరుకుంటుంటారు. వీళ్లను దేవుడు చస్తే క్షమించడు.' ఒక నిట్టూర్పు విడిచి చెప్పును అలాగే తొడుక్కుని ముందుకు సాగాడు.

గోవిందు రాక కోసం అప్పటికే ఎదురుతెన్నులు చూస్తున్నారు జనం. చకచక అందరి టేబిల్స్ ముందు టీ ఉంచుతున్నాడు గోవిందు. చిరునవ్వుతో అందరినీ పలకరిస్తున్నాడు.

గోవిందు చూపు ఖాళీగా వున్న ఒక కుర్చీమీద పడింది. ఆ కుర్చీని చూడగానే చిన్నగా నిట్టూర్చాడు. పరాంకుశంగారి సీటది. మహానుభావుడు. రోజుకు ఆయన ఖాతాలో ఆరు టీలయినా పడేవి. వేరే మంచి ఉద్యోగం రావడంతో ఉన్న ఉద్యోగానికి రాజీనామా ఇచ్చి వెళ్లిపోయాడాయన. ఆయన వెళ్లి పదిరోజులు అయి ఉంటుందేమో? ఆయన ఉండి ఉంటే ఆ పదిరోజుల్లోనూ తనకు వచ్చే డబ్బు సుమారుగా లెక్కవేసాడు. 'అబ్బో, ఇదంతా తనకు నష్టంకిందే లెక్క. మళ్లీ ఆ కుర్చీలోకి మరొకరు ఎప్పటికి వస్తారో?' సాలోచనగా అనుకున్నాడు గోవిందు.

ఆరోజు గోవిందు కళ్లు ఒక్కసారిగా మెరిసాయి. ఖాళీగా ఉండే కుర్చీలో నిండుగా కూర్చున్న భారీ విగ్రహాన్ని చూడగానే హుషారుగా అటు నడిచాడు. కెటిల్‌లో నుండి టీ వంపి గ్లాసు ఆయన టేబిల్ మీదుంచాడు. ఆయన తలెత్తి చూసాడు.

"ఏమిటిది?" గంభీరంగా ధ్వనించింది ఆయన కంఠం.

"టీ సార్, ఇక్కడ అందరికీ టీ సప్లయి చేసేది నేనే. ఇంత మంచి టీ ఈ ఊరు మొత్తం మీదే మీకు ఎక్కడా దొరకదు. ముందు రుచి చూడండి. మీకే తెలుస్తుంది," గర్వంగా అన్నాడు గోవిందు.

"ఏమిటీ టీయా? మనకెక్కడ అనుతుందది?" బిగ్గరగా నవ్వాడాయన.

"వద్దు తీసెయ్యి. నేను టీ త్రాగను," నవ్వు ఆపి అన్నాడాయన.

"అదికాదు సార్, ఒక్కసారి తాగి చూడండి మళ్లీ..."

"టీ తాగే అలవాటు లేదని చెప్పడంలే? తీసెయ్యి," మధ్యలోనే అడ్డుకున్నాడాయన.

ఆయన కళ్లలోని ఎర్రటి జీర చూసి కొంచెం చలించాడు గోవిందు. మారు మాటాడకుండా గ్లాసు తీసుకుని ముందుకు నడిచాడు.

రోజులు గడిచేకొద్దీ గోవిందు మనసులో ఆ కొత్తాయనపట్ల ఏదో తెలియని ద్వేషభావం చోటు చేసుకోసాగింది.

తన టీ అందరూ అప్యాయంగా తాగుతుంటే ఈయనకేమొచ్చింది? ఎప్పుడూ ఎర్రటిజ్యోతుల్లాంటి కండ్లతో చిందరవందరగా ఉండే సంస్కారంలేని జుట్టుతో నల్లగా ఉండే గజపతి అంటే ఒకరకమైన బెదురు కూడా ఏర్పడింది గోవిందుకు.

ఆ ఆఫీసులో గజపతి ఉనికిని భరించలేకపోయేవాడు గోవిందు. పరాంకుశం గారి కుర్చీని ఆక్రమించడానికి తగినవాడు కాదు గజపతి. అసలా ఆఫీసులో ఉండే అర్హతేలేదు గజపతికి. ఇదీ గజపతిపట్ల గోవిందుకున్న అభిప్రాయం.

'భగవంతుడా, ఈ గజపతిని ఈ ఆఫీసు నుండి వీలైనంత త్వరలో పంపిం చెయ్యి,' అని కోరుకునేవాడు.

ఆరోజు గజపతి కుర్చీ ఖాళీగా ఉండటంతో ఒక్క క్షణం ఆనందంతో ఉరకలు వేసింది గోవిందు మనసు.

అంతలోనే, 'నా పిచ్చిగాని ఇవేళ కాకపోతే రేపు రాడూ?' అని నిరాశపడ్డాడు.

ఆఫీసులో ఒక మూల గజపతిని గూర్చిన చర్చ సాగుతుంటే ఆసక్తిగా చెవి ఒగ్గి విన్నాడు గోవిందు.

"ఎంతయినా ఒక హద్దంటూ ఉండాలోయ్. అసలది కడుపో చెరువో అర్థం కాదు. కాని ఒకటి మాత్రం మెచ్చుకోవాలి. ఎంత తాగినా మాటమాత్రం తూలడు. కాని ఇలాగే తాగితే ఇంకతడు అట్టేకాలం బ్రతకడు," ఒకాయన అనర్గళంగా ఉపన్యసి స్తున్నాడు.

టీ అయితే పట్టదుగాని మందు మాత్రం పుచ్చుకుంటాడన్నమాట బుద్ధి మంతుడు. చస్తాడా? చావనీ, పీడాబోతుంది. కసిగా అనుకున్నాడు గోవిందు.

మర్నాడు గోవిందు వెళ్లేసరికి గజపతి యధావిధిగా కుర్చీని అలంకరించి ఉన్నాడు. ఆ పక్కగా వెళుతుంటే గుప్పున వాసనకొట్టింది గోవిందుకు. 'ఆఫీసుకు కూడా తాగే వచ్చేడన్నమాట. ఈయనకు నిజంగానే రోజులు దగ్గరపడ్డాయి,' అక్కసుగా అనుకొన్నాడు గోవిందు.

ఆ సాయంత్రం భోరున వర్షం కురిసింది. రోడ్ల నిండా నీళ్లు నిలిచాయి. బజారులో తిరిగే జనం చాలా పలచగా ఉన్నారు. గోవిందు ఒక్కడూ కొట్లో కూర్చుని ఉన్నాడు. వర్షం మూలంగా ఆ పూట అసలు బేరాలే లేవు. కొట్టు కట్టేసి ఇంటికి పోతే మంచిదేమో ననిపించింది. ఇంకొక గంటచూసి పోదామనుకుని కూర్చున్నాడు. కాని ఫలితం లేకపోయింది. విసుగెత్తి ఇక బయలుదేరుదామనుకుంటుండగా మళ్లీ వాన ఉధృతమయ్యింది.

'వెధవ వాన, మళ్లీ మొదలయింది,' విసుక్కున్నాడు.

గోవిందు కొట్టు ఒక చిన్న పాక. గట్టిగా గాలి వీస్తే కొట్టుకుపోయేటట్లు ఉంటుంది. అలాగే సర్దుకు వస్తున్నాడు గోవిందు.

అప్పుడే మెరిసిన మెరుపు వెలుతురులో తన పాక చూరుక్రింద నిలబడ్డ వ్యక్తిని గుర్తుపట్టాడు గోవిందు. అతడు గజపతి. అప్రయత్నంగానే అతడ్ని లోపలికి ఆహ్వానించాడు.

"ఓహ్, ఈ కొట్టు నీదేన్నమాట," లోపలికి అడుగుపెడుతూ అన్నాడు గజపతి. అతని బట్టలు అప్పటికే బాగా తడిశాయి.

"ఈ వర్షంలో ఎక్కడికి బయలుదేరారు సార్."

గజపతి జవాబివ్వలేదు. వినబడనట్లే ఊరుకున్నాడు. అక్కడున్న బెంచీ మీద కూలబడ్డాడు.

అప్పుడే చూశాడు గోవిందు గజపతి చేతిలో కాగితంతో చుట్టి ఉన్న పెద్ద సీసాను.

"గ్లాసుంటే ఇస్తావూ?" ముద్దగా ఉన్నాయి అతని మాటలు. అప్పటికే బాగా తాగి ఉన్నాడని గ్రహించాడు గోవిందు.

మాట్లాడకుండా గ్లాసు అందించాడు. గ్లాసునిండా వంపుకుని అలాగే గటగటా తాగేసాడు గజపతి. రెండోసారి మళ్లీ గ్లాసునింపి తాగబోయి ఒక్కక్షణం ఆగి గోవిందు వేపు చూశాడు.

"నువ్వు కూడా కాస్త పుచ్చుకుంటావేమిటి?" మత్తు కళ్లతో అన్నాడు.

గోవిందు తటపటాయించాడు ఆ మాట వినగానే. దొరబాబులు తాగే సరుకాయె. అతనికి తాగాలనే ఉంది.

"తాగడానికి మొగమాటమేమిటోయ్. రా, పుచ్చుకో," నవ్వాడు గజపతి.

గోవిందూ గ్లాసు కలిపాడు గజపతితో. ఇద్దరూ తాగుతున్నారు.

"ఏవన్నా కబుర్లు చెప్పవోయ్ గోవిందూ," భుజం తడుతూ అన్నాడు గజపతి.

గజపతి ఇంత స్నేహపూర్వకంగాను, సరదాగానూ ఉంటాడని గోవిందు ఎప్పుడూ అనుకోలేదు. ఆ కొద్దిక్షణాల్లోనే అతనికి గజపతి మీద ఉన్న ద్వేషభావం నెమ్మదిగా కరిగిపోజొచ్చింది.

"సార్..."

"ఊ... చెప్పు."

"మీరెందుకని ఇంతగా తాగుతారు సార్? ఆరోగ్యం చెడిపోదూ?" భయపడుతూనే అన్నాడు గోవిందు.

"ఎందుకు తాగుతానా? పిచ్చివాడా. ఏం డైలాగు వేసావోయ్," బిగ్గరగా నవ్వాడు గజపతి. అంతలోనే దగ్గుతెరలతో ఊపిరి సలపక సతమతమైపోయాడు.

గోవిందు బొమ్మలా అతనివేపు చూస్తూ ఉండిపోయాడు.

నెమ్మదిగా తేరుకున్నాడు గజపతి. అతని వదనంలో మార్పు వచ్చింది. కళ్లలో నీళ్లు చిప్పిల్లాయి.

"అవును గోవిందూ, తాగి చెడిపోవాలని ఎవ్వడూ కోరుకోడు. తాగితే ఆరోగ్యం చెడిపోతుంది. నిజమే. కాని నేనెవరికోసం బ్రతకాలి? 'మీకు ఎవ్వరూ లేరా?' అని అడగబోతున్నావు కదూ?"

"సంవత్సరం క్రితం వరకూ నాకందరూ ఉన్నారు. నా భార్య, ఇద్దరు పిల్లల్ని రైలు ప్రమాదం పేరుతో విధి పొట్టనబెట్టుకున్న తరువాత ఇక నాకీ ప్రపంచంలో మిగిలిందేమిటి?" ఒక్క క్షణం ఆగి మళ్లీ అన్నాడు గజపతి.

"ఏదో ఒకటి మర్చిపోవడానికే ఎవడైనా తాగుబోతుగా మారేది. నేనూ అంతే."

గోవిందు హృదయం అతనిపట్ల జాలితో నిండిపోయింది.

వాళ్లిద్దరి మధ్య కొంతసేపు నిశ్శబ్దం రాజ్యం చేసింది.

"మరి ఇక నేను వెళ్తానోయ్. వర్షం కూడా వెలిసింది," ఖాళీసీసా ఒక మూలకు గిరాటు వేస్తూ అన్నాడు గజపతి. ఇప్పుడతని ముఖంలో ఎలాంటి భావాలు కనిపించడం లేదు.

గోవిందు మాట కెదురుచూడకుండగనే తూలుతూ బయటకు నడిచాడు గజపతి.

అతడు పూర్తిగా చీకట్లో కలిసిపోయేంత వరకు అలాగే చూస్తుండిపొయ్యాడు గోవిందు.

'ఇక నుండి గజపతిని చూసి తను తిట్టుకోడు. ఇక నుండి ఆయన తనకు ఆప్తుడు, మిత్రుడు,' మరునాడు ఆఫీసు మెట్లు ఎక్కుతూ అనుకున్నాడు గోవిందు.

ఆఫీసులో అడుగు పెట్టగానే అతని కళ్లు గజపతి కోసం వెదికాయి. కాని ఆ రోజు గజపతి ఆఫీసుకు రాలేదు. నిండుగా ఉండే గజపతి కుర్చీ చిన్నబోయినట్లని పించింది.

మరునాడు కూడా గజపతి రాలేదు. ఇక ఉండబట్టలేక గజపతి పక్క సీటాయన్ను అడిగాడు.

"గజపతా? హాస్పటల్లో ఉన్నాడట."

"ఏం? ఏమయింది?" ఆత్రుతగా అడిగాడు గోవిందు.

"ఏమవుతుంది. శ్రుతి మించి రాగానపడితే? అదే అయింది. అయినా మరీ అంత హద్దూపద్దూ లేకుండా తాగితే ఎట్లా? గురుడిపని అయిపోయినట్లే," వ్యంగ్యంగా అన్నాడాయన.

గోవిందుకు అతని వైఖరి చిరాకనిపించింది. ఇంకతన్ని ఏమీ అడగలేదు. వేరే చోట నెమ్మదిగా వాకబు చేసాడు.

వర్షంలో బాగా తడిసిన రాత్రి మూసిన కన్ను తెరవకుండా అలాగే పడిపోయాడు గజపతి. ఎవరో పాపం హాస్పటల్లో చేర్చారు. అతని పరిస్థితి తీవ్రంగానే ఉంది. ఊపిరి తిత్తులు బాగా చెడిపోయాయట. ఇంకాట్టే కాలం బ్రతకడని డాక్టర్లు తేల్చి చెప్పారు.

'ఇంకాట్టే కాలం బ్రతకడని డాక్టర్లు తేల్చిచెప్పారు,' ఆ మాట అతని హృదయంలో సమ్మెటపోటులా తగిలింది.

పాపం, గజపతి చచ్చిపోతే?

ఏముంది తను కోరుకున్నదేగా? గజపతి ఆ సీటులో నుండి వెళ్లిపోవాలనే కదా తను రోజూ భగవంతుడ్ని కోరింది.ఆ కోర్కెను పరోక్షంగా ఈ విధంగా తీరుస్తున్నాడా భగవంతుడు?

గోవిందుకు ఆ క్షణంలో చెప్పుల వీరయ్య గుర్తుకు వచ్చాడు.

హు- చెప్పులు కుట్టేవాడు కేవలం అందరి చెప్పులు తెగిపోవాలని మాత్రమే కోరుకుంటాడు. కాని తను మనిషే లేకుండా పోవాలని కోరుకున్నాడు. వీల్లేదు తనంత పాపి కావడానికి వీల్లేదు.

'భగవాన్, నన్ను క్షమించు. గజపతిగారిని బ్రతికించు. అయన చావడానికి వీల్లేదు,' పదేపదే భగవంతుడ్ని ప్రార్థించాడు.

సాయంత్రం నాలుగయ్యేసరికి హాస్పటల్లో ఉన్నాడు గోవిందు.

మంచం మీద కళ్లు మూసుకుని పడుకుని ఉన్నాడు గజపతి.

"సార్," అన్నాడు గోవిందు గద్గదమైన కంఠంతో.

నెమ్మదిగా కళ్లు విప్పాడు గజపతి. అతని కళ్లలో ఎక్కడా జీవకళ అనేది కనిపించడం లేదు.

గోవిందును చూడగానే చిరునవ్వు నవ్వాడు.

ఇంక ఆగలేకపోయాడు గోవిందు. బావురుమని అతని కాళ్ల దగ్గర వాలి పోయాడు.

"నన్ను క్షమించండి సార్, నా టీ తాగడం లేదన్న కోపంతో మీరు లేకుండ పోవాలని కోరుకునేవాడ్ని. పాపిష్టివాడ్ని! పాడు దేముడు నా ప్రార్థనే విన్నాడేమో? మీరిలా అయిపోవడానికి నేనే కారణం సార్, నన్ను క్షమించరూ?"

విస్తుపోయాడు గజపతి.

"గోవిందూ, ఏమిటిది? ఇంత పిచ్చివాడివనుకోలేదోయ్. నువ్వు కోరుకోవడ మేమిటి? నేను చావడమేమిటి? ఇలాంటి పిచ్చి ఊహలేమీ మనసులోపెట్టుకోకు. లే," గోవిందు తల నిమురుతూ అన్నాడు గజపతి.

గోవిందు లేచి కళ్లు తుడుచుకున్నాడు. అతని గుండెల మీద బరువు తొలగి పోయినట్లనిపించింది. గజపతి తనను క్షమించాడు తనకదే చాలు.

"మీరు ధైర్యంగా ఉండండి సార్. అంతా త్వరలోనే చక్కబడిపోతుంది. మీరు త్వరలోనే కోలుకుంటారు. మీరు బయటకు రాగానే మీకు మంచి పార్టీ ఏర్పాటు చేస్తాను."

అదోరకంగా నవ్వాడు గజపతి.

"గోవిందూ."

"ఏమిటి సార్."

"నీ టీ తాగలేదని కదూ, నీకు కోపం? రోజూ ఆఫీసులో అందరూ అమృత ప్రాయంగా సేవించే నీ టీ ఈరోజు నేను కూడా రుచి చూస్తాను ఏమంటావ్?" గతుక్కుమన్నాడు గోవిందు.

"అరె క్షమించండి సార్, టీ అంతా అమ్ముడైపోయింది," ఖాళీ కెటిల్ మరొకసారి వంచి చూసి బాధగా అన్నాడు గోవిందు.

"టీ అయిపోయిందా? పోనీలే," నిర్లిప్తంగా అన్నాడు గజపతి.

"మీరు నా టీ త్రాగితే నా జన్మ తరించినట్లే నా దురదృష్టం కాకపోతే అడక్కడక్క మీరు టీ అడిగిన సమయంలోనే నావద్ద టీ లేకుండ పోవాలా? సరే పోనీండి. రేపు ఇదే సమయానికి మంచి స్పెషల్ టీతో మీ ముందు వాలతాను. మరి నాకు సెలవు ఇప్పించండి."

చిన్నగా నవ్వి వెళ్లి రమ్మన్నట్లు తల ఊపాడు గజపతి.

తేలికపడిన హృదయంతో బయటకు నడిచాడు గోవిందు.

మరునాడు గోవిందు ఆఫీసులో అడుగు పెట్టగానే అతని చెవులు విన్న వార్త గజపతి మరికలేడని.

గోవిందు నిశ్చేష్టుడై నిలబడిపొయ్యాడు ఆ వార్త వినగానే. ఖాళీగా ఉన్న కుర్చీ అతనిని వెక్కిరించినట్లనిపించింది. అప్రయత్నంగానే అతని కళ్ల నుంచి రెండు అశ్రు బిందువులు జారిపడ్డాయి.

7

పప్పులో కాలు

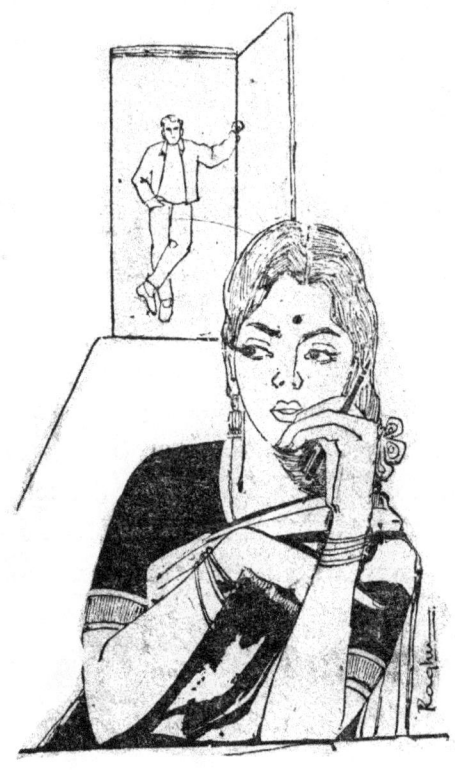

సూర్యుడు తూర్పున ఉదయిస్తున్నాడనండి ఒప్పుకుంటాను. చంద్రలోకంలో మానవుడు అడుగుపెట్టాడనండి ఔననేందుకు నాకేమీ అభ్యంతరం లేదు. కాని మూర్తిగాడు రచయిత అని మాత్రం అనకండి. నేను ససేమిరా ఒప్పుకోను.

వాడేమిటి? కథలు వ్రాయడమేమిటి? ఒట్టి కల. అంతా భ్రమ. కాని వాడి కథలు వారపత్రికల్లో అచ్చవుతున్నాయే? ఒకటి కాదు, రెండు కాదు. ఇప్పటికి అర డజను కథలయినా ప్రచురించబడి ఉంటాయి. వాడి మొదటి కథ అచ్చయినప్పుడు ఆశ్చర్యంతో నేను తెరిచిన నోరు ఇంకా మూయకముందే వాడి రెండవ కథ కూడ వచ్చేసింది.

మూర్తి ఆ కథలన్నీ వ్రాసాడంటే నేను నమ్మను. 'నువ్వెవడివోయ్ నమ్మకపోడానికి?' అని నన్ను తోసెయ్యడానికి వీల్లేదు. ఐ ప్రొటెస్ట్. ఎందుకంటే ఇప్పుడీ ఊళ్లో అందరికంటే వాడిని బాగా ఎరుగున్నవాడిని నేనే. వాడిని చిన్నప్పటి నుండీ అంటే క్లాసులో నా పలకలో నుండి వాడు కాపీ కొట్టిన రోజుల్నుండి వాడిని నేనెరుగుదును. ఇంకా చెప్పాలంటే ఒకే ఊర్లో, ఒకే రూమ్‌లో, ఒకే కాలేజీలో నాలుగేళ్లు చదువు వెలగబెట్టి ఇప్పుడూ ఒకే ఆఫీసులో ఉద్యోగాలు చేస్తున్నాము. వాడి రుచులూ, అభిరుచులూ నాకు బాగా తెలుసు. కథలకీ వాడికీ అసలు పొత్తే కుదరదు.

నేను కథలు వ్రాసి పెద్ద రచయితనైపోవాలని కలలుకనే రోజులవి. నేను పేజీల తరబడి కథలూ, కావ్యాలూ వ్రాసేస్తుంటే వాడు తాపీగా సిగరెట్టు కాలుస్తూ రూములో కూర్చుని అందమైన అమ్మాయిల గురించి ఆలోచిస్తూ ఉండేవాడు. అంతటితో ఊరుకోక బోడి రిమార్కులు కూడా విసిరేవాడు.

"ఒరేయ్, ఎందుకురా టైమ్‌వేస్ట్‌తోపాటు స్టాంపుల ఖర్చు కూడా దండగ. వాళ్లెలాగూ తిరిగి పంపుతారు. దయచేసి ఈ పిచ్చి పనులు మానెయ్యకూడదూ? ఆ డబ్బులతో నా సిగరెట్ల ఖర్చయినా వెళ్లిపోతుంది. నీకూ పుణ్యం వస్తుంది."

ఇలాంటి రిమార్కులు వింటూ ఉంటే నాకు వళ్లు మండిపోయేది. వాడన్నట్టే వారం పదిరోజులకే నా రచనలు తిరిగొచ్చేవి. నా ఓపిక అంతా ఖర్చయిపోయిన తరువాత కొన్నాళ్లకు నాకే విసుగు పుట్టుకొచ్చి నా రచనావ్యాసంగానికి ఒక ఫుల్‌స్టాప్ పెట్టేసాను.

అలాంటిది వీడు కథలు వ్రాయడమా? నమ్మలేను. ఇందులో ఏదో ఉంది. అయినా ఆ కథలన్నీ నేనూ చదివాను. కథల్లో పరిపక్వత లేదు. సహజత్వానికి చాలా దూరంగా ఉన్నాయి. 'నీ కథలు ఏడ్చినట్లున్నాయి' అని వాడిని ఏడిపించి అయినా

మనస్సు కాస్త కుదుటపరచుకోవాలంటే కుదరదే? అప్పుడే మా ఆఫీసులో వాడికి భక్తులు చాలామంది తయారయ్యారు. వాడి కథలను పొగడడం తప్ప వాళ్లకీ మధ్య వేరే పనేమీ ఉన్నట్లులేదు. నేనేమన్నా అంటే నా మీద విరుచుకుపడగలరు. ఏం చేస్తాం దేశం అంతా ఇలాంటి అభిమానులతోనే నిండిపోయి ఉంది. వీళ్లతో ఏమన్నా గొడవే. నాలుగు రోజుల్లో మూర్తిగాడికి ఒక అభిమాన సంఘం ఏర్పడినా నేను ఆశ్చర్యపడను.

మొన్న ఆఫీసుబాయ్ కాఫీ తెస్తుంటే, 'ఎవరికిరా?' అని అడిగాను. 'కవిగారికి,' అని ఠకీమని జవాబు వచ్చింది. నాకు వళ్లు మండింది. వీడప్పుడే 'కవిగారు' కూడ అయ్యాడూ? నాకు నిజంగానే కడుపు మంటగా ఉంది. ఉండదూ? అష్టకష్టాలు పడి వ్రాసి కూడ నేను రచయితను కాలేకపోయాను. వీడినప్పుడే కవి అంటున్నారు.

ఉండబట్టలేక వాడిని ఏడిపించుదామని అనిపించింది. వాడి సీటు దగ్గరకు వెళ్లి, "కవిగారూ, నమస్కారం," అన్నాను. 'ఒరేయ్, నీకు కూడా నేను లోకువై పోయానా? ఎందుకలా ఎగతాళి చేస్తావు?' అని వాపోతాడనుకున్నాను. కాని చిన్న చిరునవ్వులాంటిది ఒకటి పడేసి ఊరుకున్నాడు. నాకు మండిపోయింది.

"నిన్ను నిజంగానే కవి అని పిలిచాననుకుంటున్నావా? ఎగతాళికి అంటు న్నాను," సూటిగా అనేసాను. 'పోనీలే' అని బుద్ధ భగవానుడి ఫోజు పెట్టాడు. ఆ క్షణంలో ఉన్నపాటున బజారుకుపోయి మంచి పాయింటెడ్ షూ ఒకటి కొనుక్కొచ్చి ఫడీమని తన్నాలన్నంత కోపం వచ్చి కూడ తమాయించుకున్నాను. 'నీ పని ఇలాకాదు,' అని గొణుక్కున్నాను.

ఈమధ్య నా ఆలోచనల నిండా మూర్తిగాడే చోటు చేసుకున్నాడు. ఇంటి దగ్గర పడకకుర్చీలో కూర్చుని తీవ్రంగా ఆలోచిస్తున్నాను. మూర్తి కథలు వ్రాయడం మాత్రం కల్ల. ఇందులో ఏదో చిదంబర రహస్యం ఉంది. ఏమిటది? అదే కనుక్కోవాలి.

అనేక డిటెక్టివ్ నవలలు ఊకదంపుడుగా చదివి పారేసిన నాకది అట్టే కష్టం కాదనుకుంటాను. అప్పుడప్పుడూ నన్ను నేను పొగుడుకుంటేనే నాక్కాస్త సంతృప్తి.

"కాఫీ తీసుకోండి చల్లారిపోతుంది," కాఫీ తెచ్చింది శ్రీమతి.

"నాకక్కరలేదు," చిరాకుగా అన్నాను.

"అక్కరలేకపోతే మానెయ్యండి," చరచరా వంటింట్లోకి వెళ్లిపోయింది.

అన్యాయం. పెళ్లయి కాపురానికొచ్చి ఆరునెలలు కూడ నిండలేదు. అప్పుడే ఇంత విరసమా? కాఫీ వద్దంటే బ్రతిమాలి త్రాగించవద్దూ? శ్రీమతి జాడలు ఎక్కడా కనిపించకపోవడంతో నీరసంగా కాఫీ కప్పు అందుకున్నాను. మూర్తి కథ ఒకటి గుర్తుకు వచ్చి గతుక్కుమన్నాను. మొన్న ఇలాంటి సంఘటనే మూర్తి కథ 'సంసార చక్రం'లో చదివి- 'బొత్తిగా బుద్ధిలేదు వీడికి, వాస్తవికతకు మరీ దూరంగా ఉంది,' అని తిట్టు

కున్నాను. కాని ఈరోజు అలాంటి సంఘటన నా సంసారంలోనే జరిగిందే. నో! ఏమయినా సరే, వాడు సహజత్వం ఉట్టిపడేలా వ్రాస్తాడంటే మాత్రం ఒప్పుకోను.

మూర్తి రహస్యాన్ని ఛేదించాలనే పట్టుదల నాలో రోజురోజుకీ ఎక్కువయిపోతోంది. ఆరోజు ఆదివారం, మెల్లిగా మూర్తి ఇంటికి బయలుదేరాను. వాడిదీ కొత్త సంసారమే. నాకన్నా రెండు నెలలు ముందే వాడి పెళ్లయింది.

ముందు హాలులో మూర్తి భార్య సరళ కూర్చుని ఉంది.

“మూర్తి లేడా చెల్లాయ్!” అని అడిగాను.

“అలా బజారుకు వెళ్లారన్నయ్యా! కూర్చోండి వచ్చేస్తారు,” అంది.

నా కళ్లు టేబుల్ మీద ఉన్న కాగితాల మీద పడ్డాయి. సరళ చేతిలో కాగితాలు, పెన్నూ. నా కళ్లు మెరిసాయి. ఇంక అంతకన్నా ఏం కావాలి?

“ఏమిటమ్మాయ్? కథా?” అన్నాను ఆత్రుతను సాధ్యమైనంత వరకూ కనబడనివ్వకుండా.

“ఏదోలెండి,” అంటూ సిగ్గుపడుతూ చిన్నగా నవ్విందా అమ్మాయి.

నాకింక అక్కడ ఉండబుద్ధి కాలేదు.

“ఇక నేను వెళ్తాను. నేను వచ్చివెళ్లానని వాడితో చెప్పమ్మాయ్,” అని వచ్చేసాను.

నాకు చెప్పలేనంత సంతోషంగా ఉంది. మిస్టరీ విడిపోయింది. ఛఛ విడగొట్టేసాను. కథలు వ్రాసేది మూర్తి కాదు, వాడి భార్య. భార్య వ్రాసిన కథలు తన పేరు మీద అచ్చేయించేసుకొని కవినని ప్రగల్భాలు పలుకుతున్నాడు. వాడి గుట్టు బయటపడిపోయింది. ఇప్పుడేం చెయ్యాలి? అంతా చాటింపు వెయ్యాలా? ఛఛ ఏమిటింత నీచంగా ఆలోచిస్తున్నాను? మరేం చెయ్యాలి? ఇంతలో నా బుర్రకొక మంచి ఐడియా వచ్చేసింది.

ఇంట్లో అడుగుపెడుతూనే, “రేణూ,” అంటూ గావుకేక పెట్టాను.

“ఏమిటండీ?” కంగారుగా పరిగెత్తుకొని వచ్చింది నా శ్రీమతి రేణుక.

“నువ్వు వెంటనే మంచి కథ వ్రాయాలి,” ఎలక్షన్లలో నిలబడమన్నంత తేలికైన విషయంలా చెప్పేసాను.

“వోస్, ఇంతేనా? దానికేం. తప్పకుండా వ్రాస్తాను,” అంది రేణు.

నాకు గాలిలో తేలిపోతున్నట్టు అనిపించింది. ఇంత తేలికగా నా సమస్య విడిపోతుందనుకోలేదు.

“కథ ఎప్పుడు మొదలు పెడతావ్?” అడిగాను, రేణు ముంగురులు సవరిస్తూ.

“ఇప్పుడే,” అంది రేణు నవ్వుతూ.

వెంటనే పరిగెత్తి తెల్ల కాగితాలు, పాడ్, పెన్నూ తెచ్చి చేతికిచ్చాను. దూరంగా పోయి కూర్చుని చూస్తున్నాను. కలం చేత్తో పట్టుకొని రేణు నిజంగానే పెద్ద కవయిత్రి లాగుంది. వెంటనే ఒక ఫొటో తీసేద్దామనిపించింది. నా పేరూ ఇక పత్రికల్లో పడు తుంది. నేనూ రచయితననిపించుకోవచ్చు. రేణుని నిజంగా మెచ్చుకోవాలి.

అరగంటయింది. కథ ఎంత వరకూ వచ్చిందో చూడాలనిపించింది. మెల్లగా వచ్చి తొంగి చూసాను. నాకు పట్టలేని ఆగ్రహం వచ్చింది. 'మన సంసారం' అని హెడ్డింగ్ పెట్టింది. పాత్రధారులు అని నా పేరూ, తన పేరూ క్రింద వ్రాసింది. క్రింద ఏవేవో ముగ్గులు వేస్తూ ఉంది.

"ఏమిటిదంతా?" అరిచాను గట్టిగా.

ఉలిక్కిపడింది రేణు. పెంకిగా నవ్వింది.

"లేకపోతే నేను కథలు వ్రాయడం ఏమిటండీ? సరదా కన్నారనుకున్నాను."

ఈ సమాధానం వినేసరికి నాకు ఇంకా కోపం వచ్చింది.

"నిజంగానే చెప్తున్నాను. నా కోసం చిన్న కథ వ్రాయలేవూ?" నేను సీరియస్‌గానే అంటున్నానని నా శ్రీమతి బుర్రకు అర్థం అయ్యేసరికి మరొక యుగం పట్టింది.

"నాకు కథలు వ్రాయడం రాదండీ," బుంగమూతి పెట్టింది.

"అవే వస్తాయి ప్రయత్నం చెయ్యండి."

"నాకు రాదండీ."

"ఇదిగో రేణూ! మంకుపట్టు పట్టకు. నువ్వు కథ వ్రాసి తీరాలి. నేనలా బజారుకు వెళ్లి వస్తాను. ఈలోపులో నువ్వో కథ వ్రాసెయ్యాలి. వ్రాస్తావు కదూ?" అని బుజ్జగించి నేను బయటకు నడిచాను.

నేను తిరిగి వచ్చేసరికి కొంచెం ఆలస్యమే అయింది. కాగితాలు ముందేసుకొని రేణు అలాగే నిద్రపోతూంది. కాగితాలు కొన్ని చిందరవందరగా పడి ఉన్నాయి. అన్నీ తీసి ఆత్రుతగా చూసాను. అన్నీ తెల్ల కాగితాలే.

కించిత్తు ఆగ్రహంతో, "ఏయ్ మొద్దూ! లే!" అరిచాను.

నా అరుపుకు ఉలిక్కిపడి లేచి కూర్చుంది. ఆ రాత్రికి నేను అలిగాను. భోం చేయలేదు. రేణు బ్రతిమాలి ఊరుకుంది. కథ వ్రాస్తేనే భోంచేస్తానన్నాను.

తెల్లారింది. రేణు ఎంత ప్రాధేయపడినా టిఫిన్ చెయ్యలేదు.

"చెయ్యను. నువ్వు కథ వ్రాయకపోతే సాయంత్రం కూడా ఇంతే," నిష్కర్షగా చెప్పేసాను.

"నాకు రాకపోతే నేనేం చేసేదండీ?" వచ్చే వచ్చే ఏడుపును ఆపుకుంటూ అంది రేణు.

నేను తలపక్కకు తిప్పేసుకున్నాను. అమ్మోయ్! ఆ కన్నీళ్లు చూడకూడదు. చూస్తే కరిగిపోతాను. గాంభీర్యం తెచ్చిపెట్టుకుని అన్నాను.

"ఎందుకు వ్రాయలేవు? మా మూర్తి భార్య సరళ వ్రాయడం లేదూ? ఆ కథలన్నీ వాడి పేరు మీద అచ్చవుతున్నాయి. నీకు మాత్రం ఏం తక్కువ? ఆ మాత్రం వ్రాయలేవూ? తప్పకుండా వ్రాస్తావు. నా మంచి రేణు కదూ? నేను వస్తాను. ఆఫీసు నుండి వచ్చేసరికి కథ రెడీగా ఉండాలి సుమా," టిఫిన్ బాక్సు కూడా తీసుకోకుండానే బయటికి నడిచాను.

ఆఫీసులో మూర్తిని చూసి గర్వంగా నవ్వుకున్నాను. 'నీ బండారం బయట పడింది లేవోయ్! నాలుగైదు రోజుల్లో నా పేరూ కవిగా మార్మోగుతుంది,' అనుకున్నాను. రేణు ఏదో బెట్టు చేస్తుందిగాని, ఆమె కథ వ్రాయగలదని నాకు పూర్తి నమ్మకముంది.

సాయంత్రం త్వరగానే ఇల్లు చేరుకున్నాను. ఇంటికి తాళం పెట్టి ఉంది. ఎక్కడికి వెళ్లుంటుంది చెప్మా అని ఆలోచించే లోపలే పక్కింటి వాళ్ల అబ్బాయి పరుగెత్తుకొని వచ్చి, "పిన్ని మీకు ఇమ్మని మా ఇంట్లో ఇచ్చి వెళ్లింది," అని తాళం చెవులు చేతికిచ్చి మళ్లీ మెరుపులా లోపలికి పరిగెత్తాడు. తాళం తీసి మెల్లిగా లోపల అడుగు పెట్టాను. కాగితాల పాడ్‌కి చిన్న ఉత్తరం తగిలించి ఉంది.

"శ్రీవారికి నమస్కారాలు,

"నాకు కథలు వ్రాయడం తెలియదు. నిజంగా అది నాకు చేతకాని పని. నాకు రాదు మొర్రో అంటే మీరు నన్ను నమ్మకుండా ఇలా హింసించడం ఏమీ బాగోలేదు. నన్నిలా ఏడిపిస్తే మీకేం వస్తుంది? కథ వ్రాయకుండా మళ్లీ మీ ముఖం చూసే ధైర్యం నాకు లేదు. అందుకనే నేను మా ఇంటికి వెళ్లిపోతున్నాను. కథలు వ్రాయమని హింసించనని మీరు హామీ ఇస్తేనే మళ్లా వస్తాను. ఇలా వ్రాస్తున్నానని నామీద కోపగించుకోకండేం? వెంటనే సెలవు పెట్టిరండి. మీరాక కోసం ఎదురుచూస్తూంటాను.

ఇట్లు

మీ ప్రియసఖి

రేణు"

ఉత్తరం పూర్తిచేసి పళ్లు పటపటా కొరికాను. అయ్ ఇంతపని చేస్తుందా రేణు? ఇంక చచ్చినా రేణు ముఖం చూడను. ఏం నేను బ్రతకలేకపోతానా? తిండి సమస్యేగా? ఆరు నెలలకు ముందు ఎలా బ్రతికాను? మళ్లీ నాయర్ హోటల్‌లోనే తింటాను. ఆరు నెలల తరువాత నాయర్ మళ్లీ మొదటిసారి గుర్తుకు వచ్చాడు.

❖ ❖ ❖

వారం రోజులు హోటల్ తిండి తినేసరికి నాకు నీరసం వచ్చింది. ఒంటరితనం భరించడం చాలా కష్టంగా ఉంది. పోయి రేణుకను తీసుకువద్దామా? అనుకున్నాను. మళ్లీ అభిమానం అడ్డొచ్చింది. నాకేనా ఆ మాత్రం పట్టుదల లేనిది అనుకున్నాను. ఇంటిలోకన్నా ఆఫీసులోనే బాగుంటుందనిపిస్తుంది.

అయిదయినా సీటులో నుండి కదలకుండా వ్రాసుకుంటున్నాను.

"ఏరా బయటికి కదలవా," పలకరించాడు మూర్తి.

"ఇంకా పనుంది," తల పైకెత్తకుండానే జవాబిచ్చాను.

ఈమధ్య మూర్తి మీద కోపం ఇంకా ఎక్కువయింది. దీనికంతటికీ కారణం వాడు కాదూ?

"పని రేపు చేసుకోవచ్చుగాని నీతో పనుంది. మా ఇంటిదాకా ఒకసారి రా!" స్నేహపూర్వకంగా భుజం తట్టాడు మూర్తి.

తల పైకెత్తి ఒకసారి చూసాను. వాడు నా మిత్రుడు. చిన్నప్పటి సహవాసి. ఏదో తెలియని ఆప్యాయత పుట్టుకొచ్చినట్లయింది. కాగితాలన్నీ మూసి వాడితో బయటపడ్డాను.

ఈమధ్య నా అవతారం కూడ మారింది. మాసిన గడ్డం, తరువాత ఈ టైపు వర్ణనలు వగైరాలతో దాదాపు దేవదాసు సంతతికి చెందినవాడిలా తయారయ్యాను. దారిలో వాడేమీ మాట్లాడలేదు. నేనూ ఏమీ కదపలేదు. వాళ్ల ఇల్లు చేరాం.

బయట ఎండ ఇంకా చెరిగేస్తుంది. ముందు హాలులో సోఫాలో కూలబడ్డాను.

"లైమ్ జ్యూస్ తీసుకోండి," తల పైకెత్తి చూసాను.

నవ్వుతూ గ్లాసుతో నిలబడి ఉంది రేణు.

"నువ్వా?" అన్నాను ఆశ్చర్యంతో.

'ఆమె నీ భార్య రేణు కాదు. కొత్తగా చేరిన మా పనిమనిషి. పోలికలు చూసి మేమూ ముందు అలాగే పొరబడ్డాము అని నేను సినిమాకథేమీ చెప్పబోవడం లేదు. ఆమె నీ భార్య రేణుకే!" అని నవ్వాడు కిటికీ తెర సవరిస్తూ మూర్తి.

అసహనంతో ఏదో అనబోయాను.

"తరువాత తీరికగా కోప్పడుదువుగాని ముందు నేను చెప్పేది విను," అన్నాడు మూర్తి నా మాటలకు అడ్డు వస్తూ.

"చెప్పేడ్వు," కోపంగా అన్నాను నేను.

మూర్తి మొదలెట్టాడు.

"నువ్వు పప్పులో కాలేసావని తెలియజేయడానికి చింతిస్తున్నాను. పత్రికల్లో పడిన కథలన్నీ వ్రాసింది నేనే. ఈ కథలు వ్రాసే జబ్బు నాలో కూడ చాలారోజుల నుండి

ఉంది. నువ్వు వ్రాసేవన్నీ తిరిగి రావడంతో నేను వ్రాసినా ఇంతేనని భయం ఉండేది. పైకి నిన్ను మాత్రం ఏడిపించేవాడిని. అలాగే నా రచనలన్నీ తెర మరుగునే అముద్రితంగా ఉండిపోయాయి. ఇన్నాళ్లకి అవి నా శ్రీమతి కంటబడ్డాయి. ఎంత వద్దన్నా వినిపించుకోకుండ పోరి వాటిని తనే ఓపికగా ఫెయిర్ కాపీ చేసి ఒక్కొక్కటి పత్రికలకు పంపింది. అదృష్టం బాగుండి అవి ప్రచురించబడ్డాయి. అంతే! నువ్వు మా అవిడ కాపీ చెయ్యడం చూసి తనే వ్రాస్తుందని అపోహపడి నీ ప్రతాపం పాపం ఆ అమ్మాయి మీద చూపించావు. దానితో ఆమె బెదిరి ఇంటికి పయనం కట్టింది. నువ్వు వెంటనే రాజీకి రాకపోతావా అన్న ధీమా, ఈ వారంరోజుల్లో నువ్వు రాకపోవడం, కనీసం ఉత్తరం వ్రాయకపోవడంతో సడలిపోయింది. వెంటనే తిరుగు ప్రయాణం కట్టింది. ఆ రావడం తిన్నగా వచ్చి మా శ్రీమతితో మొరపెట్టుకుంది. నేను మధ్యాహ్నం భోజనానికి ఇంటికి వచ్చినప్పుడు నాకిదంతా తెలిసింది. నేను..."

"ఇంకాపు అర్థమయింది," అరిచాను.

మూర్తి అన్నట్లు పప్పులో కాలేసినందుకు లోలోపల సిగ్గుపడ్డాను. మా శ్రీమతి వైపు చూసాను.

"క్షమించండి తప్పయిపోయింది. ఇంకెప్పుడూ ఇలా చెయ్యను," అని వచ్చి కాళ్ల మీదపడి బ్రతిమాలుకుంటుందేమోనని చూసాను. అబ్బే, అలా ఎందుకు చేస్తుంది? మా చెల్లాయి సరళ వెనుక నిలబడి చిలిపిగా నవ్వుతూ ఉంది.

వాళ్లందరూ నన్ను చూసి నవ్వుతున్నట్లు ఫీలయ్యాను. ఏం చెయ్యాలో తోచక గట్టిగా నవ్వేసాను.

"రా రేణూ! ఇక మన ఇంటికి పోదాం," అన్నాను తేలికపడిన స్వరంతో.

"భోంచేసి పోవచ్చులే! ఇప్పుడేం పోతారు?" అన్నాడు మూర్తి.

సరే అన్నాను.

ఇంతలో నాకు మంచి ఐడియా వచ్చేసింది. ఈ సంఘటనే పెద్ద కథగా వ్రాసేస్తే? నా తెలివికి నన్ను అభినందించుకోకుండా ఉండలేకపోయాను.

ఆంధ్ర సచిత్ర వారపత్రిక

8

పనికిమాలిన మనిషి

గురూ! అనబోయి నాలిక్కరుచుకుని, "అయ్యగారూ..." అన్నాడు గురువులు.

తలెత్తి చూసాడు గుర్నాధం.

"నేనెంత చెవిలో జోరీగలా రొదపెడుతూ ఉన్నా, మీ తీరు మీదే! సత్య హరిశ్చంద్రుడూ, ప్రవరాఖ్యుడూ మీ ముందు బలాదూరే! ఒప్పుకుంటాను. కాని ఇప్పుడు మీరున్న స్థితి వేరు! నాకు బాగా తెలుసు! చొరవ తీసుకుని అంటున్నాను. వేరేలా అనుకోకండి! మీ ఆవిడ కానుపు రేపో మాపో అని మీరే సెలవిచ్చారు. ప్రసూతి ఖర్చు భరించడానికి డబ్బెక్కడ నుంచి తేనూ అని మధనపడుతూనే ఉన్నారు. మిమ్మల్ని ఆదుకోవడానికి దేవుడే పంపించాడేమో!"

ఈ మాటలన్న గురువులు చటుక్కున ముందుకు వంగాడు. గుర్నాధం చెవి దగ్గర తన పెదవులుంచాడు, మంత్రోపదేశం చేసే గురువుగారిలా.

"దయచేసి మీ ఉజ్వలమైన చరిత్రను కొన్నంటే కొన్ని నిముషాలు మర్చిపోండి. నేను చెప్పినట్లు చేయండి. అతగాడు కట్టించే కొంపల మాటేమోగాని ఈ టెండరు చేయి దాటిపోతే ముందు తన కొంప మునిగిపోతుందని బెంబేలెత్తిపోతున్న ఓ కంట్రాక్టరు మన ఆఫీసు ముంగిట ఈ క్షణంలో పడిగాపులు కాస్తున్నాడు. లక్షల్లో వ్యవహారం మీరు 'ఊ' అనాలేగానీ కనీసం పదివేలు ముడుతుంది మీకు. ఎందుకంటే మొదటి మెట్టు మీది, ఆ తర్వాత వ్యవహారం నేను చూసుకుంటాను. ఇంతకన్న విడమర్చి చెప్పలేను. చూడు గురూ! ఇది మీకు సువర్ణావకాశం. ఆ పెద్దమనిషిని పిలవమంటారా?"

మంత్రముగ్ధుడిలాగే విన్నాడు గుర్నాధం.

"సరే! పంపించు!" అన్న మాటలు అప్రయత్నంగానే వెలువడ్డాయి, అతని నోటి వెంట.

మరుక్షణం అదృశ్యమైపోయాడు గురువులు.

ఇక్కడ-

సదరు ఆఫీసు వాతావరణం ఎలా వుంటుందో చెప్పక తప్పదు. ఆఫీసులో అడుగు పెట్టగానే పెద్ద హాలు. ఈ హాల్‌లో ఫైళ్లను చీల్చి చెండాడేసే గుమస్తాలు పన్నెండుమందీ- ఆ కార్యక్రమాన్ని పర్యవేక్షించే సూపర్‌వైజర్లు ఇద్దరూ- వెరసి పధ్నాలుగుమంది వుంటారు. హాలుకి అటు పక్కన ఆఫీసరు గది వుంది. ఆ గది ముందు అటెండర్ స్టూల్ వుంటుంది. గురువులు అది విక్రమార్క సింహాసనం

లాంటిదేమోనని భ్రమపడతాడేమో పాపం! 'ఎక్కడ నీతికి, ధర్మానికి కట్టుబడి వుండాల్సి వస్తుందేమో పాడు,' అని ఆ సీటుని వీలైనంతవరకూ ఖాళీగా ఉంచడానికే శాయ శక్తులా ప్రయత్నిస్తాడు.

ఆఫీసరుగారి గదికీ ఆ పక్కనే వున్న మరో గదికీ మధ్య చిన్న సందులాంటిది వుంది.అది టాయిలెట్లకి, ఆపైన పెరటి గుమ్మానికి దారితీస్తుంది. పక్కనే వున్న మరో గది గురించి చెప్పుకున్నాం కదా- అది స్టెనో కోసం కేటాయించబడింది. ఆ స్టెనో గుర్నాధం అని చదువరులనుకుంటే పొరపాటే. గుర్నాధం హోదాకు గుమస్తా మాత్రమే. అలాగని హాల్‌లో కూర్చునే ఆ హోదాగల పన్నెండుమందిలో అతడూ వున్నాడని చదువరులనుకుంటే మళ్లీ పప్పులో కాలేసినట్లే.

ఆ ఆఫీసులో గుర్నాధం పదమూడో గుమస్తా. అతడి సీటు స్టెనో గీతేశ్వర్‌రావు ఎదురుగా ఏర్పాటు చేయబడింది. కారణం అతడికి టైపు, షార్ట్‌హాండ్‌లో ప్రవేశం వుండటం మాత్రమే కాదు, అతని సత్ప్రవర్తనపై ఆఫీసరుగారికున్న అభిప్రాయం. ఎలాంటి ప్రలోభాలకూ లొంగక కాంట్రాక్ట్ సీటుకు న్యాయం చేయగలిగే ఏకైక వ్యక్తి ఆ ఆఫీసులో గుర్నాధమేనని ఆయన ఏర్పరచుకున్న ప్రగాఢ నమ్మకం. ఆ నమ్మకాన్ని కాపాడుతూ నిప్పులాంటి మనిషిగా పేరు తెచ్చుకున్నాడు గుర్నాధం ఇంతవరకూ!

ఇక గురువులు ఉద్యోగరీత్యా అటెండరే కావచ్చుగాని అతడి ఆస్తులకు కొదవేం లేదు. తన కోశాగారంలో ధనం బద్ధకంగా మూల్గడం భరించలేక లోక సేవార్థం వడ్డీపై అప్పులిస్తూ వుంటాడు. అలాగని కోశాగారం కాస్త ఖాళీగా వుంటే శోకభారాన్ని భరించలేడు. అందుకే నానా గడ్డీ కరుస్తాడు. అవతలి వాళ్లకి రుచి చూపిస్తాడు. ఇంకా పచ్చిగా చెప్పాలంటే బ్రతకడం చేతగాని వాళ్లకు జ్ఞానోపదేశం చేసి వాళ్ల బ్రతుకుబాటను మళ్లించి కొంచెం ధనలాభం అందించి ఆపై మిగిలింది స్వాహా చెయ్యడం అతడికి పరిపాటి.

అందుకే గుర్నాధంపై గురిచూసి బ్రహ్మాస్త్రాన్ని సంధించాడు గురువులు, సమయం చూసి మరీ! ఇన్నాళ్లు కొరకరానికొయ్యలా వున్న గుర్నాధం తన దెబ్బకు చిత్తయిపోయాడని గ్రహించి ఆనందం పట్టలేకపోయాడు. పరుగు పరుగున బయటకు వచ్చి అక్కడ అసహనంతో ఎదురుచూస్తున్న బంగారయ్యకు గ్రీన్ సిగ్నల్ ఇచ్చి పెరటి గుమ్మం వైపు దారి చూపించాడు.

బంగారపు పన్ను పలకరింపుతో గదిలోకి అడుగుపెట్టిన బంగారయ్యను క్షణకాలం తేరిపార చూసాడు గుర్నాధం.

ఆరోజు సెలవు పెట్టిన స్టెనో కుర్చీలోకి ఆహ్వానించాడు. బంగారయ్య చిన్నగా సకిలించి ఆసీనుడవుతూ అయిదు బంగారపు ఉంగరాల్ల వ్రేళ్లు చూపిస్తూ, "చాలా?" అన్నాడు.

అయిదు వేలంటున్నాడని అర్థం చేసుకోగలడు గుర్నాధం. అంతరాత్మ నోరు నొక్కితే చాలు. భార్య కానుపు ఖర్చుపోను మిగిలిన డబ్బుతో తన అప్పులన్నీ తీరి పోతాయి.

"ఏమంటారు? చాలదంటే ఈ చెయ్యి కూడ జత చేస్తాను," బంగారపు పన్ను తళుక్కుమంటుండగా పదివేలకు సిద్ధం అన్నట్లు వ్రేళ్లతో వేల భాష మాట్లాడాడు బంగారయ్య.

ఒక్క క్షణం...

ఒకే ఒక్క క్షణం...

నీతికీ, అవినీతికీ ధర కట్టిన ఆ క్షణం...

"మిమ్మల్ని సెలవు తీసుకోమంటున్నాను," కటువుగా అన్నాడు గుర్నాధం కమ్ముకోయిన మైకాన్ని విదిలిస్తూ!

బతక నేర్చిన బంగారయ్య గమనించనే గమనించాడు గుర్నాధం కళ్లలోని తీక్షణతను! అందుకే మారు మాట్లాడక వెకిలి బంగారపు నవ్వొకటి వదలి బయటకు నడిచాడు.

మరో కొన్ని క్షణాలు గడిచాయో లేదో గురువులు విసురుగా గదిలోకి ప్రవేశించాడు.

గుర్నాధం తలెత్తలేదు.

అతి కష్టం మీద అతని గొంతు మాత్రం ఎలాగో పెకిలింది.

"గురువులూ! నేను పనికిమాలిన మనిషిని! నన్ను క్షమించు. నాకు అప్పివ్వు! మళ్లీ వడ్డీకే! ఒక వెయ్యయినా సర్దు!"

సునాయాసంగా చేజిక్కించుకోగలిగిన పదివేల రూపాయలకి మోకాలడ్డి వెయ్యి రూపాయలు అప్పుగా ప్రసాదించమని ప్రాధేయపడుతున్న ఆ మనిషిని చిత్రంగా చూస్తూ నిలబడిపోయాడు గురువులు.

ప్రస్థానం మాసపత్రిక

9

కిడ్నాపింగ్

కన్నప్ప జైలు నుండి బయటకు వచ్చి అది ఆరో రోజు. ఇంటి దగ్గర కూర్చుని కూర్చుని చాల విసుగ్గా ఉంది. బీడీ తీసి వెలిగించాడు. రెండు దమ్ములు పీల్చి వదిలాడు. అతని బుర్రంతా ఆలోచనలతో నిండి వుంది. మరో దమ్ము పీల్చబోయాడు. బీడీ ఆరి పోయింది. 'వెధవది, అప్పుడే ఆరిపోయింది,' తిట్టుకుంటూ మళ్లీ వెలిగించాడు.

అయినా బీడీలు కాల్చాల్సిన ఖర్మేమిటి తనకు? తను అనుకున్నట్లు అంతా సవ్యంగా జరిగితే దొరలు కాల్చే ఖరీదయిన చుట్టలే కాల్చవచ్చు.

"నాన్నా!" అంటూ ఏడ్చుకుంటూ వచ్చాడు అయిదేళ్ల కొడుకు శేషు.

"ఏడుస్తున్నావేరా?" కొడుకును ఎత్తుకున్నాడు కన్నప్ప. కొడుకంటే కన్నప్పకు ప్రాణం. అందులోనూ లేకలేక కలిగిన సంతానం. వాడి మీద చాల ఆశలున్నాయి కన్నప్పకు. వాడు తనలా కాకుండా చాల గొప్పవాడు కావాలని ఆశ.

వాడు ఏడుపు మానలేదు.

"ఏమయిందిరా? ఎవడైనా కొట్టాడా? వాడి ఎముకలు విరగ్గొడతాను," బుజ్జగిస్తూ అడిగాడు.

"నాన్నా, మరేమో సత్తిగాడు కొత్త లాగు కుట్టించుకున్నాడు. నా లాగు చూడు. ఎలా చిరిగిపోయిందో? వాడు నా లాగు చూసి గేలి చేస్తున్నాడు," ఫిర్యాదు చేశాడు కొడుకు.

"ఓస్! ఇంతే కదరా. వాడికి వున్న కొత్త లాగు ఒక్కటేరా. నీకు పది కొత్త లాగులు కుట్టిస్తాను. రెండు రోజులాగు".

"నిజంగానా?" నమ్మలేనట్లు చూసాడు శేషు తండ్రి వంక.

"నిజమేరా వెర్రినాయనా. నా బంగారం కదూ. పోయి ఆడుకో," వాడిని ముద్దు పెట్టుకుని దించేసాడు కన్నప్ప.

సంతోషంతో మెరుస్తున్న కళ్లతో బయటకు పరుగెత్తాడు శేషు.

సాయంత్రమయింది. చొక్కా వేసుకుని బయలుదేరాడు కన్నప్ప. ఊరి బయటకు వచ్చేసాడు. దూరంగా వున్న కొండవైపు బయలుదేరాడు. కొండ ఎక్కి ఒక బండ మీద కూర్చున్నాడు.

జేబులో నుండి బీడీ తీసి ముట్టించాడు. వరుసగా నాలుగు బీడీలు కాల్చాడు. ఇంక కాలుద్దామన్నా బీడీల్లేవు. అయిపోయాయి. ఇంకా రాడే వీడు? మనసులోనే తిట్టుకున్నాడు.

ఇంతలోనే దూరంగా వస్తూ కనపించాడు సిద్ధప్ప. సిద్ధప్ప వస్తూనే అడిగాడు. "ఏమిటి గురూ! సంగతి? ఎందుకు ఇక్కడికి రమ్మన్నావ్?"

"అదంతా చెప్తాను కాని ముందో బీడీ పారెయ్యి."

"బీడీ ఏం ఖర్మ? సిగరెట్టే కాల్చు," సిగరెట్ అందించాడు సిద్ధప్ప.

"జోరు మీద వున్నట్లున్నావ్. ఏమిటి సంగతి?" అడిగాడు కన్నప్ప.

"నిన్న కాస్త బరువైన పర్సే దొరికిందిలే. నాలుగు రోజులుదాకా కడుపులో చల్ల కదలకుండా కూర్చోవచ్చు," నవ్వాడు సిద్ధప్ప.

కన్నప్ప, సిద్ధప్ప వైపు కన్నార్పకుండా చూసాడు.

సిద్ధప్ప నల్లగా వుంటాడు. దుబ్బుజుట్టు. కోర మీసం, లుంగీ కట్టు, మాసి పోయిన లాల్చీ, ఎర్రగా వున్న కళ్లు, గారపట్టిన పళ్లు, దున్నపోతు వళ్లు. చూడ్డానికి రౌడీలా వుంటాడు.

సిద్ధప్ప కూడ కన్నప్పను పరిశీలనగా చూసాడు. కన్నప్ప పొట్టిగా వుంటాడు. పూర్తిగా నలుపూ కాదు, ఎరుపూ కాదు. ఒక మోస్తరు రంగులో వుంటాడు. కండలు తిరిగిన శరీరం, నుదుటి మీద కాల్చిన మచ్చ, చేతి మీద పెద్ద పచ్చ, అతడ్ని చూడగానే కనిపించేవి.

"ఏమిటి సంగతి?" మళ్లీ అడిగాడు సిద్ధప్ప.

"చెప్తాను లేవోయ్, ముందు కూర్చో," అన్నాడు కన్నప్ప.

సిద్ధప్ప ఒక బండ మీద చతికిలబడ్డాడు.

కన్నప్ప మొదలెట్టాడు. "నేను జైలు నుండి వచ్చి ఈరోజుకిది ఆరో రోజు. డ్యూటీ కెక్కకుండా ఈ ఆరు రోజులు ఇంట్లోనే కూర్చున్నా. కూర్చుని గోళ్లు గిల్లుకుంటున్నా ననుకుంటున్నావా?" గట్టిగా నవ్వాడు.

"చిల్లర దొంగతనాలు చెయ్యడం, పట్టుబడడం, జైలు కెళ్లడం, ఇది మనకు మామూలయిపోయింది. ఈ చిల్లర దొంగతనాల మూలంగా మనం బావుకొనేది ఏమీ లేదు. నేనొక ప్లాను వేసాను. ఈ ప్లాను పారితే మనమిక దొంగతనాలు మానేసి హాయిగా ఏదో ఒక వ్యాపారం చేసుకుంటూ బ్రతకొచ్చు."

"ఏమిటా ప్లాను?" కుతూహలంగా చూసాడు సిద్ధప్ప.

"సాధారణంగా దొంగతనానికెళ్తే ఎత్తుకొచ్చేది డబ్బు. కాని మనం డబ్బు కాదు. మనుషుల్ని ఎత్తుకు రావాలి. ఆ తరువాత వాళ్లను ఎరగా చూపి వాళ్ల వాళ్ల నుండి డబ్బు గుంజుతాం. డబ్బిచ్చేస్తే వాళ్లనొదిలేస్తాం".

"బాగానే వుంది. నీకెలాగొచ్చిందీ ఐడియా?"

"జైల్లో ఒకడు తగిలాడులే. మనమంటే ఎరగంగాని దేశంలో ఇలాంటివి చాలా జరుగుతున్నాయంట. వాడు చెప్పాడు."

"మరయితే ఎవర్ని ఎత్తుకురావడం?"

"సేట్ చమన్‌లాల్ తెలుసుగా? నగల కొట్టాడు. దొంగ బంగారమమ్మి లక్షలు సంపాదించాడు. వాడికొక్కడే కొడుకు. చిన్న పిల్లాడే. నాలుగయిదేళ్లుంటాయి. వాడిని ఎత్తుకొస్తే సరి, దెబ్బతో వాడి బాబు దిగివస్తాడు. మనమడిగిన సొమ్ము కక్కి కొడుకును విడిపించుకుంటాడు."

"అయితే ఎంత అడగొచ్చంటావ్?" అడిగాడు ఆశగా సిద్ధప్ప.

"నువ్వు చెప్పు."

"పదివేలు బేరం పెడదాం."

"థూ... ఏమి పదివేలురా? పాతిక వేలు. వాడా లక్షలు గడించాడు. పాతిక వేలు వాడికొక లెక్క కాదు. కొడుకుకన్నా ఎక్కువా?"

"సరే వాడి కొడుకును ఎత్తుకొచ్చామే అనుకో. వాడు పోలీసులకు చెప్తేనో?"

"పోలీసులకు చెప్తే పిల్లాడి ప్రాణాలు తీస్తామని బెదిరించమా?"

"అయినా వాడు డబ్బు ఇవ్వడనుకో? అప్పుడు పిల్లాడ్ని యేం చెయ్యాలి?"

"చంపేయాలి," తాపీగా అన్నాడు కన్నప్ప.

"కొన్నాళ్లాగి ఇంకొకడి కొడుకును ఎత్తుకొస్తాం. అప్పటికీ గొడవ ఎలాగూ బయట కొస్తుంది. వాడన్నా భయపడి వాడి కొడుకూ చస్తాడని మనమడిగిన డబ్బు తెచ్చిస్తాడు."

"అయినా నీ పిచ్చిగాని వెధవ డబ్బు కోసం కొడుకును వదిలేసుకుంటాడా ఎవడైనా? సేట్ చమన్‌లాల్ మనకు లొంగడం ఖాయం," ఖచ్చితంగా చెప్పేసాడు కన్నప్ప.

"అయితే ఈ రాత్రికే పని జరిపించేద్దామా?" ఉత్సాహంగా అన్నాడు సిద్ధప్ప.

"నోర్మూయ్, నీకంతా తొందరే. దీనికంతటికీ జాగ్రత్తగా ప్లాన్ వేసి వుంచాను. టాక్సీ డ్రైవరు రంగయ్య నీ దోస్తే కదా?"

"అవును."

"రేపు సాయంత్రం అయిదింటికల్లా టాక్సీ మన చేతుల్లో వుండాలి. మళ్లీ ఏడింటికల్లా ఇచ్చేస్తానని ఒప్పించు."

"అది నేను చూసుకోగలను కాని కారెందుకు?" గట్టిగా దమ్ములాగి సిగరెట్ పారేస్తూ అన్నాడు సిద్ధప్ప.

"జాగ్రత్తగా విను. చమన్‌లాల్ ఇంటి ముందే ఒక పార్కు వుంది. ప్రతి సాయంత్రం వాడి కొడుకును ఆడించడానికి ఆయా ఆ పార్కుకు తీసుకొస్తుంది. ఆ అవకాశం మనం ఉపయోగించుకోవాలి. అదీ సంగతి."

"ఆ కుర్రాడ్ని ఎత్తుకొచ్చి ఎక్కడ దాయాలి?"

"ఎక్కడో ఎందుకు? ఇక్కడే ఈ కొండమీద పాడుబడిన దేవాలయం ఉందిగా? ఇక్కడ దాస్తే దేవుడు కూడ కనుక్కోలేడు. అసలు ఈ గుళ్లు వున్నాయి చూడు, మన

లాంటి వాళ్ల అవసరాల కోసమే ఇవి పాడుపడ్తాయి కాబోలు," పకపకా నవ్వాడు కన్నప్ప.

అతని నవ్వుతో నవ్వు కలిపాడు సిద్ధప్ప.

❖ ❖ ❖

మరునాడు సాయంత్రం అయిదున్నరకు పార్కు దగ్గర టాక్సీ ఆగింది. చెట్టు చాటున నిలబడి వున్న కన్నప్ప గబగబా టాక్సీవైపు వచ్చాడు. టాక్సీలో సిద్ధప్ప వున్నాడు.

"ఏమిటి సంగతి?" అన్నట్లు కళ్లతోనే అడిగాడు సిద్ధప్ప.

"తెచ్చావా?" అడిగాడు కన్నప్ప.

తల ఊపుతూ ఒక బిస్కట్ ప్యాకెట్ కన్నప్పకు అందించాడు సిద్ధప్ప.

"రెండు క్షణాల్లో వచ్చేస్తాను. తయారుగా వుండు," గబగబా పార్కులోకి వెళ్లాడు కన్నప్ప.

లైనింగ్ చేసిన ఫెన్సింగ్ చాటుగా నిలబడ్డాడు. పార్కులో చాలామంది వున్నారు. ఎవరి గొడవలో వాళ్లున్నారు. పార్కుకొచ్చిన జంటలు ఈ లోకాన్ని మరిచి పోయి కబుర్లు చెప్పుకుంటున్నారు. ముసలివాళ్లు లోకాభిరామాయణంలో మునిగి తేలుతున్నారు. పిల్లలు ఆడుకుంటున్నారు.

చమన్‌లాల్ కొడుకు పెద్ద బంతితో ఆడుకుంటున్నాడు. ఆయా అటువైపు తిరిగి ఎవరితోనో కబుర్లు చెపుతోంది. కన్నప్ప ఓపికగా కాచుకు కూర్చున్నాడు. కాస్సేపటికి కుర్రాడు తన్నిన బంతి కన్నప్ప వైపు వచ్చిపడింది. కన్నప్ప ఆనందానికి అంతులేదు. బంతి కోసం కుర్రాడు పరిగెత్తుకుంటూ వచ్చాడు.

"బాబూ," తియ్యగా నవ్వుతూ పిలిచాడు కన్నప్ప.

ఆ కుర్రాడు కన్నప్ప వైపు చూసాడు.

కన్నప్ప బిస్కెట్ ప్యాకెట్ చూపిస్తూ, "కావాలా?" అని అడిగాడు.

బిస్కెట్లు చూడగానే కుర్రాడి కళ్లు మెరిసాయి.

"రా బాబూ, నీ కోసమే ఇవన్నీ."

ఆశగా చూస్తూ కుర్రాడు కన్నప్ప వైపు నడిచాడు. బిస్కెట్ ప్యాకెట్ అందించాడు కన్నప్ప.

"ఇంకా కావాలా? నా దగ్గర బోలెడున్నాయి. నాతో వస్తే ఇస్తాను," చేతులతో అభినయిస్తూ అన్నాడు కన్నప్ప

కావాలన్నట్లు తలాడించాడు కుర్రాడు.

చుట్టూ పరీక్షగా చూసాడు కన్నప్ప. ఎవరూ తనను గమనించడంలేదు. ఆయా ఇంకా గలగల నవ్వుతూ ఏదో మాట్లాడుతూనే ఉంది.

కుర్రాడ్ని ఎత్తుకుని రెండంగల్లో బయటపడ్డాడు కన్నప్ప.

కన్నప్ప పక్కనే వచ్చి కారాగింది. మెరుపులా కారులోకి దూకాడు కన్నప్ప.

కారు శరవేగంతో ముందుకు దూకింది. ఊరుదాటి కొండ దగ్గరగా ఆగింది కారు. కుర్రాడ్ని భుజాన వేసుకుని దిగాడు. గబగబా కొండెక్కసాగారు. కుర్రాడు నిద్రపోతున్నాడు.

"వాడు అప్పుడే లేవడు. బిస్కెట్లలో మత్తుమందు బాగా కలిపాను," వికృతంగా నవ్వాడు సిద్ధప్ప.

గుడిలోకి ప్రవేశించారు ఇద్దరూ. అక్కడక్కడ రాలిపోయిన ఇటుకలు, సాలెగూళ్లు, బూజులు బాగా శిథిలావస్థలో ఉంది ఆ గుడి.

గుడిలో ఒక మూలగా కుర్రాడ్ని పడుకోబెట్టాడు కన్నప్ప.

ఇద్దరూ కొండ దిగి కారెక్కారు. కారు ఊరిలోకి ప్రవేశించింది. ఒక పబ్లిక్ టెలిఫోన్ బూత్ దగ్గర కారాపమన్నాడు కన్నప్ప.

"నేను సేట్ చమన్లాల్కి ఈ శుభవార్త ఫోన్లో చెప్పి వస్తాను. నువ్వు కారు ఇచ్చేసి వెంటనే కొండ దగ్గరకు వచ్చేయ్."

సరేనని తల ఊపాడు సిద్ధప్ప. కన్నప్ప కారు దిగాడు. వెంటనే కారు ముందుకు దూకింది.

❖   ❖   ❖

సిద్ధప్ప తిరిగి వచ్చేసరికి కన్నప్ప గుళ్లో ఒక మూల కూర్చుని కునికిపాట్లు పడుతున్నాడు.

అలికిడి కావడంతో ఉలిక్కిపడి లేచాడు. సిద్ధప్పను చూడగానే నవ్వాడు.

"ఏమయింది?"

"అయ్యేదేముంది? రేపు ఉదయం ఆరింటికల్లా డబ్బు తీసుకుని ఈ గుడి దగ్గరకు రమ్మని చెప్పాను. పిచ్చిపిచ్చి వేషాలు వేస్తే కొడుకు ప్రాణాలు పైకెళ్లిపోతాయని బెదిరించాను."

"ఏమన్నాడు?"

"ఏమంటాడు? తన కొడుకు విలువ పాతిక వేలంటే చాలా తక్కువని వాడికి బాగా తెలుసు. రేపు ఉదయం ఆరింటికల్లా పాతికవేలు తీసుకుని మన కాళ్ల ముందుం టాడు. పొరబాటు చేసాం. యాభైవేలు అడిగి వుండాల్సింది," కన్నప్ప నవ్వాడు.

"తొందరగా తెల్లారితే బాగుండును. ఈ రాత్రంతా ఎప్పటికి గడుస్తుందో?" విసుగ్గా అన్నాడు సిద్ధప్ప.

"నీదసలే మొద్దు నిద్ర. ఎవడూ లేపకుండా ఉంటే సరి. వరుసగా వారం రోజులు నిద్రపోయినా నిద్రపోగలవు. హాయిగా పడుకుని నిద్రపో."

"మరి నువ్వు?"

"నేను నీకూ, వీడికీ కాపలా?" మళ్లీ నవ్వాడు కన్నప్ప.

❖ ❖ ❖

తెల్లారింది. చీకటి విచ్చుకుని ఆ స్థానే వెలుగు చోటు చేసుకొంటోంది. సిద్ధప్ప లేచి కూర్చున్నాడు.

"అప్పుడే మెలకువ వచ్చేసిందా?" అన్నాడు కన్నప్ప రాత్రంతా నిద్రలేకపోవడం వల్ల అతడి కళ్లు ఎర్రగా ఉన్నాయి.

"నిద్ర ఎక్కడపట్టి చచ్చింది కళ్ల ముందు రూపాయిలు తాండవమాడుతుంటే?" కళ్లు నులుముకుంటూ అన్నాడు సిద్ధప్ప.

సేట్ చమన్‌లాల్ కొడుకు ఇంకా అలాగే పడుకుని నిద్రపోతున్నాడు.

"ఇంకాస్సేపు ఇలాగే పడుకుని నిద్రపోరా బాబూ. కాస్సేపటిలో నీ బాబు వచ్చి తీసుకుపోతాడు," పకపకా నవ్వాడు సిద్ధప్ప.

కన్నప్ప కూడ నవ్వాడు.

బాగా వెలుగొచ్చేసింది.

"చేతికి గడియారమైనా లేదు. టైమెంటయిందో, తెలిసి చావడం లేదు. డబ్బు చేతికి రాగానే ముందు మంచి వాచీ ఒకటి కొనాలి," సాలోచనగా అన్నాడు సిద్ధప్ప.

అతడి వంక అదో మాదిరిగా చూసి తనలో తాను నవ్వుకున్నాడు కన్నప్ప.

గుడి గుమ్మం దగ్గర చేరి చమన్‌లాల్ రాక కోసం ఎదురుచూడసాగారు.

దుమ్ము రేపుకుంటూ వేగంగా వస్తున్న నల్లకారు కనిపించగానే ఇద్దరి కళ్లూ మెరిసాయి.

కారులో నుండి చమన్‌లాల్ దిగాడు. అతని చేతిలో నల్లటి బ్రీఫ్‌కేస్ ఉంది. బిత్తర చూపులు చూస్తూ కొండ ఎక్కసాగాడు.

కన్నప్ప కళ్లు చురుగ్గా చుట్టుపక్కలంతా పరికించాయి. సేట్ ఒక్కడే వచ్చాడని నిర్ధారణ చేసుకున్న తరువాత తృప్తిగా శ్వాస విడిచాడు.

సిద్ధప్ప వైపు తిరిగి కన్నుగీటి ముఖం కనబడకుండ నల్లటి ముసుగు వేసుకు న్నాడు. సిద్ధప్ప కూడా అదే ప్రకారం చేసాడు.

కన్నప్ప సేట్‌కు ఎదురువెళ్లాడు.

సేట్ కన్నప్ప వైపు భయంభయంగా చూసాడు.

"డబ్బు తెచ్చావా? పిచ్చిపిచ్చి వేషాలేమీ వెయ్యలేదు కదా?" గర్జించాడు కన్నప్ప.

"నా కొడుకేడి? నువ్వు తెమ్మన్న డబ్బు తెచ్చాను. నా కొడుకును నాకు అప్పగించు," ప్రాధేయపడుతూ అడిగాడు సేట్.

సేట్ చేతిలోని బ్రీఫ్‌కేస్ అందుకుని తెరిచి చూసాడు. దొంతరగా పేర్చిన నోట్ల కట్టలు. డబ్బు సరిగ్గా ఉందోలేదోనని పరీక్షగా చూసాడు. చిన్నగా ఈల వేసాడు.

సేట్ కొడుకును ఎత్తుకుని కత్తి చేత్తో పట్టుకుని సిద్ధప్ప గుడిలో నుండి బయటకు వచ్చాడు.

"మన సొమ్ము మనకు అందింది. కుర్రాడ్ని ఇచ్చేయ్," సిద్ధప్ప చేతుల్లో నుండి కొడుకును అందుకుని గుండెకు హత్తుకున్నాడు సేట్ చమన్‌లాల్.

"సేట్, అన్నమాట ప్రకారం నీ కొడుకును నీకు అప్పజెప్పాను. ఈ సంగతి ఇంతటితో మర్చిపో. వ్యాపారంలో పాతికవేలు నష్టపోయానని సరిపెట్టుకో. ఈ విషయం గురించి తిరిగి తవ్వడం నీకూ, నీ కొడుకు ప్రాణానికి కోరి ముప్పు తెచ్చుకోవడమేనని తెలుసుకో. ఇక నువ్వు వెళ్లవచ్చు," ఉరుముతూ అన్నాడు కన్నప్ప.

దడదడలాడుతున్న గుండెల్ని చేతబట్టుకుని గబగబా వెనుతిరిగి వెళ్లిపోయాడు సేట్. మరి కొద్దిక్షణాల్లో అతడి కారు దుమ్ము రేపుకుంటూ వాళ్ల కళ్ల ముందు నుండి అదృశ్యమైంది.

"ఏది నా వాటా?" ఆత్రుతగా అడిగాడు సిద్ధప్ప.

"పిచ్చగా మాట్లాడకు. మనమిప్పుడు వాటాలు పంచుకుంటూ కూర్చుంటే కొంపలు మునుగుతాయి. మనం ఇక్కడ అట్టేసేపు ఉండటం కూడ క్షేమకరం కాదు. డబ్బు భద్రపర్చి వస్తాను. నువ్వటు వెళ్లిపో. సాయంత్రం అయిదింటికి గాంధీ పార్కులో నన్ను కలుసుకో," సిద్ధప్పను కంగారుపెట్టాడు కన్నప్ప.

సిద్ధప్ప ఏదో అనాలని తటపటాయించాడు. అతడు నోరు తెరిచే లోపుగానే కన్నప్ప కనుమరుగయిపోయాడు.

❖ ❖ ❖

సాయంత్రం అయిదుగంటలు దాటింది. గాంధీ పార్కులో సిద్ధప్ప కన్నప్ప కోసం ఎదురుచూస్తున్నాడు. సరిగ్గా అయిదున్నర కొట్టేసరికి కన్నప్ప వచ్చాడు. కన్నప్పను చూడగానే సంతోషంతో లేచి నిలబడ్డాడు సిద్ధప్ప.

"మనం అనుకున్న పని ఏ ఆటంకం లేకుండ సాగిపోయింది. అంతా సవ్యంగానే ఉంది. ఇదిగో నీ వాటా," జేబులో నుండి నోట్లకట్ట తీసి సిద్ధప్ప వైపు విసిరాడు.

నోట్లకట్టను అందుకుని అటు ఇటు తిప్పి చూసి, "ఏమిటిది?" అన్నాడు సిద్ధప్ప.

"వెయ్యి రూపాయిలు. నీ వాటా," తాపీగా అన్నాడు కన్నప్ప.

"మోసం... దగా... అన్యాయం," గట్టిగా అరిచాడు సిద్ధప్ప.

"అట్టే గట్టిగా అరవక. ఇందులో మోసం ఏముంది?"

"మోసంకాక మరేమిటి? పాతికవేలలో న్యాయంగా నాకు సగం వాటా రావాలి. నువ్విలా చేస్తావని నేను కలలో కూడా అనుకోలేదు. మర్యాదగా నాకు రావలసిన వాటా నాకిచ్చేయ్," కోపంగా అన్నాడు సిద్ధప్ప.

కన్నప్ప నవ్వాడు.

"నీకు సమాన వాటా ఇవ్వాలా? ఎందుకో? అసలు నీకు ఇంత వాటా ఇస్తానని ఏమైనా మాట ఇచ్చానా? ప్లాన్ వేసింది నేను. కుర్రాడ్ని ఎత్తుకొచ్చింది నేను. నువ్వు చేసిందేముందని నీకు సగం వాటా ఇవ్వాలి? అసలేమీ ఇవ్వకపోతే మాత్రం నువ్వేం చేస్తావ్? ఏం చెయ్యగలవ్? మొండితనానికి పోక ఈ వెయ్యి రూపాయిలతో తృప్తిపడు."

"నువ్వు నన్ను అనవసరంగా రెచ్చగొడుతున్నావ్. నిన్ను నమ్మినందుకు నాకిదా ప్రతిఫలం? మర్యాదగా నా వాటా నాకిచ్చేయ్. లేకుంటే తరువాత బాధపడి ప్రయోజనం ఉండదు," పిడికిలి బిగిస్తూ అన్నాడు సిద్ధప్ప.

"నీ ఇష్టం వచ్చినట్లు చేసుకో. నీ బెదిరింపులకు లొంగడానికి నేనేమీ గాజులు తొడుక్కు కూర్చోలేదు," నిర్లక్ష్యంగా అన్నాడు కన్నప్ప.

"సరే, చూస్తాను," పళ్లు పటపట కొరుకుతూ వెళ్లిపోయాడు సిద్ధప్ప.

కన్నప్ప తనలో తాను నవ్వుకున్నాడు. సిద్ధప్పకు చాలా తేలికగా టోకరా ఇవ్వగలిగినందుకు తనను తాను అభినందించుకున్నాడు. సిద్ధప్ప తనను ఏమీ చెయ్యలేడు. ఎవరికీ చెప్పలేడు. బయటకు చెప్తే అతనికీ ముప్పే.

పక్కనే సువాసన తగలడంతో అటు చూసాడు. తూలుకుంటూ పోతున్నాడొక దేవదాసు. తాగాలన్న కోరిక చెలరేగిందతని మనసులో. జేబులో డబ్బులు పుష్కలంగా ఉన్నాయి.

బార్ వైపు దారి తీసాడు.

తెలతెలవారుతుండగా కూనిరాగం తీస్తూ ఇంటిలో అడుగుపెట్టాడు.

భార్య ఎదురొచ్చింది. ముఖం చిట్లిస్తూ, "ఇప్పుడా ఇంటికి రావడం? శేషేడి?" అంది.

తల తిరిగింది కన్నప్పకు.

"శేషా? ఇంట్లో లేడూ?" అప్రయత్నంగా వెలువడ్డాయి అతని నోట్లో నుండి ఆ మాటలు.

ఈసారి విస్తుపోవడం అతని భార్య వంతయింది.

"అదేమిటండీ, నిన్న సాయంత్రం శేషుని తీసుకుని సిద్ధప్ప మీ దగ్గరకు రాలేదూ?" ఖంగారుగా అంది.

పిచ్చెక్కినట్లనిపించింది కన్నప్పకు. తనను తాను తమాయించుకుని, "అసలేమయిందో సరిగ్గా చెప్పు," అన్నాడు.

"నిన్న సాయంత్రం చీకటి పడుతుండగా సిద్ధప్ప వచ్చాడు. మీరు ఇంట్లో అప్ప చెప్పమన్నారని ఈ బియ్యం బస్తా ఇంట్లో పెట్టించాడు. మీరు బట్టల కొట్లో ఉన్నారనీ శేషుకు బట్టలు కొనడానికి తీసుకురమ్మన్నారనీ చెప్పాడు. ఈ పెట్టె మీరు భద్రపరచమన్నారని ఇచ్చాడు".

లోపలకు వెళ్లి చిన్న అట్ట పెట్టె తెచ్చి ఇచ్చింది. పెట్టె సీలుచేసి ఉంది. కన్నప్ప పెట్టె తెరిచి చూసాడు. అందులో చిన్న కాగితం ఉంది. వంకర టింకర అక్షరాలతో ఇలా వ్రాసి ఉంది.

కన్నప్పగాడికి,

ఒరేయ్! నన్ను మోసం చేసానని మిడిసిపడుతున్నావు కదూ? నన్ను వెర్రివాడి జమకింద లెక్కకట్టావు కదూ? నీ కొడుకునే ఎత్తుకుపోతున్నాను. నువ్వన్నమాట నిజమే. గుడులు మనలాంటి వాళ్ల కోసమే పాడుబడ్తాయి. మన ఊర్లో పాడుబడ్డ గుడులకు తక్కువేమీ లేదు. ఊరికి ఉత్తరం వేపున పాడుబడ్డ రాములవారి గుడి దగ్గరకు రేపు ఉదయం ఆరింటికల్లా రావాలి. అదీ డబ్బుతో. ఈసారి ప్లాన్ వేసింది నేను కాబట్టి ఒక వెయ్యి రూపాయలు మాత్రం ఉంచుకుని మిగతా సొమ్మంతా తీసుకురావాలి. ప్రొద్దున్నకల్లా నాకు డబ్బు అందకపోతే నీ కొడుకు నీకు దక్కడు. నేనసలే జాలిలేని మనిషినని తెలుసుగా-

సిద్ధప్ప.

చదవడం పూర్తి చేసి, "ఎంత పని చేసాడు," అని పళ్లు పటపట కొరికాడు కన్నప్ప.

అతనివంకే అయోమయంగా చూస్తున్న అతని భార్య, "నా కొడుకేమయ్యాడు దేవుడో," అంటూ బావురుమంది.

"నోరుముయ్, ఏమయిందని శోకాలు మొదలెట్టావ్? నేను వెళ్లి శేషును తీసుకొస్తాను," కసిరాడు భార్యను.

అతనంటే భయం. అతని నోరంటే మరీ భయం అతని భార్యకు. గుడ్ల నీరు కుక్కుకుంటూ లోపలికి వెళ్లిపోయింది.

కన్నప్ప కూడా మనిషే. అతనిలోనూ రక్తమాంసాలున్నాయి. కొడుకంటే అతనికి ప్రాణం. ఆ కొడుకును ఇప్పుడు సిద్ధప్ప ఎత్తుకెళ్లాడు. అతనికళ్ల ముందు సేట్ చమన్ లాల్ మెదిలాడు. అదే పరిస్థితి తనకు ఏర్పడుతుందని అతను కలలో కూడ అనుకో లేదు. అందుకే అతని కళ్లలో కూడ నీళ్లు సుడులు తిరిగాయి.

తను తవ్విన గొయ్యిలో తనూ పడే అవకాశముందని ఆలోచించనైనా లేదు. సిద్ధప్ప ఎంతకైనా తెగిస్తాడు. వేరే దారిలేదు. తన కొడుకును రక్షించుకోవాలి.

తిన్నగా తను డబ్బు దాచిన చోటికి బయలుదేరాడు.

అపరాధ పరిశోధన మాసపత్రిక

10

నిలయ విద్వాంసుడు

విసవిసా నడుస్తూ గదిలోకి వచ్చిన మీనాక్షి విస్మయంతో గడప దగ్గరే ఆగిపోయింది. నిద్రలో కూడ చిరునవ్వులు చిందిస్తున్న తన పతిదేవుడి ముఖం చూసి మురిసి పోయింది. తను అతడ్ని లేపడానికి వచ్చిందన్న విషయం కూడ విస్మరించి అలాగే నిలబడిపోయింది.

'ఏ మధురస్వప్నంలో మునిగి తేలుతున్నారో? ఆయన తీయని కలలకు అంతరాయం కలిగించిన దాన్నవుతాను.'

అతడ్ని లేపడానికి ఆమెకు మనసు రాలేదు. 'ఇంకాస్సేపయిన తరువాత లేపితే పోలే,' అనుకుని వెనుతిరగబోయిన ఆమె నిర్ణయాన్ని వమ్ము చేస్తూ పతిదేవుడు పెదవి విప్పాడు. చిరునవ్వు అప్పటికే చిన్నపాటి కీచు నవ్వుగా మారింది.

"అయితే సార్, ఈ కేసు ఇంక క్లోజు చేసెయ్యమంటారా?" ఈ మాటలు తన కర్ణపుటాలను సోకీ సోకగానే మీనాక్షి మీనాల్లాంటి కళ్లు మరింత పెద్దవయ్యాయి. "నా ఖర్మ," అంటూ తల కొట్టుకుంది. ఒక్క విసురులో వచ్చి పతిదేవుడ్ని కుదిపి పారేసింది.

అదిరిపడి లేచాడు పతిదేవుడు. "ఏమయిందన్నాడు," కంగారుగా.

"ఇంకా ఏం కావాలి? చివరకు నిద్రలో కూడ కలవరింతలు మొదలుపెట్టారూ? ఆ ఆఫీసునూ, ఆఫీసర్నే కట్టుకోలేకపోయారా? మీకు వేరే పెళ్లాం, పిల్లలు, సంసారం ఎందుకు?" మరొకసారి తల బాదుకుంది మీనాక్షి, ఒకింత శోకరసాన్ని ఒలకబోస్తూ.

"అబ్బ, ప్రొద్దున్నే ఏమిటి నీ గోల? చక్కని నిద్ర పాడుచేసావ్ కదుటే," భార్య మీద విరుచుకుపడ్డాడు పతిదేవుడు.

ఈ సదరు పతిదేవుడి పూర్తి పేరేమిటో అతడే మర్చిపోయాడు. కాలం కొంచెం కొంచెం కొరుక్కు తినేయగా మిగిలిన పేరు దాసు. ఒకానొక చిన్న ఆఫీసులో దాసు చిన్న గుమాస్తాగిరి వెలగబెడుతున్నాడు. ఉద్యోగి జీవితం ఆఫీసుకే అంకితమంటే ముందు అవుననేది దాసే. ఇరవై నాలుగు గంటలూ ఆఫీసులో గడిపేయమన్నా అందుకు దాసు సంసిద్ధుడే. అతడు రాత్రిపూట ఆఫీసులో కనిపించని రోజులు లెక్కేస్తే చాల తక్కువ. ఆఫీసొక దేవాలయమని, ఆఫీసరొక దేవుడని దాసు ప్రగాఢ నమ్మకం.

దాసుని సంస్కరించాలని ప్రయత్నించి ఆఫీసులో విఫలులైన వాళ్లందరూ ఒక శుభ ముహూర్తాన దాసుకి నిలయ విద్వాంసుడనే పేరు స్థిరపరిచారు.

నిలయ విద్వాంసుడితో ఆఫీసులో అందరికీ మంచి కాలక్షేపం. అతడు పొరబాటున ఎప్పుడైనా సెలవు పెడితే ఆరోజు ఆఫీసులో సందడే ఉండదు. తన మీద మిత్రబృందం విసిరే విసుర్లు విని కూడా పట్టించుకునేవాడు కాదు దాసు. పిచ్చి వాళ్లు అని నవ్వి ఊరుకునేవాడు.

ఆఫీసరుగారి మెచ్చికోలు కోసం అనుక్షణం తహతహలాడుతాడు దాసు. ఆఫీసరుగారు ప్యూన్‌ని పిలిచినప్పుడు ప్యూన్ హాజరులో లేకపోతే ఆయన దగ్గరకు ముందు పరుగెత్తేది దాసే. సాధ్యమైనంత వరకూ ఆఫీసరుగారి అభిమానాన్ని సంపాదించడం కోసమే దాసుపడే ఆరాటం. ఆఫీసయిపోయిన తరువాత దాసు పార్ట్ టైమ్ జాబ్ కూడ ఆఫీసరుగారింట్లోనే. ఆఫీసరుగారి రెండో అమ్మాయికి పాఠాలు చెప్తాడు. తత్సందర్భాల్లో ఆఫీసరుగారు ఎప్పుడైనా వచ్చి అతని పక్కనున్న కుర్చీలో ఆసీనులైతే ఆరోజు దాసుకు పండగే. ఆ విషయం శ్రద్ధగా ఆరోజు డైరీలో వ్రాసు కుంటాడు. ఆఫీసరుగారింట్లో అల్పాహారం దొరికిన రోజు దాసుకిక ఇంటి దగ్గర భోజనం సయించదు. ఆ రుచులు తల్చుకుంటూ ఆఫీసరుగారింట్లో వంటకాల గురించి పొగడ్తలు మొదలెట్టేసరికి మీనాక్షికి తిక్కరేగుతుంది.

"అవునవును పొరుగింటి పుల్లకూర రుచి అని ఊరికే అన్నారా? ఈమాత్రం దానికి నేనిక్కడ అనవసరంగా వండి పారెయ్యడమెందుకు? అయినా అందరూ ఇలాగే ఉద్యోగాలు చేస్తున్నారా? మీకేం ఖర్మపట్టిందని ఆఫీసయిపోయిన తరువాత కూడ ఆఫీసరింట్లో కొలువు? దానిమూలంగా ఒక చిల్లుకాణీ ఆదాయముందా? అయినా మిమ్మల్నని ఏం లాభం? అంతా నా ఖర్మ," అని సణుగుడు మొదలెడుతుంది.

"చిల్లుకాణీలు పోయి చాలాకాలం అయిందేవ్," అని మామూలుగా నవ్వేయ బోయి, అంతలోనే తను మగ మహారాజునని, ఇంట్లో ఉన్నాననీ గుర్తు తెచ్చుకుని, "నాకిష్టం వచ్చినట్లు చేస్తాను. ఆఫీసరంతటివాడు నోరు తెరిచి అడిగితే అది మహద్భాగ్యంగా తలంచక కాదనమంటావా? ఆయనకు నేనంటే ఎంత అభిమానం?

ఇంకొకసారి ఈ విషయం ప్రస్తావించావంటే జాగ్రత్త," అంటూ చిర్రుబుర్రులాడడంతో మీకు చెప్పినా ఒక బండకు చెప్పినా ఒకటేనంటూ గొణుక్కుని ఊరుకుంటుంది మీనాక్షి.

మళ్లీ తెల్లారడంతో దాసుకిక ఇతర ప్రపంచం ధ్యాస వుండదు. వెళ్లి ఎప్పుడు ఆఫీసులో పడదామా అని తహతహలాడుతుంటాడు.

ఆరోజు దాసు చాల ఆనందంగా ఉన్నాడు. కారణం ఆరోజు ఒకటో తేదీ. ఆరోజు కోసం ఎదురుచూడని చిరుద్యోగి అంటూ అసలుండడేమో?

దాసు తల దువ్వుకోవడం పూర్తిచేసి అద్దంలో మరోమారు తృప్తిగా చూసుకున్నాడు.

'ఏం విట్టు వేసారు సార్,' అని ఆఫీసరుగారితో తను అంటున్నట్లు ఊహించుకుని తన నవ్వు ఎలా వుంటుందోనని అద్దంలో చూసుకుని సంతృప్తి చెందాడు.

"అన్నం వడ్డించాను," మీనాక్షి కేకతో ఉలిక్కిపడి వంటగదిలోకి నడిచాడు.

ఇంట్లో నుండి బయటపడి చేతి గడియారం చూసుకున్నాడు. యింకా ఇరవై నిమిషాలుంది. నెమ్మదిగా నడిచేపోవచ్చుననుకుని మెల్లిగా నడవసాగాడు.

ఎవరో పిలిచినట్లయి వెనక్కి తిరిగాడు దాసు. అంత దూరంలో సైకిల్‌పై ప్రకాశం. ఆగాడు దాసు.

"ఏం గురూ, నీకు ఈ విషయం తెలుసా?" రొప్పుతూ అన్నాడు ప్రకాశం.

"ఏ విషయం?" ప్రశ్నార్థకంగా చూస్తూ అన్నాడు దాసు.

"మన ఆఫీసరుగారికి ఏక్సిడెంటయింది తెలుసా?"

"ఆ... ఏమిటి నిజంగా?" ఒక క్షణం అప్రతిభుడైపోయాడు దాసు.

ఉదయం ఆయన కారులో వస్తుంటే గాంధీ చౌక్ దగ్గర ఏక్సిడెంటయింది. గోడకు గుద్దుకుంది కారు.

"అయితే ఆయనకెలా ఉంది? ఎక్కడ ఉన్నారు?" ఆదుర్దాగా అడిగాడు దాసు.

"ఇంకెక్కడ? జనరల్ హాస్పిటల్లో, నేను ఇప్పుడు అక్కడ నుండే వస్తున్నాను. మనవాళ్లు చాలమంది ఉన్నారక్కడ."

ఇక దాసుకి అక్కడ ఒక్క క్షణం ఉండబుద్ధి కాలేదు.

"అయితే నేనూ హాస్పిటల్‌కి వెళ్తాను. నువ్వూ వస్తావా?"

"అబ్బే, నేనిప్పుడేగా పోయి వస్తున్నాను. ఆయనకింకా స్పృహ రాలేదు."

"అయితే నేను వెళ్తున్నా," ముందు కడుగేసాడు దాసు.

"మరయితే ఆఫీసో."

"ఆఫీసరుగారే లేకపోతే ఆఫీసేమిటయ్యా నీ ముఖం? దేవుడులేని దేవాలయం," అంటూ గబగబా ముందుకు సాగిపోయాడు దాసు.

హాస్పిటల్ చేరుకున్నాడు దాసు.

'పాపం, ఆఫీసరుగారికి ఎలా ఉందో? ఇంతకీ ఆయన ఏ వార్డులో ఉన్నారో? బహుశా స్పెషల్ వార్డులో ఉండి ఉండవచ్చు.' వెంటనే వాకబు చేశాడు. ఎవరినడిగినా ఏమో అనే సమాధానమే ఎదురయింది. చివరికి ఆఫీసరుగారిని అక్కడకు తీసుకు రాలేదని అసలా రోజు ఏక్సిడెంటు కేసే రానట్లు నిర్ధారణ అయ్యింది.

దాసుకి, ప్రకాశం మీదెక్కడలేని కోపం వచ్చింది. తనకెందుకలా పచ్చి అబద్ధాలు చెప్పాడు. ఎందుకలా తనను ఫూల్‌ని చేసాడు. చటుక్కున గుర్తుకొచ్చింది ఆరోజు ఏప్రిల్ ఫస్టని. 'బ్లడీ ఫూల్,' అని తిట్టుకున్నాడు ప్రకాశాన్ని కసిదీరా.

ఆఫీసు గుర్తుకొచ్చింది కంగారుగా టైము చూసుకున్నాడు. పదీ నలభై అయింది. అయ్యబాబోయ్. నలభై నిమిషాలు లేటు. కోపంగా ఉన్నప్పుడు ఆఫీసరు గారి ముఖం ఎలా వుంటుందో గుర్తు చేసుకున్నాడు. వెంటనే ఆఫీసువైపు పరుగు తీసాడు.

దాసు ఆఫీసు చేరుకునే సరికి ఆఫీసు గడియారం అప్పుడే తాపీగా పదకొండు కొడుతూ వుంది. దాసు ఆగమనంతో అందరి చూపులు అతనివైపు తిరిగాయి. అందరి ముఖాల్లోనూ నవ్వు తాండవం చేస్తోంది. దాసు ఉక్రోషం పట్టలేకపోతున్నాడు. అతని కళ్లు ప్రకాశం కోసం వెదికాయి. ఫైలు చాటున ముఖం దాచుకుని పగలబడి నవ్వుతున్నాడతడు.

కోపంగా అతని వైపు కదిలాడు.

"నీకు బుద్ధిలేదూ? ఇదేమైనా చిన్న పిల్లలాటనుకున్నావా? దొంగ మాటలు చెప్పి నన్ను హాస్పటల్‌కి గెంటి పెద్ద ఘనకార్యం చేసినట్లు నవ్వుతున్నావా?" అతని మీద విరుచుకుపడ్డాడు.

ప్రకాశం కిక్కురుమనలేదు. ఫైల్లో దూర్చిన తల పైకెత్తలేదు.

"ఏదో సరదాకి ఏప్రిల్ ఫూల్ చేస్తేనే అలా మండిపడతావేమిటోయ్? స్పోర్టివ్‌గా తీసుకోవాలిగాని," వెకిలిగా నవ్వుతూ అందుకున్నాడు అప్పారావు.

"స్పోర్టివ్‌గా తీసుకోవాలా? వేళాకోళానికయినా ఒక హద్దూ పద్దూ ఉండక్కర్లే? ఆఫీసుకు గంట లేటయ్యాను. ఆఫీసరుగారు కోప్పడితే సమాధానం చెప్పుకోవలసింది నువ్వా? నేనా? పెద్ద చెప్పొచ్చావు. అయినా..."

"అయ్యగారు మిమ్మల్ని రాగానే లోపలికి రమ్మన్నారు," అన్నాడు ఫ్యూన్ దామోదరం దాసు మాటలు పూర్తికాకుండానే.

"నన్నింతకు ముందు పిలిచారా? కోపంగా ఉన్నారా?" తొట్రుపాటుతో అన్నాడు దాసు.

"అరగంట క్రితం ఒకసారి పిలిచారు. రాలేదని చెప్తే వచ్చిన తరువాత వెంటనే వచ్చి కనబడమన్నారు."

"చూసారా? వేళాకోళం ఎంత పని చేసిందో? ఇప్పుడు నేనాయనకు ఏమి సమాధానం చెప్పుకునేది?" అసహనంతో కూడిన కోపం, కంగారు అతని ముఖంలో చిందులు తొక్కుతున్నాయి.

"కొంపదీసి ఆయనకు ఏక్సిడెంటయిందని నేను చెప్పానని నిజం వెల్లడించేవు. జాగ్రత్త," తల ఒకసారి పైకెత్తి అనేసి మళ్లీ ఫైల్లో తల దూర్చుకున్నాడు ప్రకాశం. ఒక్క పెట్టున నవ్వులు చెలరేగాయి.

"నాకు ప్రాణసంకటంగా ఉంటే మీకు నవ్వులాటగా ఉందా? ఏం? ఎందుకు చెప్పను? నిజమే చెప్తాను," ఉక్రోషంగా వెనక్కి తిరిగి ఆఫీసరుగారి రూమ్ వైపు చరచరా నడిచాడు దాసు.

"గుడ్‌మార్నింగ్ సార్," అన్నాడు దాసు ఆఫీసరుగారి గదిలో అడుగుపెట్టగానే. అతనిలో అప్పటికే వణుకు ప్రారంభమైంది.

ఆఫీసరుగారు తలెత్తి చూసారు. ఆయన ముఖంలో చిరాకు తొణికిసలాడింది. "ఇదేనన్నమాట రావడం? ఏమండీ ఇప్పుడు టైమెంత?"

"అదికాదు సార్, హాస్పిటల్‌కి వెళ్లాను సార్. మీకు ఏక్సిడెంట్... కాదు సార్... నన్ను ఫూల్‌ని చేసారు సార్. ఆఫీసుకు కరెక్టు టైమ్‌కు వచ్చేవాడిని సార్. ఏప్రిల్ ఫూల్ సార్. లేటయిపోయింది సార్."

కంగారులో తనేం చెప్తున్నాడో తనకే తెలియలేదు దాసుకి.

ఆ కంగారు చూస్తుంటే అతడు చెప్పేదేమిటో అర్థం కాకపోయినా ఆఫీసరు గారికి నవ్వొచ్చింది. "సరేసరే, ఈ కేస్ చాలా అర్జెంట్. ముందు ఈ పర్టిక్యులర్స్ కావాలి క్విక్," చేతిలో ఫైలును ముందుకు తోసారాయన.

"యస్సార్," అంటూ ఫైలు పట్టుకుని బయటపడ్డాడు దాసు. అప్పటికే అతనికి బాగా చెమటలు పట్టేసాయి. చురుకుగా ప్రకాశం వైపు చూస్తూ తన సీటులో ఆసీనుడయ్యాడు.

"అబ్బ ఎంత ప్రేమ గురూ! నీకు ఆఫీసరుగారంటే. తిన్నగా హాస్పిటల్‌కి వెళ్లి పోయావన్నమాట. నువ్వు పూర్వ జన్మలో ఆఫీసరుగారి భార్యవో, అదీకాకపోతే కనీసం పెంపుడు కుక్కవో అయి ఉంటావు," ఆ రోజంతా ఇలాంటి ఎత్తిపొడుపు మాటలే వినివిని దాసుకు మరింత వళ్లు మండిపోయింది.

మరీ బరి తెగించిపోతున్నారు వీళ్లు. ఇదంతా నా అలుసు చూసే. ఇక చస్తే ఊరుకోగూడదు. కసిగా అనుకున్నాడు.

సాయంత్రమయింది. ఏవో కాగితాలు సర్దుకుంటున్నాడు దాసు.

"విద్వాంసులవారు చాలా బిజీగా ఉన్నట్లున్నార్రోయ్."

"నోర్మూయ్యిరా, వారయినా కనీసం అంత దీక్షగా పని చెయ్యకపోతే ఎలా? పైగా ఈరోజు ఆలస్యంగా వచ్చాడు. ప్రాయశ్చిత్తంగా ఆయన ఈ రాత్రంతా కూడ పని చేస్తాడు. కాకుంటే నిలయ విద్వాంసుడనే బిరుదు సార్థకత చెందేదెలా?"

ఇక భరించలేక వెనుదిరిగి చూసాడు దాసు.

"క్షమించండి విద్వాంసులవారూ! డిస్టర్బ్ చేసినట్లున్నాం. వెళ్లిపోతున్నాం లెండి," వెనుక చేరిన ఇద్దరూ నిష్క్రమించారు.

ఆరోజు నిజంగానే రాత్రి పదింటివరకు దాసు ఏకదీక్షగా సీటు నంటిపెట్టుకునే ఉండిపోయాడు. నాలుగు ఫైళ్లు చేతబట్టుకుని నీరసంగా ఇంటికి బయలుదేరాడు.

దాసు ఇంటికి చేరుకునేరికి పిల్లలిద్దరూ నిద్రపోయారు. మీనాక్షి ఏమీ అడగ లేదు భర్తను. మౌనంగానే అతనికి వడ్డించి ఎదురుగా కూలబడింది.

'ఇంక ఈయన మారడు. తనెంత గోలపెట్టినా అది పూర్తిగా అరణ్యరోదనమే. తనెంత మొత్తుకున్నా కంఠశోష తప్ప చిన్నమెత్తు ప్రయోజనం ఉండదు. దేవుడే మార్చాలీయన్ను,' అనుకుంది.

రోజులు మామూలుగానే గడుస్తున్నాయి. ఎన్నడూ లేనిది ఆరోజు అయిదు గంటల నుండే తన పతిదేవుడి కోసం ఎదురుచూడడం మొదలెట్టింది మీనాక్షి. ఆ రోజు సినిమాకెళ్దామన్న తన కోరికను ఏమాత్రం కాదనకుండా గ్రాంట్ చేసేసాడు దాసు. పిల్లలిద్దరికీ స్నానం చేయించి బట్టలు తొడిగేసి రెడీగా ఉంది మీనాక్షి. అనుకున్న టైమ్‌కి దాసు రానే వచ్చాడు.

"అంతా రెడీ, మీదే ఆలస్యం," ఆనందంగా అంది మీనాక్షి.

"ఏమిటి?" అంటూ ప్రశ్నార్థకంగా ముఖంపెట్టాడు దాసు.

"అదేమిటండీ, ఇవేళ సినిమాకి వెళ్దామన్నారుగా?" నీళ్లు కారిపోతూ అంది మీనాక్షి.

"సర్లే, అవతల ఆఫీసరుగారి అమ్మాయికి పరీక్షలు దగ్గరకు వస్తున్నాయి. అటు నుండి మళ్లీ ఆఫీసుకు వెళ్లాలి. నాకు రావడానికి వీలుపడదు. కావాలంటే నువ్వెళ్లు," ముక్తసరిగా అన్నాడు.

దాసు ముఖం కడుక్కుని వచ్చేసరికి మీనాక్షి అలాగే కుర్చీలో కూలబడి ఉంది. పెద్దాడు దగ్గరచేరి సినిమా అంటూ గోల చేస్తున్నాడు.

"ఏం ఇంకా అలాగే కూర్చున్నావ్? పక్కింటివాళ్లతో కలిసి వెళ్లు. ఇవిగో డబ్బులు. నేను వెళ్తున్నా," మీనాక్షి సమాధానం కోసం ఎదురుచూడకుండా వీధిలోకి నడిచాడు దాసు. అతడు వెళ్లిన వైపే చూస్తూ వుండిపోయింది మీనాక్షి.

దాసు ఆఫీసరుగారింటికి చేరుకునేసరికి వాళ్లెక్కడికో ప్రయాణమవుతున్నారు.

ఆఫీసరుగారు కోటు సర్దుకుంటూ దాసుని చూసి, "ఈరోజు మీ శిష్యురాలికి సెలవండోయ్. సినిమాకి వెళుతున్నాం," అన్నారు.

"ఎవరూ?" అంటూ ఆఫీసరుగారి సతీమణి బయటకు వచ్చింది. "మేస్టారా? ఏమేవ్ శశీ! మీ మేష్టార్ని కూడా సినిమాకు వెంటబెట్టుకు రావే," అంది.

"అవును మీకు ఇప్పుడు వేరే పనేమీ లేదుకదా? మాతోపాటు సినిమాకు రండి. ఏమంటారు?"

ఆనందంతో ఉక్కిరిబిక్కిరయిపోయాడు దాసు ఆఫీసరుగారామాట అనడంతో. ఆఫీసరుగారితో కలిసి సినిమా చూసేంత అదృష్టమా? ఈ దెబ్బతో తనను వెక్కిరించేవాళ్ల తీట అణిగిపోవాలి.

"వేరే పనేమీ లేదనుకోండి."

"అయితే ఇంకేం, తప్పకుండా రండి."

'ఆఫీసరుగారికి తనంటే ఎంత ఆప్యాయత?' సంతోషంతో తలమునకలై పోయాడు దాసు.

ఆఫీసరుగారు స్వయంగా డ్రైవ్ చేస్తుంటే ఆయన పక్కనే కూర్చున్న దాసు ఆనందానికి అవధుల్లేవు.

సినిమాలో కూడ దాసు ఆఫీసరుగారి మరోపక్కనే కూర్చున్నాడు. ఆఫీసరుగారి పక్కనే వారి సతీమణి ఆ పక్కనే సంతానం.

'ఈ అదృష్టం ఆఫీసులో ఇంకెవరికైనా కావాలంటే వస్తుందా? ప్రతి వెధవా ఇష్టమొచ్చినట్లు పేలేవాడే. ఈ సంగతి తెలిస్తే ఈర్ష్యతో కుళ్లుకు చస్తారు.' ఇంకా ఏవేవో ఆలోచిస్తూ కూర్చున్న దాసు దృష్టి నాలుగయిదు వరుసల ముందు కూర్చున్న మీనాక్షి మీద పడింది. మీనాక్షి కూడా సరిగ్గా అప్పుడే వెనక్కి తిరిగి చూసింది. భార్య సినిమాకు రమ్మని కోరడం అప్పుడే గుర్తుకొచ్చి నాలిక కరుచుకున్నాడు దాసు.

ఏం, చూడనీ? తనంటే ఏమిటో అనుకుంటోంది. ఆఫీసరుగారి పక్కనే కూర్చుని తను సినిమా చూడడం మీనాక్షికి కూడ గర్వకారణమే. మీనాక్షి తల తిప్పేసుకుంది. మీనాక్షి పక్కనే పక్కింటి ఆడవాళ్లు కూడ ఉన్నారు.

సినిమా మొదలయింది. సినిమా కూడ బాగానే ఉంది. దాసుకు చాల ఆనందంగా ఉంది. హృదయం గంతులు వేస్తోంది. జీవితంలో మరపురాని రోజు. 'ఆఫీసులోని వెధవెవడైనా సినిమాకొచ్చి ఉంటే ఎంత బాగుణ్ణు? నన్ను చూసి ఉడుక్కు చచ్చి ఉండేవాడు కదా?' అనుకున్నాడు.

సినిమాలో కథ అప్పుడే మంచి మలుపు తిరుగుతూ ఉంది.

ఇంతలో ఆఫీసరుగారి చంటిదానికి కాసేపు ఏడవాలని సరదా పుట్టిందేమో గొల్లున ఏడవడం మొదలుపెట్టింది.

"అబ్బ లక్ష్మిని కూడ తీసుకువస్తానంటే వద్దంటిరి కదా? ఇప్పుడు చూడండి," చిరాకుగా ధ్వనించింది ఆఫీసరుగారి శ్రీమతి కంఠం. ఏడుపు తారాస్థాయి నందుకుంది.

"ఇక లాభంలేదు. మాస్టారూ, కాస్త దీన్ని అలా బయట తిప్పి తీసుకొస్తారూ?" అందామె.

'ఏమిటి? తననే?' ఉలిక్కిపడ్డాడు దాసు. ఛ, ఛ, తను తీసుకువెళ్లడమేమిటి? ముందుకు చూసాడు. మీనాక్షి కూడా వెనక్కి తిరిగి ఇటే చూస్తోంది. ఆఫీసరుగారి వైపు చూసాడు. ఆయన ఇదేం పట్టించుకోనట్లే దీక్షగా తెరవైపు చూస్తున్నారు.

"అయ్యో పాపం," అన్నారు.

బహుశా హీరో పడుతున్న కష్టాలు చూడలేక కాబోలు.

దాసు బుర్ర పనిచేయడం మానేసింది. ఇంతలో ఆమె పిల్లదాన్ని దాసు చేతుల్లో వదిలేసింది. బిక్క మొగమేసాడు దాసు. యాంత్రికంగా పిల్లదాన్ని భుజాన్నేసుకుని తలుపు వైపు నడిచాడు. చీకట్లో కూడ మీనాక్షి ఇంతలేసి కళ్లు తననే చూస్తున్నట్లు అనిపిస్తోంది. గుండెను దేనితోనో పరపర కోసినట్లు అనిపించింది. ఆఫీసులో మిత్రులందరూ చుట్టూ చేరి పరిహసిస్తున్నట్లు ఫీలయ్యాడు.

దీనికోసమేనా తనిన్నాళ్లూ తాపత్రయపడ్డది? ఇదేనా తనకు మాత్రమే లభించిందని తను ఉప్పొంగిపోతున్న గౌరవం? ఆఫీసరుగారి అమ్మాయి గోల పెడితే నౌకరులా బయటకు తీసుకెళ్లి ఊరుకోబెట్టడం? ఇదేనా?

ఆఫీసరుగారి బేబీ 'కీ' యిచ్చిన బొమ్మలాగా హాల్లోకి అడుగు పెడుతున్నప్పుడు ఏడుస్తోంది. వరండాలో నించుంటే నవ్వుతోంది. దాసు ఆ విధంగా కసరత్తు చేస్తున్నప్పుడు, మీనాక్షి తన పిల్లలతో బయటకు వచ్చి దాసు ముందర నిలబడ్డది.

తన భార్యనీ, సంతానాన్ని చూస్తూ నీళ్లు నముల్తున్నాడు దాసు. సిగ్గుతో, అవమానంతో అతను తలొంచుకున్నాడు. అప్పుడన్నది మీనాక్షి.

"బాగుందండి, పిల్లల్నెత్తుకు ఆడించేందుక్కూడా మీరే తయారవ్వాలా? అట్లాంటి పనులకి నేను లేనూ? అలాగే మనకిద్దరు వెధవలున్నారు. చెప్పులూ, బల్లలూ తుడవడానికి పనికొస్తారు. ఇదంతా మీ ఆఫీసర్‌తోనూ, ఆయనగారి భార్యతోనూ చెప్పండి. ఎంచక్కా, మన కుటుంబం యావత్తూ వారి కుటుంబానికి వెట్టిచాకిరీ చేస్తో, వారి అభిమానాన్ని సంపాయించుకోవచ్చు. బాగా ఆలోచించుకుని రేపు ఏ సంగతీ నాకు చెప్పండి. వెళ్లొస్తాం."

తన పిల్లల్ని తీసుకుని వస్తున్న దు:ఖాన్ని దిగమింంచుకుని పెద్ద పెద్ద అంగల్తో మీనాక్షి వెళ్లిపోయింది.

దాసు దూకుడుగా హాల్లోకి వచ్చేడు. ఏడుస్తున్న బేబీని వాళ్లమ్మ చేతుల్లో పెట్టేడు. ఆపైన ఇంటికి పరుగు పెడుతున్నాడు.

అతని వింత ధోరణి అర్థంగాని ఆఫీసరు దంపతులు ఒకరి మొహాలొకరు చూసుకుంటున్నారు.

స్వాతి మాసపత్రిక

11

బేరం

"త్వరగా బయలుదేరు. ఇప్పటికే చాల ఆలస్యమయింది," తొందరపెట్టాడు చందూ.

మేమిద్దరం చెకుముకి రావు సన్మానసభకి వెళ్లాలి. రోడ్డెక్కాం.

"అవసరం వచ్చినప్పుడు ఖాళీ రిక్షా ఒక్కటి కూడ కనబడి చావదు కదా!" విసుక్కున్నాను నేను. నవ్వాడు చందూ. దూరంగా రిక్షా ఒకటి వస్తూంది. ఖాళీ రిక్షాయే. ఆపాం.

వెళ్లాల్సిన చోటు చెప్పి, "ఎంత ఇవ్వమంటావ్?" అన్నాడు చందూ.

"రూపాయివ్వండి."

"ఎనభై పైసలు ఇస్తాం."

"గిట్టుబాటు కాదండీ."

పొమ్మన్నాం. వాడు పోయాడు. వెళ్లిపోయాడు.

"అసలు నన్నడిగితే ఎనభై పైసలు కూడ ఎక్కువే," గొణిగాడు చందూ.

ఇంకో రిక్షావాడిని ఆపాం.

"రూపాయి పావలా ఇవ్వండి."

పురుగును చూసినట్లు చూసాను వాడిని.

"ఖాళీగా పోవడానికైనా సిద్ధమే కాని, వాడెక్కిన చెట్టు మాత్రం దిగడానికి సుతరామూ ఒప్పుకోడు. ఈ రిక్షావాళ్లంతా ఇంతే," అన్నాడు చందూ పోతున్నవాడ్ని చూస్తూ.

"మనమిక్కడే వుంటాం. అక్కడ సన్మానసభ కాస్తా అయిపోతుంది. చెకుముకి రావు మనల్ని జన్మలో క్షమించడు," అన్నాను.

మరో రిక్షారావు మావైపే వచ్చాడు. మళ్లీ పాతపాటే. రూపాయి పావలా అడిగాడు.

"రూపాయి ఇస్తాం," తప్పలేదు. త్వరగా వెళ్లాలన్న తొందరలో అనేసాను.

"లేదండీ, చాలా దూరం వెళ్లాలి," రిక్షారావు బిగిసిపోయాడు.

"వెళ్లిరా నాయనా," సాగనంపాడు చందూ.

"నీకసలు బుద్ధిలేదు. రూపాయిస్తానంటావేమిటి? వీడు కాకపోతే మరొకడు. వీళ్లకన్నా మొదటివాడే నయమనిపించాడు. అదిగో, మరో బాబాయి వస్తున్నాడు," అన్నాడు చందూ.

బాబాయిని ఆపాం. వెళ్లాల్సిన చోటు చెప్పాం.

"ఎనభై పైసలు ఇప్పించండి."

"అరవై పైసలు ఇస్తాం," చటుక్కున అన్నాను.

జ్యోతి మాసపత్రిక

11

సింహాసనం

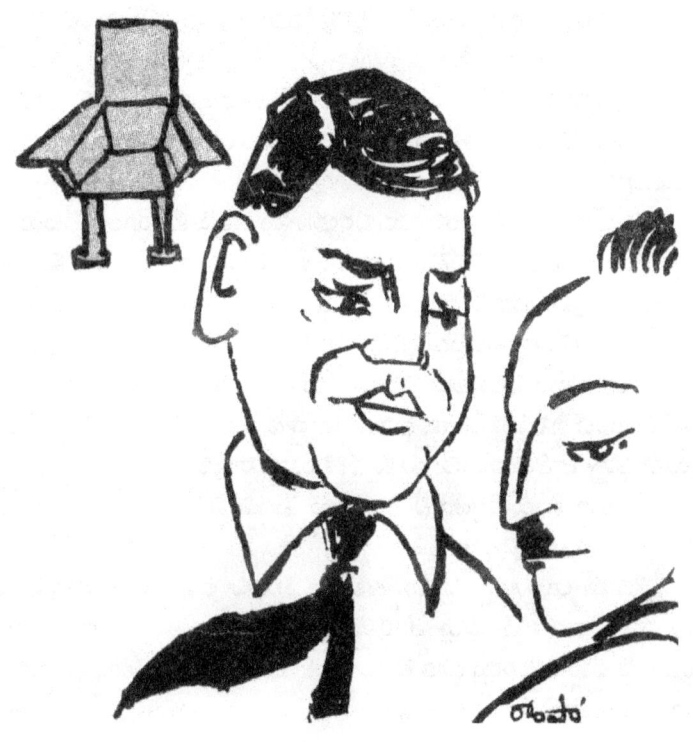

ఆయాసపడుతూ ఆఫీసులోకి అడుగుపెట్టాడు హరిబాబు. సరిగ్గా అదే క్షణంలో ఒక చిన్న గంట కొట్టి హలో అన్నట్లు అతడ్ని పలుకరించింది ఆఫీసు గడియారం. అప్రయత్నంగానే గడియారం వైపు చూపులు ప్రసరించాడు హరిబాబు. టైము పదిన్నర గంటలయింది. మళ్లీ కచ్చితంగా అరగంట లేటయ్యాడు. గిల్టీగా ఫీలవుతూ చేతి రుమాలుతో ముఖం అద్దుకుంటూ తన సీటులో కూలబడ్డాడు.

"సార్! మీరు రాగానే వచ్చి కలవమన్నారు ఆఫీసరుగారు," వెనుక నుండి అటెండర్ వేసిన బాణం సూటిగా వచ్చి గుచ్చుకుంది. అనుకున్నదంతా అయింది. టకటకా కొట్టుకుంటున్న గుండెల్ని అదుపులో ఉంచే ప్రయత్నం చేస్తూ యాంత్రికంగా ఆఫీసరు గది వైపు నడిచాడు హరిబాబు. అంతవరకూ అతని ప్రతి కదలికను గమనిస్తున్న కోలీగ్ సోంబాబు జాలిగా నిట్టూర్చాడు.

మరో పది నిముషాలు భారంగా గడిచిన తరువాత స్వింగ్ డోర్స్ తెరుచుకుని స్పీడుగా దూసుకువచ్చాడు హరిబాబు. అతని ముఖం కందగడ్డలా ఉంది. తన కుర్చీ విసురుగా లాక్కుని కూర్చున్నాడు.

ఆఫీసరు గదిలో ఏం జరిగి ఉంటుందో ఊహించుకోగలిగాడు సోంబాబు. మారు మాట్లాడకుండా తన పనిలో నిమగ్నమయిపోయాడు కాని. హరిబాబే మొదలెట్టాడు.

"ఖర్మకాలి బస్ మిస్సయ్యాను. పర్యవసానం ఆఫీసుకి అరగంట లేటయ్యాను. డ్యూటీ మైండెడ్ ఉద్యోగి ఎవడైనా కావాలని ఆలస్యంగా రావాలని కోరుకుంటాడా? లేట్ కమింగ్ క్షమించరాని నేరమని డిసిప్లిన్ గురించి లెక్చర్ దంచాడు ఆఫీసరు. అప్పటికీ నేను దోషిలా నిలబడడానికి దోహదం చేసిన పరిస్థితులు ఓపిగ్గా ఏకరువు పెట్టాను. నా ఇబ్బందులు వారి చెవుల్లోకి దూరి చస్తేగా? 'దీసీజ్ టూమచ్- అయ్ కాంట్ టాలరేట్ ఇన్‌డిసిప్లిన్,' అంటూ పాడిన పాటే పాడి నా చెవులు దిమ్మెక్కించాడు. అయినా తప్పు వాడిది కాదులే! కూర్చున్న సింహాసనానిది."

వింటూ కూర్చున్నాడేగాని సోంబాబు పెదవి విప్పలేదు. తనేమన్నా అంటే హరిబాబు మరింత రెచ్చిపోతాడని!

"బొమ్మలా కూర్చుంటావేం. ఉలుకూ పలుకూ లేకుండా? ఉరిశిక్ష వేయాల్సినంత మహాపరాధం చేసినట్లు ఎగిరిపడ్డాడా పెద్దమనిషి అని నా బాధ వెళ్లబోసుకుంటుంటే చీమ కుట్టినట్లు కూడ లేదు. నీకు," వంత పాడని సోంబాబు మీద కసురుకున్నాడు హరిబాబు.

“ఏం చేస్తాం? ఆయన ఆఫీసరు, ఏమన్నా మనం పడకతప్పదు. ఇలా హర్ట్ అవుతూ కూచుంటే మనం ఉద్యోగాలు చెయ్యలేం,” ఇక ముక్తసరిగా అయినా మాట్లాడడం తప్పలేదు సోంబాబుకి.

“ఎందుకు పడాలి? చూస్తాను. నేనేమీ దద్దమ్మను కాను, నవ్విన నాపచేను పండకపోదు. నేనేమిటో నిరూపించుకునే సమయం రాకపోదు,” అక్కసుతో అన్నాడు హరిబాబు.

మరికొన్నాళ్లకే డిపార్ట్‌మెంటల్ పరీక్షలు జరిగాయి. హరిబాబు, సోంబాబు ఇద్దరూ పరీక్షలు రాసారు. పరీక్ష ఫలితాలొచ్చాయి. సోంబాబు పరీక్ష పోయింది. హరిబాబు తను సమర్థుడనని నిరూపించుకున్నాడు. అతనికి ఆఫీసరుగా అమలాపురానికి పోస్టింగ్స్ వచ్చాయి.

“చూడూ! నువ్వూ నేనూ ఒకప్పటి కొలీగ్స్ కావచ్చు. ఆ మాటకొస్తే స్నేహితులం కూడ. నేను కాదనను. కాని ఈ సాన్నిహిత్యాన్ని అలుసుగా తీసుకొని నువ్వు ఆఫీసుకు లేటుగా వస్తే నేను సహించను. మరోసారి నిన్నిలా హెచ్చరించే అవకాశం నాకు కలగనివ్వవని ఆశిస్తాను. అర్థమయింది కదా? యూకెన్ గో నౌ.”

సంవత్సరం తిరగకుండానే అదే ఆఫీసుకి బదిలీ అయి ఛార్జి తీసుకున్న మూడో రోజు సాయంత్రం హరిబాబు సోంబాబుతో అన్న మాటలివి.

మారుమాట్లాడకుండ ఆఫీసరు గదిలోంచి బయటకు వచ్చాడు సోంబాబు.

అయిదు గంటలు దాటిందేమో ఆఫీసు స్టాఫ్ అందరూ వెళ్లి పోయారు. ఖాళీగా వున్న హాల్లో నిలబడిన సోంబాబు మనసులోని బాధ బయటకు తన్నుకొచ్చింది.

“అవున్లే, తప్పు నీదికాదు, సింహాసనానిది,” చిన్నగా గొణిగాననుకున్నాడే కాని ఆ మాటలు పడాల్సిన చెవినే పడ్డాయి.

“అవును సోమూ తప్పయినా, ఒప్పయినా సింహాసనానిదే,” ఈ మాటలంటూ తన భుజం తట్టిన హరిబాబుని చూసి ఉలిక్కిపడ్డాడు సోంబాబు.

“అలా కూర్చో! నీతో మాట్లాడాలి,” సోంబాబుకి కుర్చీ చూపించాడు హరిబాబు. తనూ ఇంకో కుర్చీ లాక్కుని అతని పక్కన ఆసీనుడయ్యాడు.

సోమూ! ఆఫీసరు సీటు సింహాసనమే కాని. అది ముళ్లు పరిచిన పీఠమని నాకు ప్రమోషన్ వచ్చాకే అవగతమయింది.

“ఆఫీసరనేవాడు తను సవ్యంగా ఉన్నప్పుడే ఎదుటివాడ్ని వేలెత్తి చూపించ గలుగుతాడు. పక్షపాతం లేకుండా నిక్కచ్చిగా వ్యవహరించగలిగినప్పుడే తన పదవికి పూర్తి న్యాయం చేకూర్చగలడు. వేళకు విధులకు హాజరవ్వడం డిసిప్లిన్‌లో మొదటి అంశం. లేటుగానైనా అదిప్పుడు నేను అలవర్చుకున్నాను.

"ఇకపోతే, నేను ఇక్కడ రిపోర్టు చేసిన మూడు రోజుల నుండి గమనిస్తున్నాను. నువ్వు రోజూ లేటుగా వస్తున్నావ్. కావాలనుకుంటే మొదటిరోజే నువ్వు వచ్చిన వెంటనే పిలిచి మందలించేవాడిని. కాని అలా చేసి ఈ ఆఫీసులో సీనియర్ మోస్ట్ ఉద్యోగివైన నిన్ను జూనియర్ల ముందు అవమానపర్చడం నాకు సమంజసం కాదు.

"అందుకే ఇందాక ఆఫీసు క్లోజ్ అయ్యే క్షణంలో పిలిచి ఆ నాలుగు మాటలూ అనాల్సి వచ్చింది. సోమూ! రేపోమాపో నీకూ ముళ్ల సింహాసనం అధిష్టించక తప్పదు. దాని బాగోగులు నీకు ముందుగానే తేటతెల్లం చేస్తే నీకు ఉపయోగకరంగా ఉంటుందనే ఈ వివరణ.

"మరి నాకేదో కళ్లు నెత్తికెక్కాయని ఇప్పుడూ అనుకుంటున్నావా? చెప్పు!"

హరిబాబు ప్రశ్నకు జవాబు సోంబాబు కళ్లలో కనిపించింది.

"కమాన్ సోమూ! లెక్చరిచ్చి అలసిపోయాను. పద పోదాం! మంచి హోటల్లో వేడి వేడి కాఫీ తాగుదాం."

ఇద్దరు మిత్రులూ నిష్కల్మష హృదయాలతో, ఆఫీసు నుండి బయటకు నడిచారు.

ప్రస్థానం మాసపత్రిక

13

శిక్ష

అది ఒక అందమైన సాయంకాలం. ముచ్చటైన మూడు జంటలు ఆనందంగా పిక్‌నిక్‌కని వచ్చి మరింత ఆనందంగా తిరిగి వెళుతున్న సాయంకాలం. కూడ తెచ్చిన సామానంతా ఉత్సాహంగా కారులోకి సర్దుతున్నారు.

"అన్ని ఐటమ్స్ వచ్చినట్లేగా," అన్నాడు రవి.

"ఆ... అన్నీ వచ్చినట్లే. ఇక నువ్వు ఎక్కి కూర్చో," కారు డిక్కి మూస్తూ అన్నాడు రంజిత్.

సరేనంటూ తల ఊపాడు రవి.

"ఊ... కాస్త జరుగు," బాక్ డోర్ తెరిచి లోపలికి అడుగుపెడుతూ అన్నాడు రవి.

"అబ్బ ఇంత ఇరుకుగా కూర్చోకపోతే నువ్వా పోయి ముందు సీట్లో కూర్చో కూడదూ?" ఇబ్బంది నటిస్తూ గొణిగింది సుమ.

"ముందు సీట్లోనా? నిన్ను విడిచి అంత దూరంలో నేనుండడమే? ఇంకేమైనా వుందా? చచ్చిపోతాను," దీనంగా ముఖం పెట్టాడు రవి.

ఫక్కున నవ్వింది గీత.

"ఎందుకే సుమా! ఇప్పటి నుండే అతన్ని సాధించడం మొదలుపెడుతున్నావ్. కాస్త సర్దుకుంటే చోటు అదే సరిపోతుందిలే. మనలో పిప్పళ్ల బస్తాలు ఎవరూ లేరుగా? సతీష్, నువ్వు కొంచెం జరుగు," అని తన పక్కనున్న సతీష్‌తో అంది.

"అలా బుద్ధి చెప్పు," సుమను వెక్కిరిస్తూ అన్నాడు రవి.

రంజిత్ వచ్చి స్టీరింగ్ ముందు కూర్చున్నాడు.

"ఇక బయలుదేరుదామా," అన్నట్లు కళ్లతోనే చూసాడు తన పక్కనే ఉన్న శశి వంక. నవ్వుతూ తలూపింది శశి.

కారు నెమ్మదిగా బయలుదేరింది.

"ఎంత తొందరగా గడిచిపోయింది సమయం? మళ్లీ ఇంత సరదాగా గడిపే తరుణం ఎప్పుడొస్తుందో?" దూరమైపోతున్న తమ పిక్‌నిక్ స్పాట్ వైపు చూస్తూ అన్నాడు సతీష్.

"దానిదేముంది. వచ్చే నెలలో మళ్లీ ఇక్కడే పిక్‌నిక్ ఎరేంజ్ చేసుకుంటే పోలే?" వెనక్కి తిరగకుండానే అన్నాడు రంజిత్.

వంత పలికింది శశి, నెమ్మదిగా తన తల రంజిత్ భుజం మీద వాలుస్తూ.

"తల్లీ, నీకు కాస్త పుణ్యముంటుంది. ఎందుకైనా మంచిది. కాస్త దూరంగానే జరిగి కూర్చో. నీ మత్తులో పడితే మీ ఆయన స్టీరింగ్ కంట్రోల్ తప్పినా తప్పగలడు. ఆ తరువాత కారుపని, మనపని గోవిందా... గోవిందా..." శశి నుద్దేశించి అరిచాడు రవి.

వాళ్ల మధ్య నవ్వుల వర్షం కురిసింది. వాళ్ల నవ్వులకు మురిసిసోతూ తన్మయత్వం చెందిన దానిలా మరింత వేగంగా ముందుకురికింది కారు.

రంజిత్, శశి, సుమ, రవి, సతీష్, గీత ఆరుగురూ మంచి స్నేహితులు. కాలేజీలో కలిసి చదువుకున్నవాళ్లు. ఈనాటి యువతరానికి ప్రత్యక్ష ప్రతినిధులు. మూడు ప్రేమ జంటలు.

వాళ్లల్లో రంజిత్‌కి మాత్రం శశితో పెళ్లయింది. మిగతా నలుగురూ మాత్రం ఇంకా ప్రేమించుకోవడంలోనే మునిగి తేలుతున్నారు. సిటీకి దూరంగా ఉన్న అడవి ప్రాంతంలో పిక్‌నిక్ ఏర్పాటు చేసుకుని హాయిగా గడిపి కులాసాగా తిరిగి వెళ్తున్నారు. ఉరకలెత్తే వయసు, జీవితమంటే ఒక తియ్యని కలగానే ఉంది వాళ్లకు.

నలువైపులా చీకటి అలుముకుంటోంది. మెలికలు తిరిగిన అడవిదారిపై కారు పాములా పరుగెడుతోంది.

"రవీ, ఏదన్నా పాట పాడకూడదూ?" అడిగాడు సతీష్.

"అబ్బ, వద్దు బోర్," అరిచింది సుమ.

"అలాగా, ఐతే నేను పాడే తీరతాను. అంత వినలేకపోతే చెవులు మూసుకో," సుమ నెత్తి మీద చిన్న మొట్టికాయ మొట్టాడు రవి.

"జిందగీ ఏక్ సఫర్ హై సుహానా..." పాడడం మొదలుపెట్టాడు రవి. చక్కని గొంతతనిది.

వినే వాళ్లను మంత్రముగ్ధుల్ని చేసే కంఠమది.

ధారాస్రవంతిలా సాగిపోతున్న రవి గానానికి అంతరాయం కలిగేలా ఆకాశం ఒక్క పెట్టున గట్టిగా ఉరిమింది.

సతీష్ తల బయటకు పెట్టి, "గుడ్ గాడ్," అని అరిచాడు.

""ఒక్క చుక్క కూడ కనబడడం లేదు. ఆకాశమంతా మబ్బులు అలుముకున్నాయి. పెద్దవానే వచ్చేటట్లు ఉంది. అయినా ఇంతలోనే వాతావరణంలో ఇంత మార్పువచ్చిందేమిటబ్బా?" అతని మాటలు పూర్తి కాకుండానే టపటప చినుకులు పడడం మొదలయింది. క్షణాల్లోనే అది పెద్ద వానగా మారింది. ఉరుములు, మెరుపులతో నింగికి చిల్లుపడినట్లు భోరున కురవసాగింది.

"సిటీ చేరుకోవడానికి ఎంత టైము పడుతుంది?" అడిగాడు రవి.

"ఈ పరిస్థితుల్లో ఎంత కాకపోయినా గంటపైనే పడుతుంది. ఈ అడవి దారి దాటి మెయిన్ రోడ్ మీద పడితే ఫర్వాలేదు. ఈ లోపులో గాలికి చెట్లు విరిగి దారి కడ్డం పడితే మనం ఇబ్బందుల్లో పడతాం," తన దృష్టినంతా డ్రైవింగ్ మీదే కేంద్రీకరిస్తూ అన్నాడు రంజిత్.

"దేవుడా, మమ్మల్నీ రాత్రి సవ్యంగా ఇంటికి చేర్చు," అంది శశి.

"అదేమిటే అంతగా బెంబేలు పడిపోతావ్? ఇలాంటి ప్రయాణం మళ్లీమళ్లీ కావాలంటే చెయ్యగలుగుతామా? చిట్టడవీ, చెట్లూ, భయంకరమైన వాన- ఇలాంటి పరిస్థితుల్లో కారాగిపోయి మనమిక్కడే ఆగిపోతే! ఓహ్ ఎంత ఎడ్వెంచరస్‌గా వుంటుంది? ఎంత థ్రిల్లింగ్‌గా వుంటుంది?" సుమ తన మాటలు ఇంకా పూర్తి చెయ్యనేలేదు. చటుక్కున కారాగింది.

"ఏమయింది?" అందరూ ఒకేసారి అన్నారు.

"ఇంజన్ ట్రబుల్ ఇస్తోంది," నెమ్మదిగా అన్నాడు రంజిత్ డోర్ తీసుకుని బయటకు దిగుతూ. సతీష్, రవి కూడ అతని వెనుకనే దిగి వెళ్లారు.

"నువ్వు నెంబర్ వన్ శనిదేవతవే. పాడు నోరూ నువ్వూను. ఏ నోటితో అన్నావో కారు కాస్తా ఆగనే ఆగింది," సుమపై విరుచుకుపడింది గీత.

"అయితే ఏం? ఏం కొంప మునిగింది ఇప్పుడు? జీవితంలో మరొక మరుపు రాని కొత్త అనుభవం రుచి చూడడానికి ఉవ్విళ్లూరాలిగాని ఎందుకంత భయం? ఏమో బాబూ, నాకయితే చాల సంతోషంగా వుంది. వర్షంలో తడిసి కూడా చాలా కాలమయింది. వానలో తడవడం ఎంత సరదాగా వుంటుందో నీకేం తెలుసు? అయినా నీతో నాకేంటి?" నిర్లక్ష్యంగా గీతవైపు ఒక చూపు విసిరి కారు తలుపు తీసుకుని వర్షంలోకి గెంతింది సుమ.

రంజిత్ బాయినెట్ ఎత్తి చాలాసేపు తిప్పలు పడ్డాడు. మళ్లీ వచ్చి స్టీరింగ్ ముందు కూర్చుని స్టార్ట్ చేసాడు. ఎంత ప్రయత్నించినా స్టార్ట్ కాలేదు. గట్టిగా శ్వాస పీల్చి వెనక్కి వాలి సీటుకు జారగిలబడ్డాడు.

"ఏమయింది డియర్?" అదుర్దాగా అంది శశి.

"ఏముంది? కారు మొండికేస్తోంది. హాస్పటల్‌కి వెళ్లాలంటుంది. కనీసం డాక్టర్‌నన్నా తెమ్మంటూంది," చిన్నగా నవ్వుతూ అన్నాడు రంజిత్.

"అయితే కారు కదలదన్న మాటేగా?"

"అంతే మరి. ఈ రాత్రివేళ వర్షంలో, అడవి ప్రాంతంలో మనకు మెకానిక్ ఎక్కడ దొరుకుతాడు?"

వాళ్ల మధ్య కాస్సేపు మౌనం రాజ్యం చేసింది.

"మనకీ రాత్రి ఇక్కడే జాగారమా?" సాలోచనగా అన్నాడు రవి.

"లేకపోతే ఏం చేద్దామని? కారును తోసుకుంటూ బయలుదేరుదామా?" గలగల నవ్వింది సుమ.

"నువ్వు కాస్సేపు ఊరుకో సుమా. ప్రతి విషయాన్ని సిల్లీగా తీసుకోక," చిరాకుగా అంది గీత.

"సరేనమ్మా! నేనిక అసలు నోరు విప్పనే విప్పను," నోరు గట్టిగా మూసుకుంది సుమ.

"అదేంకాదు, నువ్వు మాట్లాడుతూనే ఉండు. ఎవరో ఒకరు సరదాగా మాట్లాడుతూ ఉండకపోతే మరింత బోరు కొడుతుంది," సుమను సమర్థిస్తూ అన్నాడు సతీష్.

"చూసావా?" అన్నట్లు మోచేతితో గీతను పొడిచింది సుమ గర్వంగా.

"చాల్లే! సంతోషించాం," మూతి మూడు వంకర్లు తిప్పుతూ అంది గీత.

"వర్షం తగ్గేంత వరకు మనం చెయ్యగలిగేది కూడ ఏమీ ఉండదు. కాబట్టి ఇలాగే కూర్చుని కబుర్లు చెప్పుకుందాం. లేదంటే పొడుపు కథలు వేసుకుందాం. ఏమంటారు?" నవ్వుతూ అన్నాడు రంజిత్.

అంతా నవ్వారు. వర్షాన్ని చూస్తూ అందరూ కబుర్లలో పడ్డారు.

కాస్సేపటికి వర్షం కాస్త తెరిపి ఇచ్చింది. చిన్నగా తుంపర్లు పడుతున్నాయి. చుట్టూ గాఢాంధకారం, కీచురాళ్ల చప్పుళ్లు లయగా వినబడుతున్నాయి.

"చిటపట చినుకులు పడుతూ ఉంటే... ఈ డ్యూయెట్ పాడుకుందామా?" మెల్లిగా రవి చెవిలో గొణిగింది సుమ.

"అబ్బ! నీకు మరీ సిగ్గు లేకుండాపోతోంది," ఆడపిల్లలా సిగ్గుపడ్డాడు రవి.

"మన బట్టలు బాగా తడిసిపోయాయి. ఇలా ఎంతసేపు కూర్చోగలం? తక్షణ కర్తవ్యం గురించి ఆలోచించండి," అన్నాడు సతీష్.

"ఆలోచించడానికేముంది? క్రిందకి దిగి కాస్త చుట్టూ తిరిగి చూద్దాం. ఏ బీస్ సాల్ బాద్‌లో బంగళాలాంటిదో కనబడకపోతుందా?" నవ్వుతూ అంది సుమ.

ఆ మాటలకు అందరికీ నవ్వు వచ్చింది.

"సరే, చేసేదేముంది? ఇక్కడ కూర్చుని భజన చేసేకన్నా ఈ రాత్రికి తలదాచుకునేందుకు చోటు దొరుకుతుందేమోనని ప్రయత్నించడంలో తప్పులేదుగా? ఏమంటారు?" అన్నాడు రవి.

అందరూ ఒక్కక్షణంలో ఏకాభిప్రాయానికి వచ్చారు. కారు దిగి అందరూ బయలుదేరారు.

"అసలు టార్చిలైటు వెంట తీసుకొచ్చినందుకు నా ముందు జాగ్రత్తకు మీరందరూ నన్ను అభినందించాలి," అంది శశి.

"నిజమే సుమా, నీ తెలివితేటలు తోడులేకపోతే ఈ సంసారసాగరాన్ని నేను ఒక్కడినీ ఈదగలనా?" చమత్కరించాడు రంజిత్.

"అదిగో బీస్ సాల్ బాద్ బంగళా, నే చెప్పలే," పిచ్చి ఆనందంతో అరిచింది సుమ.

అందరి ముఖాల్లోనూ ఆనందం వెల్లివిరిసింది, మెరుపుల వెలుతుర్లో దూరాన కనబడుతున్న పెద్ద భవంతిని చూడగానే.

"నిజంగా అదృష్టవంతులమే," ఒకేసారి అన్నారు రవీ, రంజితూ.

ఆనందాతిరేకంతో అటువైపు వేగంగా నడకసాగించారు.

"ఏం తేడాలేదు. కావాలని దెయ్యాల మేడ సెట్టింగ్ వేసినట్లు కట్టారు," అంది సుమ భవంతిని పరీక్షగా పరికిస్తూ.

"అబ్బ, నువ్వు ఊరుకోవే. నీ నోటి వాక్కు అసలే విపరీతంగా పనిచేస్తోందీ రోజు," భయపడుతూ అంది శశి.

"చూసావా, అప్పుడే భయపడిపోతున్నావ్! నీకేం భయంలేదు. ఇక్కడ మనతో పాటు ముగ్గురు మగధీరులున్నారు, ఏమన్నా అయితే మనను రక్షించేందుకు," శశి భుజం మీద చరుస్తూ అంది సుమ.

అంతా సింహద్వారం వద్దకు చేరుకున్నారు.

"తలుపులు తట్టి చూద్దామా?" అన్నాడు రవి.

"అబ్బే తలుపెందుకు తట్టడం? పాటపాడు, అదే తెరుచుకుంటుంది తలుపు," వ్యంగ్యంగా అంది సుమ.

"ఏయ్ అల్లరిపిల్లా! నీ అల్లరి శ్రుతి మించుతోంది," కోపంగా చూసాడు రవి, సుమ వంక.

తలుపు గట్టిగా తట్టాడు సతీష్ ఈలోపులో. రెండు మూడు నిముషాలు గడిచాయి. ఎవ్వరూ వస్తున్న అలికిడి కాలేదు.

"ఏమిటి ఎవరూ లేరా లోపల?" ప్రశ్నార్థకంగా అన్నాడు సతీష్.

"దెయ్యా..." సుమ నోటి వెంట మాట పూర్తి కాకుండానే ఆమె నోరు గట్టిగా మూసేసింది గీత.

మళ్లీ గట్టిగా తలుపు బాదాడు సతీష్.

ఈసారి, "ఎవరది?" అన్నమాట గాలిలో తేలివచ్చినట్లు వినవచ్చింది.

"చూడు, తలుపులు తెరుచుకోగానే బీస్ సాల్ బాద్‌లో లక్ష్మణ్‌లా నౌకరు దీపం పట్టుకుని భయంకరంగా నిలబడి ఉంటాడు," నెమ్మదిగా గొణిగింది సుమ.

తలుపులు నెమ్మదిగా తెరుచుకున్నాయి. ఎదురుగా ఎత్తుగా ఉన్న ఆకారం. అతని చేతిలో లాంతరు. పెద్ద స్తంభంలా నిలబడి ఉన్నాడు. ఆ చీకట్లో అతని ఆకారం నిజంగా భయంకరంగానే ఉంది. ఎదురుగా ఉన్నవాళ్లను చూడగానే మిణుగురు పురుగుల్లాంటి అతని కనుగుడ్లు విచిత్రంగా మెరిసాయి.

రంజిత్ గొంతు సవరించుకుని ఏదో చెప్పడానికి నోరు తెరిచాడు.

ఇంతలోనే, "ఎవరది భీమయ్యా!" అన్న కంచుకంఠం ఖంగుమని మోగింది.

భీమయ్య వెనక్కి తిరిగాడు. అందరూ ముందుకు దృష్టి సారించారు.

అదొక పెద్ద హాలు. హాలు మధ్యలో పైకి వెళ్లేందుకు మెట్లు ఉన్నాయి. సినిమాల్లో ఉండే జమీందార్ల భవనాల అంతర్భాగాన్ని గుర్తుకు తెస్తోంది. హాల్లో అక్కడక్కడ కొవ్వొత్తి దీపాలు వెలుగుతున్నాయి. హాలు మధ్యలో ఒక వ్యక్తి గంభీరంగా నిలబడి ఉన్నాడు. నిలువెత్తు మనిషి. బుగ్గ మీసాలు, ఖరీదైన దుస్తులు. అతని ముఖంలో ఠీవి ఉట్టిపడుతోంది.

రంజిత్ ముఖంలో చిరునవ్వు నింపుకొని ముందుకు నడిచాడు.

"అయితే వాన మూలంగా ఇక్కడ చిక్కుపడిపోయారన్నమాట," బిగ్గరగా నవ్వాడాయన రంజిత్ చెప్పినదంతా విని.

"ఏమీ బాధపడాల్సిన పనిలేదు. ఈ రాత్రికి మీరు నా అతిథులు. రేపు తెల్లారగానే మెకానిక్‌ను రప్పించే ఏర్పాట్లు నేను చేస్తాను. భీమయ్యా, వీళ్లకు గదులు చూపించు. కట్టుకునేందుకు పొడి బట్టలివ్వు. భోజనం ఏర్పాట్లు కూడ చకచకా చెయ్యాలి," గంభీరంగా అన్నాడాయన.

సరేనన్నట్లు తల ఊపాడు భీమయ్య.

"మా భీమయ్య నిజంగా భీమయ్యే. క్షణాల మీద ఎంత పనయినా చెయ్యగలడు. మీరతని వెంట వెళ్లండి," ఆయన నవ్వు మళ్లీ ఆ హాల్లో ప్రతిధ్వనించింది.

భీమయ్య దారి చూపగా అందరూ అతన్ని అనుసరించారు.

డైనింగ్ హాల్లో వరుసగా కూర్చున్నారంతా. వాళ్లకెదురుగా మీసాలు సవరించుకుంటూ భూపతి కూర్చున్నాడు. ఆ ఇంటి యజమాని పేరు భూపతనీ, అంత పెద్ద భవనంలో అతనితోపాటు భీమయ్య తప్ప మరెవరూ లేరని తప్ప మరేమీ వివరాలు తెలుసుకోలేకపోయారు మిత్రబృందం.

"ఇక తినడానికి ఉపక్రమించండి," అన్న భూపతి సూచనతో అంతా ఒక్కసారిగా భోజన పదార్థాల మీదకు దాడి చేసారు.

తన వేట అనుభవాల గురించి వర్ణిస్తూ మధ్య మధ్య బిగ్గరగా నవ్వుతున్నాడు భూపతి.

"ముసలాడు మరీ బోరుకొడుతున్నాడే," మెల్లిగా గీతతో అంది సుమ.

"ఏమిటమ్మాయ్! బోరుకొడుతున్నానంటున్నావా? ఏంచేసేది? ఈ ముసలాడు చెప్పగలిగే విషయాలు ఇంతకన్నా మరేముంటాయి?" చిరునవ్వు నవ్వుతూ అన్నాడు భూపతి.

తను మెల్లిగా అన్న మాటలు భూపతికి వినబడినందుకు నొచ్చుకుంటూ నాలిక కొరుక్కుంది సుమ. అంతలోనే సర్దుకుని అంది.

"అదేం కాదండీ, మీ గురించి, మీ జీవితం గురించి వినాలని ఉందండీ."

"నా జీవితం గురించా? నాదీ ఒక జీవితమా? నేను ఒక జీవన్మృతుడ్ని అమ్మాయ్," నిట్టూర్చాడు భూపతి.

"ప్రశాంతమైన ఈ వాతావరణంలో ఒక మహర్షిలా జీవితం గడుపుతున్న మీరు జీవన్మృతులెందుకవుతారు? నిజం చెప్పాలంటే మిమ్మల్ని చూస్తుంటే నాకు ఈర్ష్య పుడుతోంది," అన్నాడు సతీష్.

"నేను మహర్షినా?" గట్టిగా నవ్వాడు భూపతి. "పొరబాటు పడ్డావ్. నిజానికి నా అంత పాపి, నికృష్టుడు లేడు. ఉండడు," ఒక్కక్షణం ఆగాడు భూపతి.

"ఇంత పెద్ద బంగళాలో బిక్కుబిక్కుమంటూ మేమిద్దరం. వింతగా లేదూ? నువ్వు ఈర్ష్యపడేంత ఆనందం నేనేమీ పొందడం లేదు. నేను ఒక శాపగ్రస్తుడ్ని. నేను చేసిన మహాపరాధానికి శిక్ష అనుభవిస్తూనే ఉన్నాను," ఆయన కంఠం గాద్గదంగా మారింది.

"ఒక విషయం చెప్తాను. నమ్మగలరా?" తన ముందున్న ఆరుగురి వంక సూటిగా చూస్తూ అడిగాడు భూపతి.

"నేనొక హంతకుడ్ని. దయాదాక్షిణ్యాలు లేకుండా ఒక అమృతమూర్తిని ఘోరంగా హత్యచేసిన నీచుడ్ని. నిజం చెప్పాలంటే నా పాపానికి నిష్కృతి లేదు," బొంగురుపోయింది భూపతి గొంతు.

అతని మాటలు వారిలో అలజడిని రేపాయి. ఆశ్చర్యం ముప్పిరిగొన్న వాళ్ల ముఖాలు చూస్తూ బాధగా నవ్వాడు భూపతి.

"నమ్మలేదు కదూ? నిజమే. చట్టానికి నేను దొరకలేదు. చట్టం నాకు ఏ శిక్షా విధించలేకపోయింది. కాని విధి విధించే శిక్ష నుండి నేను తప్పించుకోలేకపోయాను. నా పాపానికి ఫలితం అనుభవిస్తూనే ఉన్నాను. ముందు భోజనం కానీయండి. అంతా వివరంగానే చెప్తాను. బహుశా నా కథ మీకు ఆసక్తిదాయకంగానే ఉండొచ్చు," అన్నాడు.

భోజనం ముగించి పెద్ద హాల్లో అందరూ ఆసీనులయ్యారు. అందరి చూపులూ భూపతి మీదే ఉన్నాయి. అతనేం చెప్తాడో వినాలనే ఉత్సుకత అందరి ముఖాల్లోనూ దోబూచులాడుతూంది.

చుట్ట వెలిగించి రెండుసార్లు గట్టిగా పొగ పీల్చి విడిచి వాలుకుర్చీలో వెనక్కి వాలాడు భూపతి. కళ్లు మూసుకుని ఒక్కక్షణం తరువాత మెల్లిగా తెరిచాడు. తన ముందు కూర్చుని ఉన్న ఆరుగురి వంకా పరకాయించి చూసి వాళ్లలో కనిపిస్తున్న ఉత్సాహాన్ని గమనించి చిరునవ్వు నవ్వాడు.

"సరే చెప్తాను వినండి..."

❖ ❖ ❖

అవి నేను కాలేజీలో చదివే రోజులు. పండంటి జీవితం గురించి ఏవేవో ఊహా హర్మ్యాలు నిర్మించుకుని భావి గురించి తియ్యటి కలలు కనే వయసు. సరిగ్గా చెప్పాలంటే మీ వయస్సులో ఉన్నానప్పుడు.

ఆ రోజుల్లోనే రోజీతో నాకు పరిచయమయింది. ఆమెతో ప్రేమలో పడ్డానంటే ఇంకా బాగుంటుందేమో! రోజీ నిజంగా రోజామొగ్గలాగే చాలా అందంగా ఉండేది. ముఖ్యంగా ఆమె కళ్లు. ఆ కళ్లల్లో ఏదో తెలియని శక్తి ఉంది. ఆ కళ్లే నన్ను ఆకట్టు కున్నాయి. మంత్రముగ్ధుడిలా ఆమె వెనుకపడేట్లు చేశాయి. ఆరోజు నాకు మరపురాదు. నా స్నేహితుడు జార్జ్ పెళ్లి. నేనూ నా మిత్రులు అందరం పెళ్లికి చర్చికి వెళ్లాం. క్రిస్టియన్ మేరేజ్ అటెండ్ అవడం నాకదే మొదటిసారి. పెళ్లి పద్ధతులు శ్రద్ధగా గమనిస్తున్నాను. నా స్నేహితులు పెళ్లికొచ్చిన అమ్మాయిల అందచందాలు ఆస్వాదించడంలో మునిగి పోయారు.

"ఒరేయ్ రాజూ, ఆ అమ్మాయిని చూడరా," నా భుజం గట్టిగా నొక్కాడు నా స్నేహితుడు చలం.

"ఆరోజుల్లో నన్ను అందరూ రాజు అని పిలిచేవారు. రాజేంద్రభూపతి పేరును వార్ధక్యం చివరకి భూపతిగా స్థిరపరచింది."

చిన్నగా నవ్వాడు భూపతి. తన శ్రోతల వైపొకసారి తేరిపార జూసాడు. వాళ్ల ఆసక్తిని గమనించి బుగ్గ మీసాల చాటు నుండి చిరునవ్వు నవ్వాడు. మళ్లీ మొదలెట్టాడు.

నేను ఆ వైపు తలతిప్పి చూసాను. ఆ అమ్మాయి కూడ సరిగ్గా అప్పుడే తలతిప్పి నా వైపు చూసింది. మా ఇద్దరి చూపులు క్షణకాలం కలుసుకున్నాయి. వెంటనే ఆమె చూపులు తిప్పుకుంది. కాని నేను మాత్రం ఆమె తొలి చూపులకే బందీనయిపోయాను. ఆమె నుండి చూపులు తిప్పుకోలేదు. పెళ్లి ఎలా పూర్తయిందో నాకు తెలియనే తెలియదు. అంతా లేచి నిలబడగానే నేనూ లేచి నిలబడ్డాను. ఆ అమ్మాయి రూపం రాత్రంతా నన్ను నిద్రపోనియ్యలేదు.

జార్జ్ ద్వారా ఆమె పేరు రోజీ అని, ఉమన్స్ కాలేజీలో చదువుతోందని తెలుసుకున్నాను.

ఒకరోజు వాళ్ల కాలేజీ వదిలే సమయానికి నేను గేటు దగ్గర ఆమె కోసం కాపలా కాసాను. ఎన్నో జతల కళ్ల మధ్య ఆ అందమైన కళ్ల కోసం ఆత్రుతగా వెదికాను. నా కళ్లు చివరికి ఆ కళ్లను వెదికి పట్టుకున్నాయి. మళ్లీ ఒక్కక్షణం కలుసుకున్నాయి. అంతే, ఆమె వెళ్లిపోయింది.

మరునాడు కూడ నేను అదేచోట నిలబడ్డాను. మా కళ్లు కలుసుకున్నాయి. విడిపోయాయి. దాదాపు వారంరోజులు నేను ఆమెను చూడడానికి వెళ్లడం అలవాటుగా చేసుకున్నాను. ఒక్కరోజు కూడ ఆమెను పలకరించడానికి నేను ప్రయత్నించలేదు. సాహసించలేదు. ఏదో తెలియని పిరికితనం నన్ను ఆవహించేది. కాని మా కళ్లు మాత్రం ఏవో మూగగా మాట్లాడుకునేవి.

ఆరోజు నేను ప్రతిదినం నిలబడే చోటులో కాకుండా మరొక మూల నిలబడ్డాను. రోజీ వచ్చింది. నేను ప్రతిరోజు నిలబడే చోటులో నా కోసం ఆమె కళ్లు వెదుకుతున్నాయి.

ఆమె నా కోసం వెదుకుతూందన్న తియ్యటి భావనతో నా హృదయంలో పన్నీటి జల్లులే కురిసాయి. వెళ్లి ఆమె ముందు నిలబడ్డాను. నన్ను చూడగానే ఆమెలో సిగ్గు ముంచుకొచ్చింది. తర్వాత ఆమెతో మాట్లాడే ధైర్యం నాలో పుట్టుకొచ్చింది.

అతి కొద్దిరోజుల్లోనే మేము అత్యంత సన్నిహితులమైపోయాం. ఊహాలోకాలలో విహరించేవాళ్లం. మమ్మల్ని విడదీసే శక్తి లేదనిపించేది. కాని మా పిన్ని రూపంలో ఆ శక్తి నా ఎదుటపడి నన్ను వెక్కిరించింది.

నిజం చెప్పాలంటే మా పిన్ని ఒక దేవత. ధూళిలో కలిసిపోవలసిన నన్ను చేరదీసింది. పెంచి పెద్దచేసింది. నేను చిన్నతనంలోనే తల్లిదండ్రుల్ని పోగొట్టుకున్న దౌర్భాగ్యుడ్ని. మా పిన్నికి తన భర్త ద్వారా సంక్రమించిన లక్షల ఆస్తి ఉంది. నన్ను సొంత కొడుకులా పెంచింది.

రోజీతో నా ప్రేమ విషయం తెలియగానే ఆమె మండిపడింది. సరళనిచ్చి చేయాలని ఆమె ఉద్దేశం. సరళ ఆమె భర్తగారి చెల్లెలి కూతురు. సరళకు కూడ నాలాగే ఎవ్వరూ లేరు. పిన్నే పెంచి చదివించింది. మా ఇద్దరికీ పెళ్లి చెయ్యాలని ఆమెకొక చిరకాల వాంఛ ఉందన్న సంగతి అప్పట్లో నాకు తెలియదు. ఆ సంగతి నాకు తెలిసేసరికే పరిస్థితులు చెయ్యి దాటిపోయాయి. నేను రోజీ స్వంతమయిపోయాను. సరళ కూడ నా మీద ఆశలు పెంచుకుందన్న విషయం కూడ నాకు ఆలస్యంగానే తెలిసింది.

రోజీతో నాప్రేమ వ్యవహారం పిన్ని చెవిన పడిన రోజు.

నిజంగా ప్రళయమే సంభవించిందా రోజు.

"రోజీ ఎవరు?"

నోట్లో పెట్టుకోబోతున్న ముద్ద జారిపోయింది. ఉలిక్కిపడి పిన్ని వైపుచూసాను. పిన్ని కళ్లద్దాల కొసల నుండి సూటిగా నన్నే చూస్తోంది.

"ఏం మాట్లాడవేం?"

రోజీ ఎవరు? పిన్ని మళ్లీ రెట్టించింది. మొదట్నించీ పిన్ని దగ్గర చనువుకన్నా నాకు భయమే ఎక్కువ.

"రోజీ..."

"రోజీ నా స్నేహితురాలు," తడబడుతూ అన్నాను.

"కేవలం స్నేహితురాలేనా? లేక ఇంకా..."

"రోజీని నేను పెళ్లి చేసుకోవాలనుకుంటున్నాను," అంత ధైర్యం నాకెక్కడి నుండి వచ్చిందో నాకే తెలియదు. కచ్చితంగా చెప్పేసాను.

"అంతవరకూ వచ్చిందన్న మాట. ఎంత తెగించావురా? ఆ కిరస్తానీ పిల్లను చేసుకుంటావురా? ఇంత ధైర్యం నీకెక్కడి నుండి వచ్చిందిరా?" పిన్ని ఆగ్రహం వెళ్లగ్రక్కింది.

"పిచ్చి పిచ్చి వేషాలు కట్టిపెట్టు. ఈ ప్రేమలూ, గీమలూ ఏవీ చివరివరకూ నిలిచేవి కావు. సరళతో నీ పెళ్లి నిశ్చయం చేస్తున్నాను."

నామాట కోసం కెదురు చూడకుండానే లేచి చరచరా వెళ్లిపోయింది పిన్ని.

నాలుగు రోజుల తరువాత ఉన్నట్లుండి, గుంటూరులో చదువుకుంటున్న సరళ ప్రత్యక్షమయ్యేసరికి ఏమోలే అనుకున్నాను. నన్ను చూసి మాటిమాటికీ సిగ్గుపడడంలాంటి సరళ చేష్టలు కూడా నాకు నిజంగా అర్థం కాలేదు. తర్వాత తెలిసింది సరళతో నా పెళ్లికి పిన్ని ముహూర్తాలు కూడ నిర్ణయించేసిందని. రోజీని నేను వదిలి ఉండలేను. అది అసంభవం. నాలో తీవ్రమైన అలజడి చెలరేగింది. చివరికి పిన్నిని ఎదిరించడానికే నిశ్చయించుకున్నాను.

ఆ రోజు పిన్నితో ఘర్షణపడ్డాను. సరళను పెళ్లి చేసుకోవడం ససేమిరా ఇష్టం లేదని చెప్పాను. పెళ్లంటూ చేసుకుంటే రోజీనే చేసుకుంటానని కచ్చితంగా చెప్పాను. నేను చెప్పినదంతా పిన్ని ప్రశాంతంగా వింది. నన్ను కూర్చోమంది. నన్ను పక్కనే కూర్చోబెట్టుకుంది.

"రాజూ, నాకు నువ్వూ, సరళా తప్పితే ఈ ప్రపంచంలో నా అనేవాళ్లు ఎవ్వరూ లేరని నీకు బాగా తెలుసు. నువ్వు నా అక్క కొడుకువైనా కన్నకొడుకుకన్నా గారాబంగా చూసుకున్నాను. నేనసలే గుండెజబ్బు మనిషిని. ఏ క్షణంలో చస్తానో ఏమో? నా

ఆస్తంతా నా తదనంతరం నీకే చెందాలని విల్లు కూడ వ్రాసి ఉంచాను. సరళ నీకు అన్ని విధాల జోడయినది. మీ ఇద్దరికీ పెళ్లి చేసేస్తే నా బాధ్యత తీరిపోతుంది.

"ఈ ప్రేమలన్నీ కలకాలం నిలచేవి కాదు బాబూ! ఇదోరకం జబ్బు అంతే. ఆ కులంలేని పిల్లను చేసుకుని తీరని క్షోభ కలిగిస్తావో? లేక సరళను పెళ్లి చేసుకుని నాకు మనశ్శాంతిని కలుగజేస్తావో నువ్వే నిర్ణయించుకో. నువ్వు ఆ కిరస్తానీ పిల్లను చేసుకునే పక్షంలో నా ఆస్తిలో చిల్లిగవ్వ కూడ నీకు రాదు. విల్లు మార్చి ఆస్తినంతా సరళ పేర వ్రాసేస్తాను. అదంతా దాన్ని పెళ్లి చేసుకునేవాడికే దక్కుతుంది. నీకు మూడు రోజులు గడువిస్తున్నాను. బాగా ఆలోచించుకో."

పిన్ని మాటలతో నా మనస్సులో పెద్ద సంచలనమే కలిగింది. పిన్ని చాలా నిక్కచ్చి మనిషి. ఆమె మనస్తత్వం నాకు బాగా తెలుసు. మొండి, తను కోరినట్లు జరక్కపోతే ఆమె విల్లు మార్చడానికి ఏమాత్రమూ సంశయించదని నాకు తెలుసు.

భూమి తల్లకిందులయినా రోజీని మర్చిపోవడంకల్ల. మరి పిన్ని మాటేమిటి? ఆస్తి లేకపోతే ఏం? రోజీతో నేను సుఖంగా గడపలేనా?

గడపలేను. చాలా కష్టం. అసాధ్యం. చిన్నప్పటి నుండీ నేను పెరిగిన పద్ధతులే వేరు. డబ్బు చిల్లపెంకుల్లా ఖర్చు పెట్టడం బాగా అలవాటయింది. రోజీని పెళ్లి చేసుకుంటే నేను బికారినైపోతాను. మరేం చెయ్యాలి? ఈ సమస్యనెలా పరిష్కరించాలి? రోజీనెలా దక్కించుకోవాలి? ఆస్తి నా చెయ్యి దాటిపోకుండా ఎలా కాపాడుకోవాలి?

ఇవే నన్ను వేధించిన ప్రశ్నలు.

ఆరోజు పిన్ని పెట్టిన గడువుకు ఆఖరి రోజు. తెల్లారితే నా జాతకం సంగతి తేలిపోతుంది. నేను ఎటూ నిర్ణయానికి రాలేకపోతున్నాను. ఆ సాయంత్రం తోటలో పచార్లు చేస్తున్నాను. అప్పుడే నాలో ఎక్కడో దాగివున్న పైశాచికత్వం బయటకు వచ్చింది.

అదే మానవత్వానికీ, మంచితనానికీ నేను సమాధి కట్టిన క్షణం.

నాలో భయంకరమైన ఊహ పుట్టిన క్షణమది. పిన్ని మరుసటిరోజు వరకూ బ్రతికుంటేనే విల్లు మార్చడం జరిగేది. ఈలోగా పిన్నిని అడ్డు తొలగిస్తే? ఒక్కసారిగా గుండె ఝల్లుమంది.

అయినా తప్పదు, నేను రోజీతో జీవితమంతా హాయిగా గడపాలంటే పిన్నిని నా దారి నుండి తప్పించాలి. ఆమెకు ముక్తి ప్రసాదించాలి. ఎలా? ఆమె మరణిస్తే నా మీదకు అనుమానం రాకూడదు. ఆమె హత్య చేయబడిందని ఏమాత్రం అనుమానం

కలిగినా ముందుగా ఉచ్చు బిగుసుకునేది నా మెడకే. నా తెలివితేటలను ఉపయోగించి అతిలాఘవంగా పని జరిపించాలి. ఎవరికీ ఎలాంటి అనుమానం రాకూడదు.

ఈ ఆలోచనలు తప్పితే దేవతలాంటి పిన్నిని చంపాలని ప్రయత్నిస్తున్నానని, అది మహాపాపమనే విచక్షణాజ్ఞానం నాకు పూర్తిగా లేకుండాపోయింది. నా బుర్రలో గూడు కట్టుకున్నదల్లా పిన్నిని ఎలా తెలివిగా హత్య చేయాలన్న ఆలోచన మాత్రమే.

చీకటి పడింది. నా గదిలో చీకటిలోనే కూర్చుని ఆలోచిస్తున్నాను. కిటికీలో నుండి ఎక్కడివో రెండు పిల్లులు నా గదిలోకి ఉరికి భయంకరంగా అరుస్తూ పోట్లాడుకోసాగాయి. ఒక్కసారిగా ఉలిక్కిపడ్డాను. అంతలోనే మెరుపులా నా బుర్రలో మెరిసింది హత్యావిధానం.

కత్తి, పిస్తోలు మొదలైనవేమీ లేకుండానే పిన్నిని సాగనంపవచ్చు. కాకపోతే భగవంతుడు కూడ సాయపడాలి.

గబగబా లేచి కిటికీలు మూసేసా. తలుపులు కూడ మూసి వచ్చాను. గదిలో ఉన్న బ్రెడ్ ముక్కలు, ఏపిల్ ముక్కలూ వేసి ఆ పిల్లుల్ని మచ్చిక చేసుకోవడానికి ప్రయత్నించాను. పిన్నిని ఎలా చంపాలన్నది నా మస్తిష్కంలో నెమ్మదిగా రూపుదిద్దుకోసాగింది.

పిన్నికి గుండె జబ్బుంది. అనుకోకుండా ఎలాంటి షాక్ తగిలినా ఆమె గుండె వెంటనే రెస్ట్ తీసుకుంటుందని నాకు తెలుసు. రాత్రి ప్రశాంతంగా పిన్ని నిద్రపోతున్నప్పుడు ఈ పిల్లుల్ని ఆమె మీదకు వదిలిపెడితే?

ఆ పిల్లులు కొద్ది నిముషాల క్రితం సాగించిన భీషణ సంగ్రామం నా కళ్ల ముందు మెదులుతూంది. వాటి భయంకరమైన అరుపులకు ఆదమరపుగా విన్న నాకే వళ్లు జలదరించింది. ఇక పిన్ని ఒక లెక్కా? ఆమె గుండె టక్కున ఆగి కూర్చుంటుంది. నా ప్లాన్ సవ్యంగా నెరవేరాలని వెయ్యి దేవుళ్లకు మొక్కుకున్నాను.

ఆ రాత్రి భోజనాల బల్ల దగ్గర పిన్ని వైపు ధైర్యంగా చూడలేకపోయాను. పిన్ని నెమ్మదిగా మజ్జిగన్నం కలుపుకుంటోంది. పాపం, అదే తాను చేసే ఆఖరి భోజనం అని ఆమెకు తెలియదు. ఆ రాత్రికి ఆమెను నేను చంపబోతున్నానని ఏమాత్రం తెలిసినా ఆ రాత్రి ఆమె నిద్రపోయి ఉండేది కాదేమో!

రాత్రి పదకొండు గంటలయింది. పిల్లులు అల్లరి చెయ్యకుండా తీసుకోవలసిన జాగ్రత్తలన్నీ తీసుకున్నాను. అవి రెండూ నెమ్మదిగా నా మంచం క్రింద చేరి పడుకున్నాయి. నా గుండె వేగంగా కొట్టుకోవడం ప్రారంభించింది. నా రక్తం చాలా వడిగా ప్రవహించసాగింది. ఏదో తెలియని వణుకు కూడ మొదలయింది.

ఇక నేను పిన్ని రుణం తీర్చుకోవడానికి బయలుదేరాలి.

చిన్నప్పటి నుంచి నన్ను పెంచి పెద్ద చేసిన దానికి ప్రతిఫలంగా ఆమెకు కైవల్యప్రాప్తి కలిగించాలి.

మంచం మీద నుంచి లేచాను. అడుగులో అడుగు వేసుకుంటూ నా గది తలుపులు నెమ్మదిగా తెరిచాను. దృష్టి సారించి చుట్టూ పరిశీలించాను. అంతా చీకటి.

ఎక్కడా ఎలాంటి కదలికా లేదు. నిశ్శబ్దంగా వుంది.

నా పక్క గదే పిన్ని పడక గది. అటు నడిచాను.

తలుపు దగ్గరకు చేరుకున్నాను. ఊపిరి బిగబట్టి తలుపు మెల్లిగా తోసాను. చప్పుడు కాకుండా తలుపు తెరుచుకుంది. గది లోపల జీరో కాండిల్ బల్బు వెలుగుతోంది. పిన్ని ప్రశాంతంగా నిద్రపోతూ ఉంది.

'ఇదే మంచి సమయం. ఇక ఆలస్యం చెయ్యకూడదు. అనుకున్న పని వెంటనే పూర్తి చేసెయ్యాలి.'

మనసు తొందరపెట్టసాగింది. వెనుతిరిగి నా గదిలోకి ప్రవేశించాను. నా మంచం క్రిందకి దూరి పిల్లుల్ని దువ్వి బుజ్జగించాను.

ఒక పిల్లి సన్నగా 'మ్యావ్' అంది. నాకు భయం వేసింది.

"హుష్! శబ్దం చెయ్యకు. నెమ్మది! నెమ్మది!"

నా మాటలు దానికి అర్థం కావు. అయినా పిచ్చిగా నాలో నేనే గొణుక్కున్నా! రెండు పిల్లుల్నీ రెండు చేతుల్తో జాగ్రత్తగా పట్టుకుని పిల్లిలా బయటకు నడిచాను.

క్షణాల్లో పిన్ని మంచం ముందు నిలబడ్డాను.

రెండు పిల్లుల్నీ గట్టిగా ఒడిసి పట్టుకుని వాటి తలలు గట్టిగా రెండుసార్లు 'ఢీ' కొట్టి మెరుపులా పిన్ని మీదకు విసిరి పక్కకు తప్పుకున్నాను. నా ప్లాన్ సక్రమంగానే నెరవేరింది. పిల్లులు భయంకరంగా అరుస్తూ వెళ్లి పిన్ని మీద పడ్డాయి. ఒకదానితో ఒకటి కలబడుతూ ఆమె గుండెల మీద కుమ్ముకోసాగాయి.

పిన్ని అదిరిపడి లేవబోయింది. కాని లేవలేదు. కీచుగా మూలిగినట్టు అనిపించింది. అంతే! ఆమెలో ఎలాంటి కదలికా లేదు. నా రక్తం గడ్డ కట్టినట్టుగా అనిపించింది. శిలాప్రతిమలా నిలబడి ఉండిపోయాను. ఎలాగోలా సత్తువ కూడదీసుకుని ముందుకు కదిలాను. ఆమె ముక్కు ముందు వేలు పెట్టి చూశాను. శ్వాస ఆడడం లేదు. ఆమె ప్రాణం అనంత వాయువుల్లో కలిసిపోయింది. నా పని విజయవంతంగా ముగిసింది. పిల్లుల వైపు చూసాను. ఈ పాపంలో మా పాలు లేదన్నట్టు రెండూ చెట్టాపట్టాలు వేసుకుని గది బైటకు పరుగుతీసాయి.

అవును, పాపమంతా నాదే. పిన్నిని ఘోరంగా హత్య చేసిన హంతకుడిని నేను! చేసిందంతా చేసి ఇంకా ఇక్కడ ఏం చేస్తున్నా? మరో క్షణం ఇక్కడున్నా ప్రమాదం. వణుకుతున్న కాళ్లను స్వాధీనంలోకి తెచ్చుకుంటూ నా గదివైపు పరుగు తీసాను.

తెల్లారింది. అంతా చేరారు. ఎవరికీ ఏ అనుమానం కలుగలేదు. గుండె జబ్బు మనిషి సహజంగానే గుండాగి నిద్రలోనే పోయిందన్నారు. సరళ హృదయవిదారకంగా విలపించింది. నేనూ తక్కువ తినలేదు. మొసలి కన్నీరు బాగానే కార్చాను.

పిన్ని అంత్యక్రియలు శ్రద్ధగా సక్రమంగా పూర్తిచేశాను.

'ఇక నన్నెవ్వరూ ఏమీచెయ్యలేరు. నేనెవ్వరికీ పట్టుబడను,' సగర్వంగా నన్ను నేనే అభినందించుకున్నాను.

పిన్ని అంత్యక్రియలు ముగిసిన మర్నాడు నా గదిలో కూర్చుని తీరిగ్గా భవిష్యత్ గురించి తీయని కలలు కంటున్నా.

అప్పుడే...!

సరళ వచ్చి, "బావా," అని నెమ్మదిగా పిలిచింది. కళ్లు విప్పి చూసాను. పిన్ని మరణంతో సరళ చాలా కృంగిపోయింది. మనిషి బలహీనంగా అగుపిస్తోంది.

"బావా! నీతో మాట్లాడాలి," చిన్నగా అంది.

ఆమె ఏమి మాట్లాడాలని అనుకుంటుందో నాకు తెలియదా? ఆమెకు అవకాశం ఎందుకు ఇస్తాను? అందుకే... పెదాలపై నవ్వు పులుముకుని,

"నేనూ నీతో ఒక ముఖ్యమైన విషయం చెప్పాలని అనుకుంటున్నా. ఇదిగో, ఈ ఫొటో చూడు. ఈమె నేను ప్రేమిస్తున్న యువతి... రోజీ! త్వరలో పెళ్లి చేసుకోవాలని అనుకుంటున్నాం. పిన్ని చేతుల మీదుగా మా పెళ్లి జరిగే అదృష్టానికి నేను నోచుకోలేదు," సంతోషాన్ని, బాధను కలగాపులగంగా అభినయిస్తూ రోజీ ఫొటో అందించి చెప్పాను.

సరళ ముఖం పాలిపోయింది. అదేమీ పట్టించుకోనట్లు,

"ఎలా ఉంది," అన్నాను.

సరళ పేలవంగా నవ్వింది. "చాలా బాగుంది. అదృష్టవంతురాలు," అంది.

"ఇక నువ్వు చెప్పు! ఇందాకేదో మాట్లాడాలన్నావ్!" ఓరగా చూస్తూ అడిగాను.

చిన్నగా నవ్వింది సరళ.

"ఏదో చెప్పాలనుకున్నా. కాని మర్చిపోయాను."

"గుర్తు చేసుకో"

"గుర్తురాదు. ఇక గుర్తు చేసుకోవలసిన అవసరం కూడ లేదు," సూటిగా నా కళ్లలోకి చూసింది సరళ.

ఆమె కళ్లతో కళ్లు కలపలేక తల క్రిందకు దించుకున్నా!

"బావా..."

"ఊ."

"నేను రేపు మా ఊరు వెళ్లిపోతున్నాను."

"అదేంటి, అంత తొందరేముంది? నీ బాగోగులు చూడాల్సిన బాధ్యత కూడా నా మీద వదలి వెళ్లింది పిన్ని!" ఇంకా ఏదో అనబోతున్న నా మాటల్ని మధ్యలోనే ఆపేసింది సరళ.

"నా బరువు బాధ్యతలు నువ్వేమీ భుజాన వేసుకుని బాధ పడనక్కరలేదు. బెంగ అంతకంటే అక్కర్లేదు. నా బ్రతుకు నేను బ్రతకగలననే నమ్మకం నాకుంది. సెలవ్," చరచరా నడచి వెళ్లిపోయింది సరళ.

అన్నట్టే మరుసటిరోజు ఊరెళ్లిపోయింది సరళ. సరళ వద్దని చెప్పినా నా బాధ్యతగా భావించి కొంత డబ్బు ఆమెకు పంపించాను. కాని నా మనీ ఆర్డర్ తిరిగి వచ్చేసింది. దాంతోపాటు సరళ ఉత్తరం కూడ వచ్చి చేరింది.

"బావకు నమస్కారాలు! నువ్వు పంపిన డబ్బు తిరిగి పంపుతున్నందుకు అన్యధా భావించవద్దు. అత్తయ్య నా పేరు మీద బ్యాంకులో వేసిన డబ్బుతో నా జీవనం గడిచిపోతుంది. ఇంక నువ్వు పంపే డబ్బు నేనేం చేసుకోను? పోతే, మనకు అందని వాటి గురించి ప్రాకులాడడం అవివేకం అని నాకూ తెలిసి వచ్చింది. నేను బాగానే ఉన్నాను. నువ్వూ సుఖంగా ఉండాలని మనస్ఫూర్తిగా కోరుకుంటున్నాను.

-సరళ"

ఆ ఉత్తరం చదివి చిన్నగా నిట్టూర్పు విడిచి ఊరుకున్నాను, అంతే!

కొద్ది రోజుల తరువాత రోజీని నాదానిగా చేసుకున్నాను. రోజీని పెళ్లాడడంలో నాకు చిక్కులేమీ ఎదురుకాలేదు.

మతాంతర వివాహమైనా సంఘం కిక్కురుమనలేదు. ఎందుకంటే నా వెనుక లక్షలున్నాయ్. రోజీ సహచర్యంలో నాకు ప్రతిరోజూ ఒక పండుగలా అనిపించేది. నా అంత అదృష్టవంతుడు ప్రపంచంలో లేడనిపించేది. కాని, నా ఆనందం అట్టే కాలం నిలవలేదు. రోజీ నాకు శాశ్వతంగా దూరమయిపోయింది.

"ఏం, ఏమయింది?" ఆత్రుత ఆపుకోలేక ప్రశ్నించాడు సతీష్.

భూపతి ఒక్క క్షణం సతీష్ వైపు చూసి మిగిలిన వారి మీదకు దృష్టి మరల్చాడు. వాళ్ల కళ్లలో కూడ అదే మాదిరి ఉత్సుకత కానరావడం గమనించి అదోరకంగా నవ్వాడు. మరొక చుట్ట తీసి వెలిగించి పొగ గట్టిగా పీల్చి వదలి తిరిగి చెప్పడం మొదలెట్టాడు.

చట్టం విధించే శిక్ష నుండి నేను తప్పించుకోగలిగినా విధి విధించే శిక్ష నుంచి తప్పించుకోలేకపోయాను. విధి నన్ను ఘోరంగానే శిక్షించింది.

ఏ రోజీ కోసమైతే దేవతలాంటి పిన్నిని హతమార్చడానిక తలపడ్డానో ఆ రోజీనే నా నుంచి దూరం చేసింది.

రోజీకి క్షయ రాలేదు. ప్రపంచం అంతా భయపడే కేన్సర్ రాలేదు. కేవలం జ్వరం వచ్చింది. నాలుగు రోజులు మూసిన కన్ను తెరవలేదు. ఏదో విష జ్వరమన్నారు డాక్టర్లు. ఎంతమంది డాక్టర్లు ప్రయత్నించినా ఎన్ని మందులు వాడినా నా రోజీ నాకు దక్కలేదు. నన్ను ఒంటరివాడ్ని చేసి రోజీ వెళ్లిపోయింది.

రోజీ మరణంతో నేను దాదాపు పిచ్చివాడ్నయిపోయాను. రోజీ లేని జీవితం వ్యర్థమనిపించేది. నేను చేసిన పాపం పండి రోజీని బలి తీసుకుంది. మనశ్శాంతి కోసం ఎక్కడెక్కడో తిరిగాను. కాని అది నాకు పూర్తిగా కనుమరుగయ్యింది. కన్ను మూస్తే చాలు... నన్ను పరిహసిస్తూ పిన్ని రూపం ప్రత్యక్షమయ్యేది. ఎక్కడైనా పిల్లి కనిపిస్తే చాలు, ఏదో వింత భయం ఆవహించేది. గుండెలో గుబులు పుట్టుకొచ్చేది. నిద్రలో రెండు పిల్లులు నా గుండెల మీద ఎక్కి పొట్లాడుకుంటున్నట్లు ఏవేవో పీడకలలు వచ్చేవి.

దాంతో నిద్ర కరువయ్యేది. ఆత్మహత్య చేసుకోవాలన్నంత విరక్తి పుట్టింది. అయినా నేను చావలేదు. ఇంత కాలం బ్రతికే ఉన్నాను. ఇంత ఘోరమైన వంటరితనం భరిస్తూ నా అన్నవాళ్లకు నోచుకోక జీవచ్ఛవంలా బ్రతకడమే విధి నాకు విధించిన శిక్ష. మనుష్యులకు దూరంగా పారిపోవాలనిపించేది. గమ్యమెరుగని బాటసారిలా తిరుగుతూ ఇక్కడికొచ్చిపడ్డాను. నిర్జనంగా ఉన్న ఈ అడవి పరసరాలే కాస్త ప్రశాంతత చేకూరుస్తాయని నాకెందుకో అనిపించింది. అందుకే ఈ భవనం కట్టించి ఇక్కడే స్థిర నివాసం ఏర్పరచుకున్నాను. ఇదిగో, నమ్మినబంటులాంటి భీమయ్య ఒక్కడే నాకు తోడుగా నిలిచాడు. దుర్భరమైన జీవితం గడుపుతూ శిక్ష అనుభవిస్తున్న ఖైదీని నేను! నాకు విముక్తి ఎప్పుడు లభిస్తుందో?

ఆ హాల్లో కాస్సేపు నిశ్శబ్దం ఆవరించింది.

అంతవరకూ మంత్రముగ్ధుల్లా భూపతి కథనం వింటున్న మిత్రబృందంలో మెల్లగా చలనం కలిగింది.

"వాటే ట్రాజెడీ," తనలో తాను గొనుక్కుంటున్నట్టు అంది సుమ.

"మీరెందుకు మళ్లీ పెళ్లి చేసుకోలేదు?" ఉండబట్టలేక అడిగాడు సతీష్.

పేలవంగా నవ్వాడు భూపతి.

కొత్త చుట్ట వెలిగించి గట్టిగా పొగ పీల్చి వదిలాడు.

కుర్చీలో వెనక్కి వాలి కళ్లు మూసుకుని కొన్ని క్షణాల తరువాత తెరిచాడు.

రంజిత్ ఏదో అడగాలని నోరు తెరిచాడు. అతని నోటి నుండి పలుకు వెలువడక ముందే భూపతి బిగ్గరగా నవ్వి రంజిత్ వైపు తిరిగి అన్నాడు.

"సరళ ఏమైందని కదూ నువ్వు అడగాలనుకుంటున్నావు?"

రంజిత్ అవునన్నట్లు తలూపాడు.

"మీకొచ్చే అనుమానాల సంగతి నాకు తెలుసు! నేనెందుకు తిరిగి పెళ్లి చేసుకోలేదనేది కదూ మొదటి ప్రశ్న? రోజీ మరణంతో సుఖజీవనం మీద నాకు ఆశ పూర్తిగా నశించింది. నేను మహాపాపిని, నరహంతకుడ్ని. చేసిన పాపం నన్ను వెన్నంటి తరిమింది. సుఖపడే యోగమే నాకుంటే రోజీ అలా దూరమయి ఉండేది కాదు. నేను శాపగ్రస్తుడ్ని! నా శాపంలో, పాపంలో మరొకరికి పాలు పంచి వారిని బలి తీసుకోవడం అన్యాయం కదూ? అందుకే ఇలా వంటరిగా మిగిలున్నాను.

"ఇకపోతే సరళ సంగతి. సరళ ఇప్పుడు అమెరికాలో ఉంది. భర్తతో పిల్లలతో అక్కడే స్థిరపడిపోయింది.

"రోజీ అకాలమరణం తరువాత సరళ దగ్గిర నుండి నాకు ఉత్తరం వచ్చింది. నా జీవితంలో పలికిన అపశ్రుతికి తానూ చింతిస్తున్నానని, ఆ ఎదురుదెబ్బ నుండి నేను తట్టుకుని, ధైర్యంగా బ్రతుకుబాటలో ముందుకు సాగాలని తను హృదయ పూర్వకంగా వాంఛిస్తున్నాని వ్రాసింది. ఆ ఉత్తరానికి నేను జవాబు కూడ వ్రాయలేదు. వ్రాయడానికి ముఖం చెల్లక వ్రాయలేదు.

"ఇక రెండు సంవత్సరాల తరువాతనుకుంటాను. సరళ దగ్గర నుండి నాకు ఉత్తరం, ఉత్తరంతోపాటు పెళ్లి శుభలేఖ అందాయి.

"బావా!

ఈ ఉత్తరం అందిన తరువాతయినా నేనంటూ ఒకదాన్ని ఉన్నానని నీకు గుర్తు వస్తే అదృష్టవంతురాల్నే. నేను కోరుకున్న వాళ్లు నన్ను కాదని పోగలిగినా నన్ను హృదయపూర్వకంగా ప్రేమించే వాళ్లను కాదనే సాహసం నేను చెయ్యలేను. ఆ శక్తి కూడ నాకు లేదు.

వారికి నేనంటే ప్రాణం. నన్ను హృదయపూర్వకంగా ప్రేమించి నాతో జీవితాన్ని పంచుకోవాలనుకుంటున్నారు. తీరని కోర్కెలతో అలమటించడంకన్న జీవితంతో రాజీ పడడమే మంచిదని నా నమ్మకం. శుభలేఖ ఈ ఉత్తరంతోనే జత పరుస్తున్నాను. నా తరఫువాళ్లంటూ ఎవరైనా ఉంటే నువ్వు ఒక్కడివే. వస్తావనే నమ్మకం లేకపోయినా రావాలని కోరుకుంటూ...

-సరళ"

సరళ పెళ్ళని తెలియగానే తెలియకుండానే నాలో ఏదో అలజడి చెలరేగింది. నాకు సంబంధించిన వస్తువేదో దూరమైపోతున్నట్లు కొద్దిగా బాధపడ్డ మాట కూడ

వాస్తవమే. తరువాత సిగ్గుపడ్డాను. కనీసం సరళ జీవితమైనా ఒడుదుడుకులు లేకుండా సాగిపోవాలని మనసారా కోరుకున్నాను.

"అదీ కథ. నేనిలా మిగిలున్నాను. నిష్కృతి లేని నా అపరాధాన్ని మీ ముందు ఒప్పుకుంటున్నాను," భూపతి గొంతు గద్గదమైంది.

"మీరు బాధపడుతున్నట్లున్నారు. విధి ఆడించే వింత నాటకానికి మీరు బలయిపోయారు. మీ కథ విన్న తరువాత విధివిలాసం ఎంత విచిత్రంగా ఉంటుందన్న విషయం తెలిసి వచ్చింది. మీరు అనుభవించిన నరకయాతన కన్నా మించిన శిక్ష మరొకటి ఉంటుందని నేను అనుకోను. మీ పశ్చాత్తాపంతో మీ పాపం ప్రక్షాళనం అయిపోయింది. మీరు అనవసరంగా ఇంకా చింతించవలసిన అవసరం లేదు," ఉద్వేగపూరితంగా అన్నాడు రవి.

అవునన్నట్లు తల ఊపుతూ మెప్పుదల కూడిన నేత్రాలతో రవి వైపు చూసింది సుమ. అదేరకం భావం మిగిలిన వాళ్ల కళ్లలోనూ కనిపించింది.

భూపతి మళ్లీ అదోరకంగా నవ్వాడు. చుట్ట ఆర్పి యాష్ ట్రేలో పారేశాడు.

"నా కథ చెప్పి ఇంతసేపు మిమ్మల్ని విసిగించాను. నాలాంటి పాపిని మీరు సదుద్దేశంతో అర్థం చేసుకున్నందుకు చాలా సంతోషం. ఇప్పటికే చాలా రాత్రయింది. బాగా అలసిపోయి కూడ ఉన్నారు. పోయి మేను వాలిస్తే చక్కటి నిద్ర పడుతుంది. గుడ్‌నైట్ టు ఆల్," అన్నాడు భూపతి.

అందరూ భూపతికి గుడ్ నైట్ చెప్పి తమతమ గదులకు చేరుకున్నారు.

అర్ధరాత్రి దాటింది. ప్రకృతి ఆదమరచి నిద్రపోతూంది. కీచురాళ్ల చప్పుడు తప్ప మరే చప్పుడూ వినరావడం లేదు. భూపతి భవంతి చుట్టూ చీకటి రాజ్యమేలుతూంది.అంతా నిశ్శబ్దమైన వాతావరణం. ఆ నిశ్శబ్దాన్ని చీల్చుకుంటూ భయంకరమైన చావు కేక భవనంలో నుండి వినవచ్చింది. అది గుండెల్ని పిండి వేసే అరుపు.

రక్తాన్ని గడ్డకట్టించే భయంకరమైన చావుకేక.

స్వప్నలోకాల్లో మునిగి తేలుతున్న వాళ్లందరూ ఉలిక్కిపడి లేచారు. గది తలుపులు తెరుచుకుని బయటకు పరుగెత్తారు. అందరూ ఒకచోట చేరి ముఖ ముఖాలు చూసుకున్నారు. అందరి ముఖాల్లోనూ ఆందోళన, కంగారు ద్యోతకమవుతున్నాయి.

దీపం చేతిలో పట్టుకుని పరిగెత్తి వస్తున్న భీమయ్య వైపు తిరిగాయి అందరి చూపులు.

"అది బాబుగారి అరుపే! ఏమయిందో?" అంటూ ముందుకు పరుగెత్తిన భీమయ్యను అనుసరించారందరూ.

భూపతి గది తలుపులు తోసుకుని లోపలికి ప్రవేశించిన వారందరూ చేష్టలుడిగి అలాగే బొమ్మల్లా నిలబడిపోయారు.

భూపతి మంచం మీద పడుకుని ఉన్నాడు. అతడు నిద్రపోవడం లేదనీ, అతని ప్రాణాలు బొందిని విడిచి ఎప్పుడో ఎగిరిపోయాయని చూడగానే తెలుస్తూంది. భయంతో అరిచిన అతని నోరు ఇంకా అలాగే తెరుచుకుని ఉంది. కళ్లు మూతలు పడలేదు. కనుగుడ్లు పెద్దవై అతడెందుకో విపరీతంగా భయపడ్డాడన్న విషయాన్ని తెలియజేస్తున్నాయి.

"మ్యావ్! మ్యావ్!"

అందరి కళ్లు చటుక్కున అటు తిరిగాయి. మంచం క్రింద నుండి ఒక గండు పిల్లి ఒక్కదూకున కిటికీపైకి ఎక్కి అవతలి వైపుకు దూకేసింది. దాని వెనుకనే ఒక నల్ల పిల్లి దాన్ని అనుసరించింది.

భూపతి కప్పుకున్న తెల్లటి దుప్పటి మీద సరిగ్గా గుండెల ప్రాంతంలో రెండు పిల్లులు పోరాడుకున్నట్లు కనిపిస్తున్న మట్టితో కూడిన పిల్లుల పాదముద్రలు సరిగ్గా అప్పుడే వాళ్ల దృష్టిలో పడ్డాయి. భూపతి ముఖం మీద కూడా పిల్లులు గీరేసిన గుర్తులు స్పష్టంగా కనబడుతున్నాయి.

వాళ్లలో ముందు తేరుకున్నది రంజిత్.

ఆయనకు తరచుగా వచ్చే పీడకల చివరికి నిజరూపాన్ని దాల్చిందన్న మాట ఈరోజు.

"ఒక్కసారిగా గుండెల మీద పడి ఆ పిల్లులు దెబ్బలాడుకోవడం మొదలెట్టగానే కలిగిన షాక్‌కి ఆయన గుండె ఆగిపోయి ఉంటుంది," తన ఊహతో జరిగిన విషయానికి రూపకల్పన చేస్తూ అన్నాడు రంజిత్.

"ఆయన శిక్ష ఎంత విచిత్రంగా ముగిసింది?" నిట్టూరుస్తూ అంది సుమ.

భీమయ్య భూపతి శవం మీద పడి బావురుమన్నాడు.

రంజిత్ భూపతి శవం మీద పూర్తిగా దుప్పటి కప్పాడు.

ఏదో తెలియని అనుభూతితో హృదయాలు బరువెక్కగా ఇంక ఆ గదిలో ఉండడానికి మనస్కరించక బయటకు నడిచారందరూ.

అపరాధ పరిశోధన మాసపత్రిక

14

ఏది నిజం?

అనగనగా ఒక కిరీటి, ఒక నీలవేణి. వాళ్లిద్దరూ ప్రేమించుకున్నారు. చెట్టాపట్టా లేసుకుని రోడ్ల వెంట తిరిగారు. పార్కుల్లో డ్యూయెట్లు పాడారు. త్వరలో పెళ్లి చేసుకోవాలని నిర్ణయానికి కూడ వచ్చారు.

ఇలా ఉండగా ఒకరోజు సాయంత్రం పార్కులో కూర్చుని ప్రేమ డైలాగులు వల్లె వేస్తున్న సమయంలో కిరీటి అన్నాడు కదా, "రేపు మా ఆఫీసుకు సెలవ్. నువ్వెలాగూ యింట్లోనే వుండే దానివి కనుక నీకు సెలవు ప్రసక్తే లేదు. కాబట్టి రేపు మనం మార్నింగ్ షోకి వెళ్తున్నాం. ఏమంటావ్?"

దాంతో నీలవేణి ఎగిరి గంతేయకుండానే సరేనంది.

అనుకున్న ప్రకారం వాళ్లిద్దరూ మర్నాడు ఉదయం థియేటర్ వద్ద కలుసు కున్నారు. లోపలికి పోయి కూర్చున్న తరువాత కిరీటి అన్నాడు. "నేను బయల్దేరుతుంటే మా అన్నయ్య కొడుకు బాబి, 'నేనూ వస్తాను బాబాయ్,' అంటూ తెగ గొడవ చేసాడు. వాడిని బుజ్జగించి వదిలించుకునేసరికి తాతలు దిగిరావడమంటే ఏమిటో తెలిసింది నాకు. అసలు వాడికి నేనంటే చచ్చేంత యిష్టంలే!"

వెంటనే ముఖం చిరాగ్గా పెట్టింది నీలవేణి. "ఇప్పుడు మీ బాబి సంగ తెందుకు? ఇంతకన్నా మాట్లాడేందుకు వేరే విషయాలే దొరకలేదా నీకు? ఇంకేమైనా చెప్పు వింటాను," అంది.

(పాపం మీలాగే నీలవేణి కేం తెల్సు ఈ కథలో బాబికి చాలా ప్రాముఖ్యత వుందన్న విషయం?)

కిరీటి మరేదో చెప్పాలని నోరు విప్పబోయాడు. అంతలోనే లైట్లారిపోయి- మీరెల్లప్పుడూ ఆరోగ్యంగా, చురుగ్గా వుండగలందులకు వాడాల్సిన టానిక్ పబ్లిసిటీ రీలు తెర మీద పడింది. ఆ వెనుకనే సినిమా తారలు కావాలనుకునేవాళ్లు వాడాల్సిన సబ్బు, ఆ తరువాత దంతక్షయాన్ని, నోటి దుర్వాసన నివారించే టూత్ పేస్టు- సరిగ్గా అప్పుడే నీలవేణి వైపుగా వంగి కిరీటి అన్నాడు-

"వేణీ! వేణీ!! ఆ అమ్మాయి కట్టుకున్న చీర సరిగ్గా నువ్వు మొన్న సినిమాకు కట్టుకొచ్చినలాంటి చీరేకదూ?"

నీలవేణి కిరీటి ప్రశ్నకు జవాబివ్వలేదు. చివాలున కిరీటి ముఖం నుండి దూరంగా జరిగి ముఖం చిట్లించింది. అంత చీకట్లోనూ ఆమె భావాలు గుర్తించిన కిరీటి, "ఏమయింది?" అన్నాడు.

"ఏంలేదు. తర్వాత చెప్తాను," అంది నీలవేణి ముక్తసరిగా.

కిరీటి ఏమీ మాట్లాడకుండ సినిమా చూడసాగాడు. సినిమా చూస్తున్నంతసేపూ ఎప్పుడూ ఏదో ఒకటి గుసగుసలాడే నీలవేణి మౌనంగా వుండడంతో ఇంటర్వెల్‌లో మళ్లీ అడిగాడు కిరీటి- "ఏమయింది నీకు? సినిమాకొచ్చినప్పటి నుండి చాలా డల్‌గా వున్నావ్?"

"సినిమా అయిన తరువాత చెప్తాను," అంది.

సినిమా అయిపోయింది.

"ఏమిటి సినిమా అయిపోయిన తరువాత చెప్తానన్నావ్?" మళ్లీ అడిగాడు కిరీటి.

"ఏమీ లేదు. నువ్వు వెంటనే పోయి ఒకసారి లావణ్యను చూడు."

"ఏం! ఎందుకు?"

"ఎందుకా? బికాజ్ షి ఈజ్ ఎ డెంటిస్ట్! ఇంతకంటే ఏం చెప్పమంటావ్? మళ్లీ రేపు సాయంత్రం పార్కులో కలుసుకుందాం," అంటూ రిక్షాను పోనివ్వమంది నీలవేణి.

❖ ❖ ❖

ఆ సాయంత్రం నీలవేణి లావణ్య దగ్గరకెళ్లింది. లావణ్య నీలవేణికి దూరపు బంధువు. కిరీటితో నీలవేణి పరిచయానికి, ఆ పరిచయం కాస్తా ప్రేమగా మారడానికి ఒకరకంగా లావణ్యే కారకురాలు. నీలవేణి వెళ్లేసరికి లావణ్య ఒక్కత్తే వుంది.

"కిరీటి నీ దగ్గరకు వచ్చాడా?" కుర్చీలో కూలబడుతూ అంది నీలవేణి.

"ఆ! వచ్చాడు," అంది లావణ్య.

"వచ్చి ఏమన్నాడు?"

"ఏమన్నదీ తరువాత చెప్తానుగాని అసలేమయింది?" అంది లావణ్య.

"కిరీటి ఏమన్నదీ ముందు చెప్పు," ముందుకు జరుగుతూ కుతూహలంగా అంది నీలవేణి.

"చెప్తానన్నానుగా! అసలేమయిందో ముందు చెప్పు," చిరాగ్గా అంది లావణ్య.

నవ్వేసింది నీలవేణి.

"ఏమీలేదు. ఇవాళ మేమిద్దరం మార్నింగ్ షోకి వెళ్లాం. సినిమా మొదలయ్యే ముందు ఏదో టూత్ పేస్ట్ తాలూకు పబ్లిసిటీ చూసేసరికి నా బుర్రలో ఒక మెరుపు మెరిసింది. కిరీటిని ఏడ్పించాలనిపించింది. దాంతో అతని మీద చిన్న ప్రాక్టికల్ జోక్ ప్లే చేసాను. ముఖం ముడుచుకు కూర్చున్నా. ఏమిటేమిటని అతడు కంగారుపడ్డాడు. అతనికి నోటి దుర్వాసన వుందనేవిధంగా మాట్లాడి వెంటనే పోయి నిన్ను చూడ

మన్నాను. నిజానికతని వద్ద చెడు శ్వాస లేనేలేదు. నిజం తెల్సిన తరువాత తనను ఫూల్ చేసినందుకు నామీద అతనికి వళ్లు మండుకొస్తుందని నాకు తెల్సనుకో! ఆ కోపం చల్లార్చే మార్గమూ నాకు తెలుసు కాబట్టి యిందులో కొంప మునిగేదేమీలేదు. ఇంతకీ కిరీటి నీ దగ్గరకొచ్చి యెలా బిక్క మొగమేసాడో చెప్పవేం?" అంది నీలవేణి.

"మరీ అంతగా నవ్వకు. కిరీటి నాతో అన్న మాటలివి."

"మేమిద్దరం యీరోజు సినిమా కెళ్లాం. ఏమయిందో ఏమో వేణి చాలా విపరీతంగా ప్రవర్తించింది. సినిమా అయిన తరువాత నాకు నోటి దుర్వాసన వుందని స్ఫురించేలా మాట్లాడి తక్షణం పోయి నిన్ను చూడమంది. దాంతో నాకు మతిపోయింది. కారణం నాకు నోటి దుర్వాసన లేదని నాకు బాగా తెలుసు కనుక. ఈ తరహా టూత్‌పేస్ట్‌ల తాలూకు అడ్వర్‌టైజ్‌మెంట్స్ తరచుగా చూస్తుండటం మూలంగా నాకూ నోటి దుర్వాసన ఉందేమోనని లోగడ అనిపించకపోలేదు. కానీ నాకలాంటిది లేదని రోజూ రుజువవుతూనే వుంది. మా అన్నయ్య కొడుకు బాబిని చూసావ్‌గా! వాడికి మూడేళ్లు. వాడు ప్రతిరోజూ ఉదయం లేవగానే ముద్దుతో నాకు సుప్రభాతం పలుకుతాడు. నేనూ వాడికి ముద్దు బదులిస్తుంటాను. ఇలాంటిదేమైనా వుంటే వాడెప్పుడో 'ఛీ! బాబాయ్' అని వుండేవాడు. అప్పటికీ అనుమానం తీరక నీ దగ్గరకు బయల్దేరేముందు ముద్దిస్తూ వాడిని అడిగాను. ఏమీ లేదని వాడు సర్టిఫై చేసాడు.

"ఇకపోతే విచారించాల్సిన విషయం మరొకటుంది. నన్నెందుకిలా అందో నాకు తెలియదుగాని నీలవేణికి మాత్రం నోటి దుర్వాసన వుంది. ఇన్నాళ్లూ ఎలా చెప్పాలా? చెప్తే ఫీలవుతుందేమోనని నాలో నేనే మధనపడుతూ వచ్చాను. చివరికిలా అయింది. కనుక యీ విషయం నువ్వే ఆమెకు చెప్పి ట్రీట్‌మెంటు ఇవ్వు."

"ఇదీ సంగతి," అంది లావణ్య నీలవేణి వైపు జాలిగా చూస్తూ.

అంతా విన్న నీలవేణి ముఖంలో పాపం! నెత్తురుచుక్క లేకుండాపోయింది.

ఆంధ్ర సచిత్ర వారపత్రిక

15

పొడుగు

రోడ్డు మీద పెద్దపెద్ద అంగలేస్తూ నడుస్తున్నాడు మురారి. తనవంక విచిత్రంగా చూస్తున్నవారి వైపు చూసి చిన్నగా నవ్వుకున్నాడు. అంత దూరంలో ఒక ఎలక్ట్రిక్ పోల్ తీగలకు చుట్టుకున్న గాలిపటం- బిక్క మొగాలేసుకుని పైకి చూస్తూ నిలబడ్డ పిల్లలు. వాళ్లను సమీపించాడు మురారి. చెయ్యెత్తి గాలిపటాన్ని తీసి వాళ్లకందించాడు. వాళ్ల ముఖాల్లో ఆనందం గంతులు వేసింది. ముందుకు సాగాడు.

"మొన్న చదవలే, గలీవరురోయ్," వెనుక నుండి అరిచాడొక కుర్రాడు. వెనక్కి తిరిగి చూసి నవ్వాడు మురారి. నడుస్తూనే తన పాంటువైపు చూసుకున్నాడు. కుట్టించి నెలరోజులు కాలేదు. అప్పుడే పొట్టయిపోయింది. తను ఎదుగుతున్నాడు. ఇంకా ఎదుగుతాడు. ఇంకో నాలుగు కొత్త పేంట్లు కుట్టించాలి అనుకున్నాడు.

ఉన్నట్లుండి అతని కుడికాలు లాగడం మొదలెట్టింది. అంతటితో ఆగక అంతకంతకూ కుంచించుకుపోనారంభించింది. అతడు కంగారుపడ్డాడు. అంతలోనే ఎడమచెయ్యి పొట్టిదవడం మొదలైంది. కెవ్వున కేక పెట్టాడు మురారి.

కళ్లు తెరిచాడు. అతని గుండెలు ఇంకా భయంతో టకటకా కొట్టు కొంటున్నాయి. కాళ్లు చేతులూ పరిశీలనగా చూసుకున్నాడు. సవ్యంగానే ఉన్నాయి. 'అబ్బ, ఎంత పీడకల,' గట్టిగా ఊపిరి పీల్చి వదిలాడు.

పక్క మీద నుండి లేచాడు. లైటు వేసి అల్మైరావైపు నడిచాడు. సీసా ఒకటి బయటకు తీసాడు. 'ఎదగండి, ఇంకా పొడుగు ఎదగండి,' సీసా మీద ఉన్న రాతలు చదివాడు.

హుం... మూడు సీసాల మాత్రలు మింగాను, తన ఎత్తులో మిల్లీమీటరు కూడా మార్పులేదు. అంతా మోసం. ఇంకా నయం, కలలో మాదిరి మొదటికే మోసం రాలేదు. కసిగా సీసాను కిటికీలో నుండి బయటకు విసిరాడు.

ఎందుకొచ్చిన బాధలివి? తను మరీ పొట్టేమీ కాదు. ఒక మోస్తరు పొడుగే. అయినా యింకా ఎదిగెయ్యాలని పొడుగ్గా కనిపించాలని ఎందుకీ అర్థంలేని తాపత్రయం? ఎవరు కారణం? ఇంకెవరు? సుమిత్ర.

చటుక్కున తలతిప్పి చూశాడు. ఆదమరచి నిద్రపోతోంది సుమిత్ర. ఈ సుమిత్ర ఇంత పొడుగుండబట్టే కదా తనకీ ఖర్మ. 'ఏం కొంపమునుగుతుందని ఇంత పొడుగు యెదిగావ్ సుమిత్రా?' మనసులోనే సుమిత్రను పదివేల రెండోసారి తిట్టు కున్నాడు.

'దేవుడా! నేనేం పాపం చేశానని నన్నీ విచిత్రమైన యిరకాటంలో పడేశావ్?' దేవుడ్ని తలుచుకున్నాడు తరువాత కళను తల్చుకున్నాడు.

"దేవుడెదురొచ్చినా నిన్నే చేసుకుంటాను కళా," అన్నాడు తను.

కళా లేదు, కళ్లెంలేదు. నువ్వు సుమిత్రను చేసుకోవాలి. కాదు ఆమె తెచ్చే పాతిక వేలను చేసుకోవాలి అన్నారు తన వాళ్లు.

"ఆ అమ్మాయి నాకన్నా పొడుగు," నసిగాడు తను.

అయితే, ఏమయిందోయ్. పిల్ల లక్షణంగా వుంది. నోరుమూసుకొని ఆ పిల్ల మెడలో మూడుముళ్లువేయమన్నారు. ప్రేమా గీమా అంటే ఊళ్లోని నూతులో గోతుల్లో వాళ్లే కనబడతామన్నారు.

కిక్కురుమనకుండా సుమిత్రను పెళ్లాడేశాడు తను.

పెళ్లి పీటల మీద నుండి లేచిన మరుక్షణం నుండి మొదలయింది తనకు హింస. తననూ, సుమిత్రనూ మార్చి మార్చి చూస్తున్నవారి చూపుల్లో తనకు వ్యంగ్యం, హేళన మాత్రమే కొట్టొచ్చినట్లు కనిపించాయి. ఆమె పక్కన నిలబడి తను మరింత కుంచించుకుపోయాడు.

సుమిత్రతో కలిసి రోడ్డు మీదకు రావాలంటేనే తనకొక ప్రాణసంకటమయి కూర్చుంది. రిక్షా యెక్కినా, ఆటో యెక్కినా యెక్కే ముందు, దిగిన తరువాత కొంత

దూరమయినా పక్కపక్కనే నడవక తప్పదు. ఆ కాస్సేపు చాలదూ? చూపరుల కళ్లకు తగిన పని కల్పించడానికి, నవ్వడానికి, జోకేదీ దొరకని పరిస్థితిలో వుంటే రెడీమేడ్ జోక్‌లా వాళ్ల నాదుకుని వాళ్ల ప్రాబ్లమ్ సాల్వ్ చెయ్యడానికి.

అప్పటికీ రోడ్డు మీద ఎత్తుగా ఉన్నచోట తను నడుస్తాడు. పల్లంగా ఉన్న చోట సుమిత్రను నడవమంటాడు. వీలైనంత వంగి మరీ నడవమంటాడు.

పాపం! దేనికదే చెప్పుకోవాలి. పొడుగు విషయం ఒక్కటీ తప్పిస్తే సుమిత్రలో వేలెత్తి చూపించగలిగే లోపమొక్కటి కూడ లేదు. చాలా సౌమ్యురాలు, తన చిరాకును అర్థం చేసుకుని ప్రవర్తిస్తుంది. ఎప్పుడోగాని బయటకు తీసుకు వెళ్లమని బలవంత పెట్టదు. తనతో కలిసి తిరగాలన్న కోర్కెల్ని లోలోనే అణిచేసుకుంటుంది.

పొడుగ్గా కనిపించడానికి తనుచేయని ప్రయత్నం లేదు. కాని తనే దారి తొక్కినా చుక్కెదురే.

బొంబాయి నుండి ప్రత్యేకంగా తెప్పించాడు. 'ఎలివేటర్స్' బూట్లు. దాదాపు మూడు అంగుళాల ఎత్తుమడమల బూట్లు. తొడగ్గానే చాలా ఎత్తు పెరిగినట్లు ఫీలయ్యాడు. నడవడం కొంత ఇబ్బందిగా అనిపించినా నెమ్మదిగా అదే అలవాటవు తుందనుకున్నాడు. బూట్లు తెచ్చిన ధైర్యంతో ఆ రోజు సతీసమేతంగా సినిమాకు వెళ్లాడు. తన కష్టాలు గట్టెక్కాయనుకున్నాడు. కాని మళ్లీ భంగపాటే తన ముఖాన వ్రాసి ఉందన్న విషయం సినిమా అయిపోయిన తరువాత నడక కుదరక కాలు బెణికి కిందపడి నలుగురిలో నవ్వులపాలయినప్పుడుగాని తెలిసిరాలేదు.

ఇంటికి రాగానే బూట్లు విప్పి ఒక మూలకు విసిరేశాడు. తన కోపాన్నంతా సుమిత్ర మీద చూపించాడు.

"ఇందులో నా తప్పేం ఉందండీ?" భయపడుతూనే అంది సుమిత్ర.

"నీ తప్పులేదూ? తప్పంతా నీదే. ఎందుకింత పొడుగు ఎదిగావ్? నువ్వింత పొడవైపోవడం మూలంగానే కదా నాకీ అవస్థ- నలుగురిలో అభాసుపాలు కావడమూను," అరిచాడు.

'కళా, నిన్ను పెళ్లి చేసుకుని ఉంటే నాకీ తిప్పలు వచ్చి ఉండేవి కాదుకదా?' మళ్లీ కళను గుర్తు చేసుకుని ఒక నిట్టూర్పు విడిచాడు మురారి.

"ఏమండీ, లేచారేం? నిద్రపట్టడం లేదా?" సుమిత్రకు మెలుకువ వచ్చింది కాబోలు.

"హు... నిన్ను కట్టుకున్నాక నాకు నిద్రకూడానా? నీ పొడుగు నాకొక విడదీయ లేని చిక్కు సమస్యలా కూర్చుంటే?"

మనసులోనే గొణుక్కుని మంచం వైపు నడిచాడు.

❖ ❖ ❖

ఆ రోజు సుమిత్ర పుట్టిన రోజు.

"నీకేం కావాలి సుమిత్రా," అడిగాడు మురారి.

సుమిత్ర మాట్లాడలేదు. మళ్లీ అడిగాడు.

"నాకేమీ అక్కర్లేదండీ," నిర్లిప్తంగా అని ఊరుకుంది.

"అదేమిటి? నువ్వు కాపురానికొచ్చిన తరువాత చేసుకుంటున్న మొదటి పుట్టినరోజు పండగ. ఏమీ వద్దంటే ఎలా?" ఎందుకో ఆ క్షణంలో సుమిత్రపై చాలా జాలేసింది మురారికి.

"నాకు మరేమీ వద్దు కాని..."

"కాని..."

"ఈ సంవత్సరం ఎగ్జిబిషన్ చాల బాగుందంటున్నారందరూ. మనం కూడ సాయంత్రం వెళ్లి చూసొద్దామా?"

గుండెల్లో బాంబు పడినట్టు అనిపించింది మురారికి. 'బాబోయ్, ఎగ్జిబిషన్కే,' అనుకున్నాడు.

'అయితే ఏం? ఎగ్జిబిషన్కి ఎందరో వస్తారు. ఎవరి గొడవల్లో వాళ్లుంటారు. తమ గురించి పట్టించుకునే ఆసక్తి ఎవరికుంటుంది? తను సుమిత్రకు కొనదల్చుకున్న గిఫ్ట్ కూడ ఎగ్జిబిషన్లోనే కొనొచ్చు,' మళ్లీ తనలో తానే సమాధానపడ్డాడు.

"అలాగే వెళ్దాంకాని చిన్న షరతు."

ఏమిటన్నట్లు చూసింది సుమిత్ర.

"నువ్వు చెప్పులు వేసుకోకుండా వస్తే తీసుకువెళ్తాను," అనుకోకుండ తట్టిన మరొక బ్రహ్మాండమైన ఐడియాకు తనలో తానే మురిసిపోతూ అన్నాడు మురారి.

ఇబ్బందిగా ముఖం పెట్టినా చివరకు అందుకు కూడా సిద్ధపడి సరేనంది సుమిత్ర.

❖ ❖ ❖

ఎగ్జిబిషన్ గేట్ దగ్గర టికెట్స్ తీసుకునే మనిషి తననూ, సుమిత్రనూ ఎగాదిగా చూడడంతో మురారిలో తెచ్చిపెట్టుకున్న ధైర్యం కాస్తా నీరుకారిపోవడం మొదలైంది. అవమానం, చిరాకు నెమ్మదిగా అతనిలో చోటుచేసుకుంటున్నాయి. లోపలికి నడిచారిద్దరూ.

ఎగ్జిబిషన్ గ్రౌండ్సు నిండా జనం. ఎక్కడ చూసినా జంటలు, గుంపులు, వికవికలు, పకపకలతో చాల కోలాహలంగా ఉంది పరిస్థితి.

నెమ్మదిగా ఆ గుంపుల్లో కలిసిపోతే సరి. "త్వరగా నడు. కొద్దిగా వంగు. అదిగో అక్కడ ఎత్తుగా ఉంది. ఇక్కడ నడిచేవ్ సుమా! ఆ పక్కగా నడు," సుమిత్రకు మాత్రమే వినపడేలా గొణుగుతున్నాడు.

కిమ్మనకుండ అతన్ని అనుసరిస్తోంది సుమిత్ర.

ఒక షాపులో మంచి చీర సెలక్టు చేసి పుట్టినరోజు కానుకగా సమర్పించుకున్నాడు. డబ్బులిస్తుంటే పక్కనే ఎవరో అమ్మాయి నవ్వింది. ఉలిక్కిపడ్డాడు మురారి. తమని చూసి కాదుకదా? బెదురుగా అటు చూశాడు. ఎవరో జంట వాళ్ల గొడవలో వాళ్లున్నారు. అమ్మయ్య అనుకున్నాడు.

"ఇక పోదామా?"

"అప్పుడేనా? ఎగ్జిబిషన్ అంతా చూడొద్దూ?" అనంగీకారాన్ని వ్యక్తం చేస్తూ అంది సుమిత్ర.

"సరే పద," ఆమె ఉత్సాహాన్ని భంగపర్చడం ఇష్టంలేక అన్నాడు మురారి.

ఇంకా ఏవేవో కొని నడుస్తున్నారు.

సరిగ్గా అప్పుడే ఎదురైంది మురారికి గండం.

ఎదురుగా ఒక స్టూడెంట్ల గుంపు. నిశితంగా తమవైపే చూస్తున్నారు. చాలా అనీజీగా ఫీలయ్యాడు మురారి. వాళ్లను వీలైనంత త్వరగా దాటిపోవాలని వడివడిగా అడుగులు వేసాడు.

అప్పటికే వెనుక నుండి వాళ్ల కామెంట్లు మొదలయ్యాయి.

"చూసావ్ రా! ఎగ్జిబిషన్‌కి అగస్త్యుడూ, లోపాముద్ర కూడా వచ్చారు. పొడుగు పెళ్లాం, పొట్టి మొగుడు. జంట కనులకింపుగా ఉంది. నిజంగా ఎగ్జిబిషన్‌లో చూడదగ్గ ఐటమ్ చూసేశాం," ఎవడో కూసాడు. వెంటనే అందరూ పగలబడి నవ్వారు.

మురారికి తల కొట్టేసినట్లయింది. ఆ అవమానాన్ని భరించలేకపోయాడు. తన ఖర్మ ఇంతే. ఈ జన్మలో తను మనశ్శాంతికి నోచుకోలేడు. నలుగురిలోనూ నవ్వుల పాలు కావడమే తన నుదుట రాసి ఉంది.

కొంతదూరం పోయిన తరువాత సుమిత్ర మీద విరుచుకుపడ్డాడు.

"చూశావుగా, మనం ఎగ్జిబిషన్ చూడ్డానికి రాలేదు. ఎగ్జిబిషన్‌లో పాల్గొనడానికి వచ్చాం. ఇప్పుడు తృప్తిగా ఉందా?"

సుమిత్ర మాట్లాడలేదు. భర్త అనుభవిస్తున్న చిత్రహింస ఆమె అర్థం చేసుకోగలదు. మౌనంగానే అతడ్ని అనుసరించింది.

మురారి చాలా వడిగా నడుస్తున్నాడు. అతడ్ని అందుకోలేక తంటాలు పడుతూ నడుస్తోంది సుమిత్ర.

తన ఇన్‌ఫీరియారిటీ కాంప్లెక్స్‌నతడు చంపుకోలేడు. ఆ బలహీనత సృష్టించే చిన్నచిన్న యిబ్బందుల్ని యెదుర్కొనే నిబ్బరమూ లేదతనిలో. అందుకే జరిగినదాన్ని తల్చుకుని యింకా బాధపడిపోతున్నాడు.

ఎగ్జిబిషన్ గ్రౌండ్స్ దాటి బయటకు వచ్చేశారు.అబ్బ! అంటూ కాలు పట్టుకుని ఆగిపోయింది సుమిత్ర.

చటుక్కున ఆగి ఏమయిందన్నాడు మురారి కంగారుగా.

వెధవ మేకులు రోడ్డు మీద ఎక్కడ నుండి పుట్టుకు వస్తాయో ఏమో? సుమిత్ర కాల్లో గుచ్చుకున్న మేకు బాగా తుప్పు పట్టి కూడా వుంది. మేకు లాగేశాడు మురారి. రక్తం బొటబొటా కారింది.

"పద డాక్టర్ దగ్గరకెళ్దాం," అన్నాడు.

"అక్కర్లేదులెండి. మళ్లీ డాక్టర్ చెప్పులు లేకుండా రోడ్డు మీద యెందుకు తిరిగావని కేకలేస్తే మళ్లీ మిమ్మల్ని ఇబ్బందిపెట్టిన దాన్నవుతాను. ఇంటికి వెళ్లి మందు రాస్తే అదే పోతుందిలెండి," బాధను ఓర్చుకుంటూ అంది సుమిత్ర.

మురారి గతుక్కుమన్నాడు. అవునిలా జరగడానికి చెప్పులు లేకుండ రావాలని తను పెట్టిన అంక్షే కారణం కాదూ? ఏమీ మాట్లాడలేకపోయాడు.

రిక్షా యెక్కి యిద్దరూ యిల్లు చేరుకున్నారు.

❖ ❖ ❖

మర్నాడు మురారి ఆఫీసుకు వెళ్లేసరికి రెండు నెలలు బొంబాయిలో ట్రైనింగ్‌కి వెళ్లాలని ఆర్డర్ తయారుగా వుంది. మురారి ఆనందానికి అంతులేదు. ట్రైనింగ్ పూర్తయితే తనకు ప్రమోషన్ కూడ వస్తుంది. రెండు నెలల పాటు తనకు మంచి రిలీఫ్ కూడ!

"నేనూ మీతో వస్తానండీ?"మురారి బొంబాయి ప్రయాణం వార్త వినగానే సుమిత్ర అన్న మాటిది.

మురారి నోట్లో పెట్టుకోబోతున్న ముద్ద కాస్తా జారిపడింది ఆ మాట వినగానే!

"ఇదేమన్నా హనీమూన్ ట్రిప్ అనుకుంటున్నావా? ఆఫీస్ పనిమీద వెళ్తున్నా! ఎంత? రెండు నెలల్లో తిరిగి వచ్చేస్తానుగా! ఉత్తరాలు రాస్తూ ఉంటానులే," ఉలికి పాటును కప్పిపుచ్చి నవ్వేస్తూ అన్నాడు మురారి.

❖ ❖ ❖

అన్నమాట ప్రకారం మురారి బొంబాయి చేరినరోజే సుమిత్రకు ఉత్తరం రాశాడు.

దానికి జవాబు కూడ వెంటనే వచ్చి చేరింది. జవాబుగా కుశల సమాచారం తెలియజేస్తూ మరో ఉత్తరం రాసి పోస్ట్ చేశాడు. దానికి జవాబు మాత్రం ఎన్ని రోజులకీ రాకపోవడంతో కంగారుపడి వరసగా రెండు ఉత్తరాలు రాశాడు. ఆ మరుసటి రోజు సుమిత్ర నుంచి జవాబు వచ్చింది. ఆలస్యంగా ఉత్తరం రాస్తున్నందుకు మన్నించమని వ్రాసింది.

ఒక సంతోషకరమైన వార్త తెలియజేయాలని ఉన్నా, ఉత్తరంలో రాసేందుకు వీలు కాని విషయం కనుక రాయలేకపోతున్నానంది.

ఆ ఉత్తరం చదవగానే మురారి హృదయం ఆనందంతో గంతులు వేసింది. సుమిత్ర తెలియజేయాలనుకున్న వార్త ఏమిటో తను ఊహించగలడు. తను తండ్రి కాబోతున్నాడు. ఈ మాత్రం కూడ కనుక్కోలేకపోవడానికి తనేం తెలుగు సినిమాల్లో హీరో కాదు.

తండ్రి కాబోతున్నానన్న అనుభూతి అతని మదిలో రకరకాల ఆలోచనలు రేకెత్తించింది. తనకు కొడుకు పుడతాడు.

వాడు సుమిత్రలా పొడుగ్గా ఎదిగితే సరేసరి. పొట్టి అయితే మాత్రం వాడికంటే పొడుగైన అమ్మాయిని తెచ్చి పెళ్లి చేసుకుని తీరాలి అని భీష్మించుకు కూర్చోడు.

ఒకవేళ అమ్మాయి పుడితే...?

అప్పుడూ అంతే! అమ్మాయి కన్నా పొట్టివాడ్ని ఇచ్చి మాత్రం చస్తే పెళ్లి చెయ్యడు!

ఇలా ఆలోచిస్తూనే వెనువెంటనే సుమిత్రకు ఉత్తరం రాసాడు. వివరంగా వ్రాయకపోయినా తను ఊహించగలననీ, ఆ శుభవార్త ఆమె నోటి మీదుగానే వినడానికి త్వరలోనే ఆమె ముందుంటాననీ!

మురారి ట్రైనింగ్ జయప్రదంగా ముగిసింది. అతడు రైలెక్కాడు.

రిక్షా దిగి గడపలో అడుగు పెట్టగానే సుమిత్ర ఎదురొచ్చింది. ఆమెను చూడగానే అతని నోటి నుంచి గావుకేక ఒకటి వెలువడింది.

"ఏమిటిది సుమిత్రా?" ఊత కర్రల సాయంతో వంగి నిలబడి ఉన్న ఆమెను చేరుకుంటూ హీన స్వరంతో అడిగాడు.

సుమిత్ర నిర్లిప్తంగా నవ్వింది.

"ఏమీలేదు. ఒక కాలు తీసేసారు."

"ఎందుకు? ఏమయింది?"

ఆమెను ఆ స్థితిలో చూస్తుంటే తనకు పిచ్చి పడుతుందేమోనని అనిపించింది అతనికి!

"మీరు బొంబాయి వెళ్లే ముందు నా కాల్లో మేకు గుచ్చుకుంది గుర్తుందా? దాన్ని గురించి నేనంతగా పట్టించుకోలేదు. అదే మానిపోతుందనుకున్నాను. కాని చీము పట్టి కాలు కదపలేని పరిస్థితి వచ్చింది. తీవ్రంగా జ్వరం కూడ వచ్చింది. డాక్టర్ వద్దకు తీసుకువెళ్లారు. అప్పటికే ఆలస్యం అయిపోయింది. సెప్టిక్ అయింది. ఇంకా ఆలస్యం చేస్తే కాలు మొత్తం తీసెయ్యాల్సి వస్తుంది అంటూ పాదం వరకూ తొలగించారు," చెప్తుంటే ఆమె గొంతు జీరవోయింది.

చాలసేపటి వరకూ ఉలుకూ పలుకూ లేక నిశ్చేష్టుడయ్యాడు మురారి.

"ఎంత పని జరిగింది?" చివరికి నీరసంగా పలికిందతని గొంతు.

"మీరు బాధపడకండి! నిజానికి మీరు సంతోషించాల్సిన విషయం. దీని గురించే నేను మీకు రాసిన ఉత్తరంలో సూచనప్రాయంగా ప్రస్తావించాను. నా పొడుగు ఇక మీకొక సమస్య కాబోదు."

మురారి తలెత్తి ఆమె వైపు చూసాడు.

అతని వైపే నిస్తేజంగా చూస్తూ ఉందామె!

ఆమె కళ్లలో నీళ్లు సుడులు తిరుగుతున్నాయి.

మురారి కళ్లలో కూడ అశ్రుధారలు ఉబికి రావడానికి సిద్ధంగా ఉన్నాయి.

నా మూర్ఖత్వానికి ఇంత శిక్షా? అని వాపోతూ ఆమెను దగ్గరకు తీసుకోవడానికి ముందుకు కదిలాడు మురారి.

స్వాతి మాసపత్రిక

16

రెండు జడలు

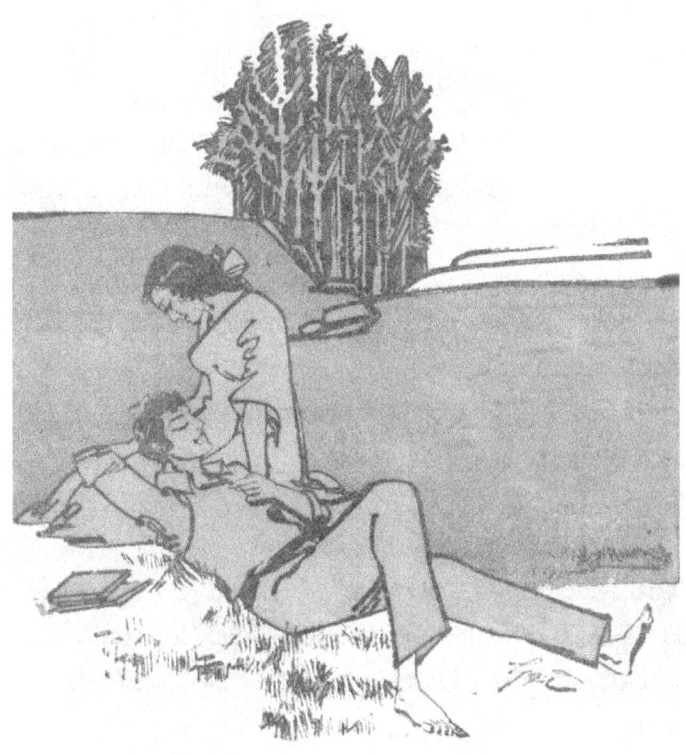

కిరీటి మెడలో రెండు పాములు పడ్డాయి. ఒకదానితో ఒకటి పెనవేసుకుని తోకలు ముడివడ్డాయి. ఆ ముడి మరింత గట్టిగా బిగిస్తూ, "నువ్విప్పుడు నా బందీవి," అంది గాయత్రి.

నవ్వాడు కిరీటి. "నేను నీ బందీనని చెప్పడానికి నీ జడలతో కట్టిపారెయ్యాలా? నీ ప్రేమబంధంతో నన్నెప్పుడో నీ బందీగా చేసుకున్నావ్!" అన్నాడు.

"మరయితే నన్ను నీ బందీగా ఎప్పుడు చేస్తావ్?" ముందుకు వంగి తన నుదురుతో అతని ఫాలభాగాన్ని తాటిస్తూ గోముగా అడిగింది గాయత్రి.

"నేనే నీ బందీనయితే ఇక నేను నిన్ను బందీగా చేయడమేమిటి?" అర్థం కానట్లు ముఖం పెట్టాడు కిరీటి.

"అబ్బ! ఇంత చిన్న విషయం కూడ నీకు అర్థమయి చావదు కదా? నా మెడలో మూడు ముళ్లు ఎప్పుడు వేస్తావని నేనడిగేది?"

చిన్నగా నవ్వాడు కిరీటి. "మూడు ముళ్లు వేయించుకోవాలని నీకెంత తొందరగా ఉందో నాకంతకన్నా ఎక్కువగానే ఉంది. కానీ ఏం చెయ్యను? నేనింకా పురుష లక్షణం సంపాదించుకోలేదు కదా? కొన్నాళ్లపాటు మనమిలా దూరంగానే ఉండక తప్పదు."

"ఇప్పుడు మనం దూరంగా ఉన్నామంటావా? లేదు. చాలా దగ్గరగా ఉన్నాం చూడు," అతని మెడచుట్టూ వేసిన తన జడల హారంతో అతన్ని మరింత దగ్గరగా లాక్కుంది గాయత్రి.

"నేనంటే నీకెంత ఇష్టం గాయత్రీ! నిజంగా నేను పూర్వజన్మలో పెద్ద పుణ్యమే చేసుకుని ఉంటాను. లేకుంటే నన్నింత పిచ్చిగా ప్రేమించే నువ్వు నాకీ జన్మలో దొరికే ప్రాప్తం నాకుండేది కాదేమో!"

"అదిగో! పొగుడుతున్నావ్! బ్రహ్మాండంగా కాకా పడ్తున్నావ్! ఇక నీకు ఉద్యోగం దొరకలేదనే బాధలేదు. నీలో ఈ టేలంట్ ఉండగా ఉద్యోగం దొరకడానికి ఇంకాట్టే కాలం పట్టదు. నీ పొగడ్తలకు ఉబ్బితబ్బిబ్బయి ఏ వెర్రి వెంగళప్పో నీకు ఏదో ఒక రోజున ఉద్యోగం ఇచ్చిపారేస్తాడు. తామ్మని మనిద్దరం పెళ్లి చేసేసుకుంటాం. కాపురం చేస్తాం. పిల్లల్ని కంటాం."

"ఇంకాపు, ఆలూ లేదు, చూలూ లేదు అన్నట్లు అప్పుడే పిల్లల్ని కనడం దాకా వచ్చింది," నవ్వాపుకుంటూ అన్నాడు కిరీటి.

"నవ్వడం ఆపకు కిరీటీ! ఆ నవ్వే నన్ను పిచ్చిదాన్ని చేసింది. నీవెంట పడేట్లు చేసింది".

"నన్ను కాదని తైరు కొట్టడం నువ్వు మొదలెట్టావ్! ఇదేం పనమ్మా!" వెక్కిరించాడు కిరీటి.

"అతిశయోక్తి కాదు కిరీటీ! నువ్వు ఎంత అందంగా నవ్వుతావో నిజంగా నీకు తెలియదు. నీ నవ్వులన్నీ నా సొత్తేనన్న ఒక్క సంతృప్తే చాలు నాకు. ఎన్ని కష్టాలొచ్చినా జీవితమంతా నిశ్చింతగా గడిపేయగలను."

"గాయత్రీ! నేనా నిరుద్యోగిని. చిల్లిగవ్వ ఆస్తి కూడ లేనివాడిని. నన్ను కాదని మీవాళ్లు నీకు మరి ఇంకెవరితోనైనా ముడి పెట్టేస్తే?"

"అసంభవం. కలలో కూడ అలా జరగదు. ఖర్మకాలి ఆ పెళ్లికొడుక్కి అసలు నవ్వడమే చేతకాకపోతే? జీవితాంతం ఏడ్వలేక నేను చచ్చిపోతాను. నువ్వు బ్రతకంతా ఏడ్పించినా నవ్వుతూ గడిపేసి నా బ్రతుకు సార్థకం చేసుకుంటాను. నువ్వు లేనిదే నేను బ్రతకలేను కిరీటీ?"

ఆమె మాటల్తో అతని హృదయం పులకరించింది. సహజంగా తనువంతా అదేదో తీయని భావన దానికితోడయింది.

ఎవరో దగ్గారు. ఆ దగ్గుతో వాళ్లీ లోకానికి వచ్చారు. పరిసరాలు పరికించి తామున్నది పబ్లిక్ పార్కులోనన్నది గుర్తొచ్చి కాస్తంటే కాస్తే సిగ్గుపడ్డారు.

సూర్యుడు ఇంటికెళ్లిపోయి అప్పటికే చాలాసేపయింది. వరుసగా తారలను పలకరిస్తూ చంద్రుడు పరుగెత్తుకు వస్తున్నాడు.

"ఇకనైనా నన్ను బంధవిముక్తుడ్ని చెయ్యి దేవీ!" తన మెడలోని జడల్ని తొలగిస్తూ అన్నాడు కిరీటి.

"ఈ బంధాన్ని తొలగించినంత మాత్రాన నిన్ను వదిలేస్తాననుకుంటున్నావా? జన్మజన్మలకు నువ్వు నా బందీవే!" అతని తలపై చిన్నగా మొట్టుతూ తన పొడవైన జడల్ని విసురుగా వెనక్కి విసిరింది గాయత్రి.

ఈ కథ ఈ విధంగా అట్టే రోజులు గడవలేదు. పట్టుమని పది రోజులు గడవక ముందే ఉల్లాసంగా సాగిపోయే ప్రేమాయణం తద్విరుద్ధంగా మారిపోయింది.

అదే పార్కు, అదే మనుషులు కాని వాతావరణం పూర్తిగా మారిపోయింది.

కిరీటొక పిచ్చివాడు. అతనికి గాయత్రి పిచ్చి. ఆ పిచ్చి ఇసుమంతైనా తగ్గలేదు. వచ్చిన మార్పల్లా గాయత్రిలోనే. పరిస్థితులు విషమించకముందే తనకు జ్ఞానోదయ మయిందని ఆమెకు చాలా ఆనందంగా ఉంది. తన కళ్లు తెరిపించిన తండ్రిని అభినందించుకోని ఘడియలేదు.

తన కూతురు కిరీటితో పార్కులు పట్టి తిరుగుతుందన్న కబురు చెవినపడ్డ రోజునే గాయత్రికి తగు హితబోధ జరిగిపోయింది.

"అమ్మాయ్! సినిమాల ధోరణి, నవలల పోకడ అణువణువునా జీర్ణించుకున్న యువతరం మీది. నువ్వు అనుకునేది ప్రేమ కాదు. నీ కళ్లకు కప్పినదొక అందమైన పొర. ఏదో ఒక రోజున ఆ పొర తొలగక మానదు. కాని ఆ పొర తొలగే రోజు నువ్వు చేసేది ఏమీలేక పశ్చాత్తాపంతో కుమిలిపోయే రోజు కాకూడదని నా ఆకాంక్ష. ఒక నిరుద్యోగిని కట్టుకుని నువ్వు బావుకునేది ఏమీ లేదనేది నేను చెప్పే మాట కాదు, ఉన్న మాట. నీకు పట్టెడన్నం పెట్టే స్థితిలో లేనివాడితో నువ్వు సుఖపడతావనుకునేది వెర్రితనం.

"పిల్లలనంటూ కన్న తర్వాత వాళ్ల బాగోగులు చూడ్డం, వాళ్ల భవిష్యత్ తీర్చిదిద్దడం కన్నవాళ్ల ధర్మం. నా ధర్మాన్ని నేను విస్మరించలేదు. అక్కయ్యకు డాక్టర్నిచ్చి పెళ్లి చేసాను. అదిప్పుడు మొగుడితో హాయిగా అమెరికాలో ఉంది. నీ సంగతి సరేసరి. నువ్వు నా ముద్దుల కూతురివి. నీ జీవితం మూడు పువ్వులు, ఆరు కాయలు కావాలనే నేను కోరుకుంటాను. నా ఆశయసిద్ధి కోసం ప్రయత్నిస్తాను. ఇంతకన్నా నేను నీకు చెప్పదల్చుకున్నదేమీ లేదు. నువ్వు నా కూతురివి. అర్థం చేసుకోగలవు. నాకా నమ్మకముంది.

"నాలుగు రోజుల్లో నిన్ను చూడడానికి పెళ్లివారొస్తున్నారు. నీ కాబోయే భర్త ఇంజినీరు. కారుంది, పెద్ద బంగళా ఉంది. ఇతడు కాకపోతే మరో లక్షాధికారికి భార్య వవుతావు. అంతేకాని... అంతే! ఆలోచించుకో."

గాయత్రి బాగా ఆలోచించుకుంది. ఎంతయినా ఆమె ఆ తండ్రి కూతురు. తండ్రి లౌక్యాన్ని కూడ పుణికి పుచ్చుకున్న తెలివైన పిల్ల. తండ్రి తన చెడు కోరి చెప్పడం లేదు, తను లక్షాధికారిణి అవుతుంది. పెళ్లి చూపులనాడు పెళ్లికొడుక్కి తాను నచ్చానని తెలిసినప్పుడు ఆమె గర్వంగా నవ్వుకుంది. నచ్చనూ? తన అందం మీద ఆమెకు గట్టి నమ్మకం ఏనాడూ ఉంది. ఆ క్షణంలో తను అనుక్షణం తపించిపోయే కిరీటి మధుర మందహాసం చాలా పేలవంగా ఉంటుందనిపించింది. తను చాల అదృష్టవంతు

రాలు. అదృష్టం తనను వెదుక్కుంటూ వచ్చి వరించింది. ఇకపోతే కిరీటి కొద్దిగా డిసప్పాయింట్ అవుతాడేమో? అందుకని తను...? నో! తనంత ఫూల్ కాదు. తను చేసేది మోసమని ఆమె అనుకోలేదు. అడుసులో వెయ్యబోయిన కాలు సకాలంలో వెనక్కి లాక్కోగలిగాననుకుంది.

"నేన్నమ్మను. నువ్వు జోక్ చేస్తున్నావు," అన్నాడు కిరీటి.

"టేకిట్ సీరియస్ కిరీటీ! నా పెళ్లి నిశ్చయమయింది. నాకు నీ మీద ప్రేముంది. కాని ఏం చెయ్యను? ఐ కాంట్ హెల్ప్! మావాళ్లను కాదని నేను బ్రతకలేను. నువ్వంటే మా నాన్నగారికి సదభిప్రాయం లేదు. ఇప్పుడు చెయ్యగలిగేదేమీ లేదు. నన్ను క్షమించు."

కిరీటికి ఏదో కలగంటున్నట్లుంది. తన కోసం ప్రాణాలిస్తానన్న తన ప్రేమ దేవతేనా ఇప్పుడు ముందు నిలిచి హృదయాన్ని తూట్లు తూట్లు చేస్తున్నది? నమ్మలేకపోతున్నాడు. కానీ నమ్మక తప్పదు. అతని గుండెల్లో మంటలు చెలరేగు తున్నాయ్.

"ఎంత మారిపోయావు గాయత్రీ! తప్పు నీది కాదు. నీ ప్రేమ కళంక రహితమని గుడ్డిగా నమ్మడమే నా అపరాధం. నువ్వు డబ్బు మనిషివి. నువ్వు మనిషికి కాదు విలువ కట్టేది, మనిషి స్థితిగతులకన్న మాట! ఎంత మోసం?" ఇలాంటి మాటలెన్నో అనాలని అతనికుందిగాని ఒక్కమాట కూడ అనలేదు. వెర్రిగా ఆమెవైపే చూస్తూ ఉండిపోయాడు.

"ఇక నేను వెళ్తాను. ఇదే మన చివరి కలయిక," అతని వెర్రి చూపులు భరించలేక చివాలున వెనుతిరిగింది గాయత్రి.

పొడవాటి ఆమె రెండు జడలు లయగా ఊగుతూ అతన్ని వెటకారం చేశాయి. తననెంతో మురిపించే ఆ రెండు జడలు అతనికి ఆ క్షణంలో పాముల్లా కనిపించాయి. నిలువునా విషం నింపుకున్న విషనాగినిలా తోచిందామె.

చావాలనిపిస్తూంది. ఆమె లేని జీవితం వృధా. మధువులు చిలికించి తీయని మాటలతో తనను పరవశింపజేసి చివరికి చిమ్మచీకటిలో వదిలేసి తన దారిన తాను వెళ్లిపోయింది. తనపై వెల్లువలా కుమ్మరించే ప్రేమంతా ఏమైపోయింది? చేసిన బాసలన్నీ ఏమైపోయాయి? తనేమైపోవాలి? ఏమైపోయినా ఆమెకక్కరలేదా? ప్రపంచంలో మోసపోయిన మొట్టమొదటి మొగాడిలా బాధపడ్డాడు. తన అన్నయ్యలు

చాలామంది ఉన్నారని తెలిసినా కొంత ఊరట కలిగేదేమో? బాధతో విలవిలలాడి పోయాడు. విలవిలలాడి కుంగిపోయాడు.

ప్రపంచంలో ముగిసే ప్రేమ కథల్లో తొంభై తొమ్మిది శాతం ఈ బాపతేనని ఆ క్షణంలో అతనికి తెలియలేదు. ఎవరూ చెప్పలేదు. చేదు విషంలాంటి నిజాన్ని మింగలేక మరో దారిలేక వంటరిగా ఆ పార్కులో మిగిలిపోయాడు.

❖ ❖ ❖

ఎండ కాస్తోంది. ప్రపంచాన్ని మలమల మాడ్చేయాలన్న దృఢనిశ్చయంతో సూర్యుడు తీక్షణ దృక్కులు ప్రసరిస్తున్నాడు. ఎండకు మాడుతూ ఆమె యింటిముందే తిష్టవేశాడు కిరీటి. లోపలికి వెళ్లే ధైర్యంలేదు. వెళ్తే ఆమె ఆదరించి మాట్లాడుతుందన్న ఆశ కూడా లేదు. ఇంటినిండా వచ్చేపోయే జనం సందడిగా తిరుగుతున్నారు. ఆ మర్నాడే ఆమె పెళ్లి. సూర్యుడి కోపతాపాలు అతనినేమీ చేయలేకపోయాయి. నిలుచున్న చోటునుండి అంగుళం మేర కూడ కదలలేదతడు. సూర్యుడు మాత్రం తిరిగి తిరిగి అలసిపోయాడు. ఇంటికి తిరుగు పయనం కట్టాడు. అప్పుడే ఆమె బయటికి వచ్చింది. కొత్త చీరలో కొత్త శోభతో వెలిగిపోతోంది. చేతిలో ఏవో శుభలేఖ లున్నాయి. దేవత ప్రత్యక్షమయినట్లు సంబరపడిపోయాడతడు.

అతన్ని చూడగానే ముఖం చిట్లించుకుందామె. అంతలోనే నవ్వింది. శుభలేఖ తీసి చేతికిచ్చింది. నవ్వుతూ ఏదో అంది. ఆ మాటలు అతనికి వినబడడం లేదు. గుండెల్ని ఎవరో పట్టి పిండుతున్నట్లుంది.

"ఈ పెళ్లి చేసుకుని నువ్వు నిజంగా సుఖపడగలవా గాయత్రీ!" దీనంగా అడిగాడు.

"మరేం చెయ్యమంటావ్?? ఈ పెళ్లి మానుకుని నీతో లేచి వచ్చేయ మంటావా?" ఆమె మాటల్లో వెక్కిరింత తొంగి చూస్తోంది.

"రాలేవా? నా కోసం రాలేవా? నీ కోసం ఏమి చెయ్యడానికయినా నేను సిద్ధంగా ఉన్నాను."

"నేను సిద్ధంగా లేను."

"మరీ అంత కఠినంగా మాట్లాడకు గాయత్రీ! నేను భరించలేను. మనమిద్దరం కన్న కలలన్నీ చేతులారా ధ్వంసం చేసెయ్యకు. నీలో అంత కర్కశత్వాన్ని నేను చూడలేను."

"హు.. ఏమిటి రోడ్డు మీద డిస్ట్రబెన్సు? పిచ్చిపిచ్చిగా మాట్లాడకు. నాకవతల చాలా పనుంది. గుడ్ బై," వెనక్కి తిరిగి చూడకుండ చరచరా వెళ్లిపోయింది.

'డిస్ట్రబెన్స్,' పిడుగులా తోచిందామాట అతనికి. గంటల తరబడి కూర్చుని మాట్లాడినా ఏనాడూ కలగని డిస్ట్రబెన్స్ ఈరోజామెకు కలిగింది.

ఆమెకంత డిస్ట్రబెన్స్ తెలిసీ కలిగించినందుకు తనను తాను తిట్టుకున్నాడు. నీరసంగా నవ్వుకున్నాడు.

పెళ్లయిపోయింది. ఆమె పెళ్లయిపోయింది. ఆమె మరొకరి స్వంతమయి పోయింది. కాదు కాదు మరొకరిని స్వంతం చేసుకుంది. ఆరోజంతా పిచ్చివాడిలా తిరిగాడు. పార్కుకు వెళ్లాడు. పార్కులో బెంచీ అతన్ని చూసి నవ్వింది. పార్కు వంత పాడింది. ఏవేవో జ్ఞాపకాలు, మరిచిపోలేని అనుభూతులు అతడ్ని కలచివేస్తున్నాయి.

ఆమె తనను మోసం చేసిందన్న భావంతో అతని మనసంతా ఆమెపట్ల ద్వేషంతో నిండిపోయింది.

ఏదో మత్తుగా ఉంది. వళ్లు తూలుతోంది. కళ్ల ముందు ఏవో మసక పొరలు ఏవేవో వలయాలు.

తానెవరు? ఆమెవరు? ఎందుకీ అర్థంలేని తపన? తన పేరు గుర్తురాలే దతనికి. అతి కష్టం మీద తన పేరు కిరీటని గుర్తుకు తెచ్చుకున్నాడు. గుర్తుకు తెచ్చుకో గలిగినందుకు తనను తాను అభినందించుకున్నాడు. నవ్వాడు. మెదడులో నరాలేవో సాగిపోతున్నట్లున్నాయి. మరింతగా నవ్వాడు. చటుక్కున ఏడ్వాలనుకున్నాడు. ఏడుపు రాలేదు. నవ్వడమే బాగుందనుకున్నాడు. మళ్లీ నవ్వాడు. నవ్వుతుంటే పరమానందంగా ఉందతనికి. నవ్వుతూనే నడుస్తున్నాడు నడుస్తూనే నవ్వుతున్నాడు.

సెంటర్లో ఆగాడు. నిలబడ్డాడు. వచ్చే పోయే జనాన్ని చూస్తున్నాడు. వాళ్లందర్నీ నవ్వమని అడగాలని ఉంది. ఎదురుగా ఇద్దరు అమ్మాయిలు నిలబడి ఉన్నారు. ఒక అమ్మాయికి రెండు జడలున్నాయి, ఆ అమ్మాయి నవ్వుతోంది. ఆ అమ్మాయి నవ్వుతు న్నందుకు అతడికి ఆనందంగా ఉంది. కాని ఆ జడలు... కాదు పాములు... విష సర్పాలు... మరెవర్నో కాటేస్తాయి. ఆ దీనుడ్ని రక్షించాలి. ప్రపంచానికి ఘోరమైన విపత్తేదో ముంచుకు వస్తున్నట్లు భయపడ్డాడు. కంగారుపడ్డాడు. చుట్టూ చూసాడు. ఫుట్‌పాత్ మీద ఉన్న కొట్లవైపు పరుగెత్తాడు.

ఆ తరువాత మరింత వేగంగా పరుగెత్తి ఆ పిల్లను చేరుకున్నాడు. మరో రెండు క్షణాల్లో ఆమె రెండు జడలు అతని చేతిలో ఉన్నాయి బిగ్గరగా నవ్వుతూ పాముని

బాదినట్లు వాటిని నేలకేసి కొట్టాడు. అతని చేతిలోని కొత్త కత్తెర విజయగర్వంతో మెరిసింది.ఆ పిల్ల కెవ్వుమంది. పక్కనున్న పిల్ల జడ పట్టుకుని పరుగెత్తింది.

"నాగినీ ఇప్పుడు నవ్వు! ఎవరిని కాటు వేద్దామని ఈ పాముల్ని పెంచు తున్నావు? ఇక నీ ఆటకట్టు," అతని కళ్లు పిచ్చిగా నవ్వుతున్నాయి. చుట్టూ జనం చేరుతున్నారు. ఇక అతనక్కడ లేడు. మెరుపులా పరుగెత్తాడు.

ఆ రెండు రోజుల్లో అతడు కత్తిరించిన జడలు మొత్తం ఇరవై మూడు. పన్నెండు మంది భామలు నూనెలు, అత్తర్లూ రాసి మురిపెంగా పెంచుకున్న కేశసంపద అతని కత్తెరకు ఎరయిపోయింది. ఒక జడ కత్తిరించేలోగానే ఒక పిల్ల అతడ్ని తోసేసి ఒక జడను రక్షించుకుని పారిపోయింది.

ఆ తరువాత అతడ్ని పట్టుకున్నారు. పట్టుకుని కొట్టారు. తన్నారు. వళ్లు హూనం చేశారు. కత్తెర లాక్కున్నారు. అతడు మరో కత్తెర కొన్నాడు.

అంతే!

అతడ్ని విశాఖపట్నం పిచ్చాసుపత్రిలో చేర్చారన్న వార్త నిజమేనని రూఢిగా తెలిసేంత వరకు ఆ చుట్టుపక్కల ఆడపిల్లలెవరూ రెండు జడలు వేసుకోలేదు.

ఆ తరువాత- కథయిపోయింది.

ఆంధ్ర సచిత్ర వారపత్రిక

17

బ్రైన్ వాష్

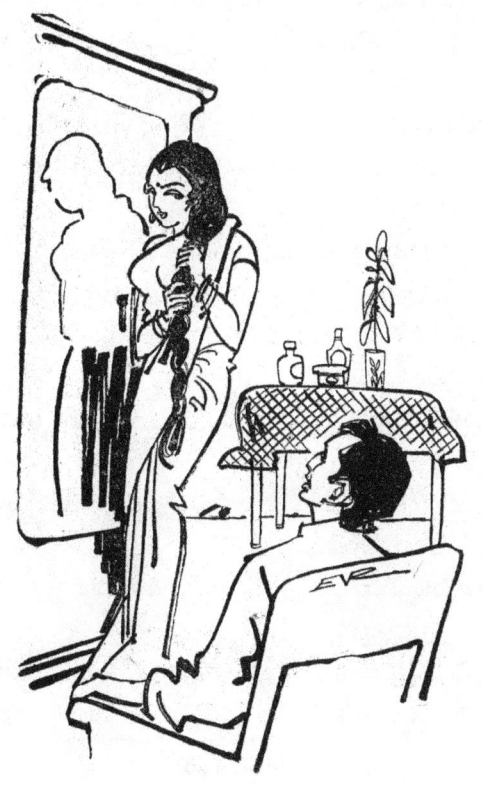

జడ అల్లుకోవడం పూర్తిచేసి తన అందాన్ని అద్దంలో మరోమారు తృప్తిగా చూసుకుని వెనక్కి తిరిగింది హేమ. వెనుకనే నిలబడి తనవైపే చూస్తున్నాడు భాస్కర్. నవ్వింది హేమ. భాస్కర్ చూపులో మార్పులేదు. తదేకంగా ఆమెవైపే చూస్తున్నాడు.

"కాస్త చూపు మరల్చండి మాస్టారూ! దిష్టి తగులుతుంది," నవ్వుతూ అంది హేమ.

పక్కనే ఉన్న కుర్చీ లాక్కుని కూర్చున్నాడు భాస్కర్.

"హేమా, ఒక మాటడగనా?"

"ఓ యస్, పర్మిషన్ గ్రాంటెడ్. ఒకే ఒక్క మాటడగడానికి అనుమతి ఇవ్వడమైనది," రాజసాన్ని ఒలకబోస్తూ ఠీవిగా అంది.

"వేళాకోళం కాదు. కాస్త సీరియస్‌గా తీసుకో."

"కాస్తేం ఖర్మ, బోలెడంత సీరియస్‌గా తీసుకుంటాను," అంటూ ముఖం చిట్లించి, "ఇప్పుడు అడగండి," అంది.

ఆమె ముఖంలోకి సూటిగా చూస్తూ ఏదో అనబోయి ఆగాడు భాస్కర్.

"ఏమిటిది సమ్మోహనాస్త్రమా? అడగదల్చుకున్న దేదో మానేసి మళ్లీ చూపుల బాణాలొదులుతున్నారు?"

"మన పెళ్లి కాకముందు, నువ్వు ఎవరినైనా ప్రేమించావా?" ఈసారి అసలైన బాణం వదిలాడు భాస్కర్.

"దీన్నేమంటారో ముందు చెప్పండి సార్? ప్రశ్నా లేక సందేహమా?" కనుబొమలు చిట్లిస్తూ అంది హేమ.

"ఏదయితేనేం? నాకు కావల్సింది నీ సమాధానం," విసుగ్గా ముఖం పెడుతూ అన్నాడు భాస్కర్.

"అదే ప్రశ్నయితే నా దగ్గర సమాధానం లేదు. సందేహమయితే ప్చ్, ఏం చెప్పను? బొత్తిగా అధర్మ సందేహం."

"ఏమిటా పిచ్చి సమాధానం? నేనడిగినదానికి సూటిగా సమాధానం చెప్పు," కోపం తెచ్చుకున్నాడు భాస్కర్.

"అబ్బ, ఏమిటీ రోజు ఇలా మొదలుపెట్టారు? సరససల్లాపాల మీద అప్పుడే వెగటు పుట్టేసిందా? విరసంలోకి దిగారు," అతని భుజం మీద చెయ్యి వేస్తూ లాలనగా అంది హేమ.

"నాక్కావలసింది నీ సమాధానం," ఆమె చెయ్యి తోసేస్తూ ఆమెవైపన్నా చూడకుండా మొండిగా అన్నాడు భాస్కర్.

"మీ మొండితనం పోనిచ్చుకోరుకదా? పెళ్ళి కాకముందు ఎవరినో ఒకరిని ప్రేమిస్తూ కూర్చోవడమే నా హాబీ అనుకున్నారా? పోనీ ప్రేమించాననే అనుకుందాం. అయితే మాత్రం ఇప్పుడేం కొంప మునిగింది? మిమ్మల్ని పెళ్ళి చేసుకున్నాను. మీరే దేవుడంటూ జీవితమంతా మీతోనే గడపడానికి సిద్ధంగా ఉన్నానుగా?" కాస్త ఆగి,

"ఓహ్, సూటిగా కావాలి కదూ మీకు సమాధానం. ఏం చెయ్యను? చిన్నప్పటి నుంచీ వంకరగా మాట్లాడ్డమే అలవాటయిపోయింది. మీ సాంగత్యంలో సూటిగా మాట్లాడ్డం కొద్దికొద్దిగా అలవాటు చేసుకుంటానులెండి."

"నేను జీవితంలో ఒకేఒక మనిషిని ప్రేమించాను. అదీ పెళ్ళయింతరువాత. కాని నా ఖర్మ! ఆ మనిషొట్టి పిచ్చిమాలోకం. ప్రస్తుతం నా కళ్ళముందే కూర్చుని నా ప్రాణాలు కొరుక్కు తింటున్నాడు. ఇదే నా సూటి సమాధానం," మూతి మూడు వంకర్లు తిప్పుతూ అంది హేమ.

"నేను నమ్మను. చస్తే నమ్మను. నువ్వు అబద్ధం చెప్తున్నావ్. మగాళ్ళతో కలిసి కాలేజీలో కో ఎడ్యుకేషన్ వెలగబెట్టిన నువ్వు కనీసం ఏ ఒక్కడ్నీ ప్రేమించలేదంటే నమ్మడానికి నేనేమీ వెర్రివెంగళప్పను కాదు. ఇంకా బుకాయించాలని ప్రయత్నించకు. నిజం, నాకేదోనాడు తెలిసే తీరుతుంది. ఆరోజు రాకముందే నీ అంతట నువ్వే చెప్పేయ్. ఇప్పుడే నా ముందు నిజం ఒప్పుకో. నీకు ఆలోచించుకోవడానికి అరగంట టైమిస్తున్నాను. సరిగ్గా అరగంట తరువాత వస్తాను," గట్టిగా అరిచేసి ఆమె వంకయినా తిరిగి చూడకుండా చరచరా బైటికి వెళ్ళిపోయాడు భాస్కర్.

తల పట్టుకు కూర్చుంది హేమ. ఆ క్షణంలో భర్త మీద చాల చిరాకనిపించింది. ఉన్నట్టుండి ఈయనకిలా తిక్కరేగిందేమా అని తల తిరిగిందామెకు.

వాళ్ళిద్దరికీ పెళ్ళయి ఆరోజుకు నలభై తొమ్మిది రోజులయింది. పెళ్ళయిన వెంటనే పిల్లను ఇప్పుడే కాపురానికి పంపనన్న వాళ్ళనందరినీ ఎదిరించి పారేసి పెళ్ళాన్ని తీసుకొచ్చి కాపురం పెట్టేశాడు భాస్కర్. చాలా తియ్యగా సాగిపోతున్నాయి రోజులు. ప్రణయ కలహాలు తరచుగా వస్తున్నా, రావాలని కోరుకుంటున్నా, ఈరోజు జరిగిన సంఘటన మాత్రం కాస్త శ్రుతి మించినట్టే అనిపించింది హేమకు.

హేమంటే భర్తను పూర్తిగా ఆకళింపు చేసుకోలేదుకాని, అతనితో చదువుకునే రోజుల్లో ఒకే రూములో సంవత్సరాలపాటు కాపురంచేసిన మిత్రబృందంలో ఎవర్ని అడిగినా భాస్కర్‌కి కాస్త స్క్రూ లూజని ఒక్కమాటగా అంటారు. అతడు మంచివాడే కాని తనకేది తోస్తే అంతే. బుర్రలోకి ఆలోచన రావడమే ఆలస్యం. దాని మంచి చెడ్డల

గురించి కూలంకషంగా ఆలోచించే ఓర్పు, సహనం అతనికి తక్కువ. తను అనుకున్నది తక్షణం అమలులో పెట్టడమే అతనికి అలవాటు.

ఇదిలా ఉండగా భాస్కర్ పెట్టిన అరగంట గడువు దాటిపోయి మరో పది నిముషాలు చకచకా గడిచిపోయాయి. సుడిగాలిలా వచ్చి భాస్కర్ హేమ ముందు నిలబడ్డాడు.

వయ్యారంగా అతని వంక క్రీగంట చూస్తూ నవ్వింది హేమ.

"నవ్వులు తరువాత- నేనడిగిందానికి సమాధానం ముందు," హూంకరించాడు భాస్కర్. దీనంగా ముఖం పెట్టింది హేమ.

"మీరింతగా నిలదీస్తారని నేను అనుకోలేదు. చూడగా మీకు నిజం చెప్పడమే మంచిదనిపిస్తోంది," చిన్నగా నిట్టూర్చి మళ్లీ మొదలెట్టింది.

"రమేష్ అంటే నాకు చాలా ఇష్టం. అంతేకాదు, రమేష్‌కి నేనంటే ప్రాణం. మేమంటే పార్కులకు, తోటలకు తగని ఇష్టం పెళ్లి చేసుకోవాలనే అనుకున్నాం. ఆశల మేడ లంటారే అవి కూడా కట్టుకోవడం మొదలెట్టాం కాని..."

"కాని..." రెట్టించాడు భాస్కర్.

"మేడలు కట్టడం పూర్తయ్యేలోపలే కూలిపోయాయి. రమేష్‌కు ఒక మోటార్ సైకిలుంది. దానికి ఒక చెట్టును ముద్దు పెట్టుకోవాలని కోర్కె పుట్టింది. కాని ఆ చెట్టుకేమో రమేష్ తలను ఢీకొట్టాలని గుబులేసి ఢీకొట్టేసి అతడ్నీ లోకంలో నుండి పంపించేసింది. లేకపోతే..."

"లేకపోతే..."

"లేకపోతే మీ ముందు నేనిలా నిందితురాలిలా నిలబడే రాత నాకు రాసిపెట్టి ఉండేది కాదు."

"ఎంత మోసం?ఎంత దగా? నీకెంత ధైర్యం? నాకింత అన్యాయం చేసి ఏమి జరగనట్టు ఎంత చక్కగా కబుర్లు చెప్తున్నావ్?" పళ్లు పటపట కొరికాడు భాస్కర్.

"అయ్యోరామా? మిమ్మల్నిలా పెళ్లి చేసుకోవలసి వస్తుందని రమేష్‌తో తిరిగినప్పుడు నాకెలా తెలుస్తుందండి? ఇది కేవలం తెలియక చేసిన అన్యాయం."

వళ్లు మండిపోతూంది భాస్కర్‌కి, రెండు చేతులతో జుట్టు పీక్కున్నాడు.

"అబ్బ, శ్రీనివాస్ కూడా కోపం వచ్చినప్పుడు ఇలాగే జుట్టు పీక్కునేవాడు," హేమ కళ్లు మెరిశాయి.

"వాడెవడు?"

"మా పక్కింట్లో ఉండేవాడు. నేనంటే ఇతనికి చచ్చేంత ఇష్టమని అతడు ఉత్తరం వ్రాసేంత వరకు నాకు తెలియనే తెలియదు."

"తెలిసింతర్వాత?"

నేనంటే అంత ఇష్టపడేవాడంటే నేనూ ఇష్టపడకపోతే బాగుండదని నాకూ అతడంటే ఇష్టమేనని చెప్పేశాను.

"అయ్, వాడంటే కూడా ఇష్టమేనా? మరయితే వాడినే కట్టుకోలేకపోయావా? వాడిని కూడా ఏదైనా పొద ముద్దుపెట్టుకుందా?"

"పొదేం ఖర్మ? బాగా డబ్బున్న పిల్లే ముద్దు పెట్టుకుంది. నువ్వు లేకపోతే నేను బ్రతకలేనంది. దాంతో శ్రీనివాస్ సారీ హేమా, ఆ అమ్మాయి బ్రతకలేనంటూంది అంటూ ఆ అమ్మాయిని పెళ్లాడేశాడు. నిజమే చెపుతున్నా సుమండీ! అప్పుడు నాకు నిజంగా చచ్చిపోవాలనిపించింది. సాగరే లేకుంటే అంతపని చేసే ఉండేదాన్ని."

"మళ్లీ ఈ సాగరుడెవ్వడు?" భాస్కర్ గొంతు పరుషంగా ధ్వనించింది.

"సాగర్, విద్యాసాగర్. నిజంగా చదువులో కూడా ఎప్పుడూ ఫస్టే. నా ప్రేమ పరీక్షలో తనకెన్ని మార్కులని దీనంగా అడిగాడు. అతన్ని నిరాశపరచడం ఇష్టంలేక ఫస్ట్‌మార్క్ ఇచ్చేశాను. కానీ అతడే..."

"ఊ... అతడు..."

"నా ఫస్ట్‌మార్క్‌అవతలకి నెట్టేసి పరీక్షల్లో వచ్చిన ఫస్ట్ మార్కులు పెట్టెలో పెట్టుకుని అమెరికా చెక్కేశాడు. తరువాత..."

"తరువాత..."

"నేను మిమ్మల్ని పెళ్లాడేశాను."

"నువ్వు, నువ్వు... మామూలు ఆడదానివి కాదు. బరితెగించిన ఆడదానివి. ఇన్ని ప్రేమకలాపాలు నడిపి ఏం ఎరుగని నంగనాచిలా నా జీవితంలో దూరి మొగుడేం చేస్తాడోనన్న భయం కూడా లేకుండా ఇంత పబ్లిక్‌గా డైరెక్ట్‌గా మాట్లాడెయ్యడానికి నీకెన్ని గుండెలు? చాలా గుండెలుండి వుండాలి. బహుశా నేను లెక్కెట్టలేను," ఆయాస పడిపోయాడు భాస్కర్.

"అదేమిటండీ ఈ విషయాలు చస్తే బయటపెట్టకూడదనుకున్నాను. కాని మీరే నన్ను హింసించి బలవంతపెట్టి నేను దాయవలసిన రహస్యాలన్నీ బయటకు చెప్పించారు. పైగా నన్ను తిడతారే," ఏడుపు ముఖం పెట్టింది హేమ.

"వీళ్లేనా ఇంకా ఎవరైనా ఉన్నారా?"

"ఏమో గుర్తురావడం లేదు. ఉండే ఉంటారు. కాస్త టైమిస్తే గుర్తు చేసు కుంటాను."

"ఓరి దేవుడో నేనేం పాపం చేశానని నాకీ శిఖండిని తగిలించావురో?" నెత్తి బాదుకున్నాడు భాస్కర్.

"అదేమిటండీ మరీ చిన్నపిల్లాడిలా! అయినా ఇప్పుడేమయిందని," అతని భుజం మీద చెయ్యి వేసింది హేమ.

"ఛీ నన్ను ముట్టుకోకు పాతకీ" చెయ్యి విదిలించేశాడు భాస్కర్

"ఇప్పుడు నేనేం చెయ్యను? ఏం చేసేది?" తనలోతాను గొణుక్కున్నాడు.

"భోంచెయ్యండి."

"ఛీ నోర్ముయ్, నా ముందు నిలబడకు, కాదు, నేనే నీ ముందు నిలబడను," గబుక్కున వెనక్కి తిరిగి దభాలున తలుపులు గెంటి పెద్ద పెద్ద అడుగులేసుకుంటూ బయటకెళ్లిపోయాడు భాస్కర్.

బయటకెళ్తున్న అతడ్ని చూసి తనలో తాను నవ్వుకుంది హేమ.

రాత్రయింది. రాత్రి జరిగి అర్ధరాత్రయింది. అప్పుడే తూలుతూ ఇంట్లో అడుగు పెట్టాడు భాస్కర్. అతని దగ్గర ఏదో కొత్త వాసన వేసింది హేమకు. మధువు తాలూకు గుభాళింపని ఆమెకు తెలియదు. పాపం ఆమెకు తాగుడు గురించి ఎబీసీడీలు తెలీవు. అయినా, తెలుగు సినిమాలు చూసింది కనుక ఆ తూలుడు వ్యవహారం చూసి భర్తని ఒక్క క్షణంలో కనిపెట్టేసింది.

"ఏయ్ హేమా, చూడు, నేను తాగాను. జీవితంలో మొట్టమొదటిసారి తాగాను. నీ గురించి తాగాను. బాధ భరించలేక తాగాను. వింటున్నావా?"

"వింటున్నాను. కానీ ఈ డైలాగులో కొత్తదనం ఏమాత్రం లేదు. చాలా సినిమాల్లో విన్న డైలాగే. కొత్త డైలాగేమైనా చెప్పండి."

కాని అతను డైలాగు చెప్పే పరిస్థితి దాటిపోయాడు. తూలి పక్కమీద వాలి పోయాడు.

మరునాడు పొద్దున్న ఏడు గంటల ముప్పై నిముషాల ముప్పై తొమ్మిది సెకన్లకు పక్కనే ఉన్న అలారం టైంపీసు చెవులు బద్దలుకొట్టేలా మోగడంతో లేవక తప్పింది కాదు. లేవగానే అతడికి కనిపించింది మెళ్లో దండ. ఆ దండకు గుచ్చిన ఓ కాగితం.

కాగితం లాగి చదివాడు.

మొగుడుగారికి...

మీలో ఇంగితమనేది పూర్తిగా శూన్యమని నేను ఇన్నాళ్లకు తెలుసుకున్నాను. ఇంత ఆలస్యంగా తెలుసుకున్నాను కాబట్టి మీ అంతకాకపోయినా నేనూ కొద్దో గొప్పో తెలివితక్కువదాన్నే. మీ బుర్రలో భగవంతుడు బంకమన్ను కూరికూరి పెట్టాడు. అది ఎంత తీసినా రాదు. ఇప్పుడు బంకమట్టినీ, భగవంతుడ్నీ నిందించి ప్రయోజనం లేదు. ఏటొచ్చీ నేను అడగదల్చుకున్నదేమిటంటే పెళ్లయే ముందు ప్రతి ఆడపిల్ల ఎవడ్నో

ఒకడ్ని ప్రేమించి ఉండాలి- ప్రేమించి తీరాలని మీ ప్రగాఢ నమ్మకమా? అయితే అది చచ్చు నమ్మకమనడానికి సాహసిస్తున్నాను.

నేను పెళ్లి కాకముందు ఎవర్నీ ప్రేమించలేదు. ఎందుకంటే ప్రేమించడం నా హాబీ కాదని ఇదివరకు ఒకసారి మొత్తుకున్నాను. పెళ్లయిన తరువాతే నా పిచ్చి మొగుడ్ని ప్రేమించడం కొద్దిగా మొదలుపెట్టాను. అదీ తప్పయితే మానేస్తాను. నేనెవర్నీ ప్రేమించలేదు మొర్రో అంటే, కాదు నిజం చెప్పితీరాలని గడువిచ్చి నిలదీస్తే, నాకు మిమ్మల్ని ఏడిపించాలనిపించింది. దాంతో కథలల్లి చెప్పక తప్పలేదు. దీనికి మరో కారణం కూడా ఉంది. అదేమిటంటే కవ్వించి, ఏడిపించడం నా హాబీ. ఏమాత్రం తెలివున్నా అర్థం చేసుకోవడం మాని తగుదునమ్మా అంటూ తాగి వస్తారూ? సిగ్గు లేకపోతేసరి. ఇంత విడమర్చి వ్రాసినా అర్థమయితే సంతోషమే. లేకుంటే సరేసరి.

నిజం చెప్పొద్దూ. మీరు తాగి పడిపోయిన తరువాత నాకు ఏడుపొచ్చింది. ఏడ్చేశాను. మీతో కాపురం చేయ్యడానికి వచ్చాను కాని, ఏడుస్తూ కూర్చోవడానికి కాదు. ఏడుపే గతయింది. కాబట్టి మా ఇంటికెళ్లిపోతున్నాను. పిచ్చి పిచ్చి అనుమానాలతో ఏడిపించరాదని బుద్ధివస్తే బుద్ధిగా బస్‌స్టాండ్‌కి రండి. మా ఊరు పోయే బస్సు సరిగ్గా ఎనిమిదిన్నరకు బయలుదేరుతుంది. మీరు రాకపోతే నేను మా ఇంటికెళ్లిపోతాను. మళ్లీ రావడం కలలో మాట. అలారం పెట్టి వెళ్తున్నా. కావాలంటే ఎవరిదేనా బుర్ర అరువు తెచ్చుకుని ఆలోచించండి.

పెళ్లికాక ముందు ప్రేమలో పడక తప్పు చేసిన...

మీ హేమ.

భాస్కర్‌కి బుర్రలో స్క్రూ టైటయింది. ఇంటికి తాళం వేసి బయటకు పరుగెత్తాడు.

❖ ❖ ❖

"నీ ఉత్తరం నాకు పెద్ద బ్రైన్ వాష్ సుమా!" రిక్షాలో ఇంటికి తిరిగి వస్తూ హేమతో అన్నాడు భాస్కర్.

"దెబ్బతో బుర్రలో పేరుకుపోయిన బంకమన్నంతా బయటకు వచ్చేసింది. ఏది ఏమైనా నీకు చాలా గర్వం. భర్తకలాగేనా ఉత్తరం వ్రాసేది? నువ్వు మరీ రౌడీ పెళ్లానివి. నీకూ మాలతికీ ఎంత తేడా?"

"మాలతెవరు?" నివ్వెరపోయింది హేమ.

"మాలతి... పిచ్చి మాలతి. ఒకనాటి నా ప్రేమదేవత. పాపం వాళ్ల అమ్మా, నాన్న కట్నం ఇచ్చుకోలేని అసమర్థులవడం మూలంగా నాకు దూరమయిపోయింది," నిట్టూర్చాడు భాస్కర్.

హేమ ముఖం ముడుచుకుపోయింది.

"ముఖం మరీ చిన్నదైపోతుందోయ్. ఇంకో అమ్మాయి పేరెత్తానో లేదో అంత అసూయా? రమ కూడా ఇంతే. ఇంకో ఆడపిల్ల పేరెత్తితే చాలు భగ్గున మండిపడేది."

"ఈ రమెవరు?"

"రమ ఎవరని అడుగుతున్నావా? ఏం చెప్పను? నేనంటే పడి చచ్చేది. మన పెళ్లయిపోయిన తరువాత నిజంగానే నూతిలో పడి చచ్చిపోయింది."

హేమ బుర్రలో ట్యూబ్‌లైటు వెలగలేక వెలగలేక వెలిగింది. నవ్వు ముంచుకొచ్చింది. పెదాలు బిగించి తల ఎగరేసి నవ్వాపుకుంటూ, "ఆ తరువాత?" అంది.

"అబ్బో నీలో శారద పోలికలేకాదు. అలవాట్లు కూడా చాలా ఉన్నాయి సుమా? ఆ పెదవి బిగింపు, ఆ తల ఎగరెయ్యడం... శారద కూడా సరిగ్గా ఇంతే."

"మెగుడుగారూ ఇంక ఆపెయ్యండి. మీకూ సెన్స్ ఆఫ్ హ్యూమర్ ఉందని ఒప్పుకుంటున్నా. పోతే నా బుర్రలో బంకమన్ను లేదు," నవ్వేసింది హేమ.

తనూ నవ్వేశాడు భాస్కర్.

ఆంధ్రజ్యోతి సచిత్ర వారపత్రిక

18

మోజు

కథ చదవడం మొదలెట్టే పాఠకులకు చిన్న వివరణ. నాగరికత ఛాయా మాత్రంగా కూడా ప్రసరించని మారుమూల పల్లెలు, గూడేలు తెలుగుదేశంలో చాలా ఉన్నాయి. ఆయా ప్రదేశాల్లో ప్రజలకి టార్చి లైటు చూసినా, ట్రాన్సిస్టర్ చూసినా ఒక వింతే! అలాంటి పరిసరాల్లో ఈ కథ జరిగిందని గమనించ ప్రార్థన.

పొయ్యి రాజేసింది ముత్యాలు. కుండలో నీళ్లు పోసి పొయ్యి మీద పెట్టింది. బియ్యం కడిగి తీసుకొచ్చేలోగా పొయ్యి ఆరిపోతోంది. విసుక్కుంటూ గొట్టంతో ఊదుతూ పొయ్యి మండించడానికి ప్రయత్నం చెయ్యసాగింది. పొయ్యి ఒక్కపట్టాన అంటుకోవడం లేదు. పొగకు ఉక్కిరిబిక్కిరయి ముత్యాలుకి విపరీతమైన దగ్గు వచ్చింది. కళ్లల్లో నీళ్లు కూడా తిరిగాయి.

"బావ్!" అకస్మాత్తుగా వెనుక నుండి వినబడిన కేకకు ఉలిక్కి పడి వెను తిరిగింది.

వెనక నవ్వుతూ పోచమ్మ నిలబడి ఉంది.

"నువ్వా? అదురుకున్నా గదా!" కోపం ప్రకటిస్తూ అంది ముత్యాలు.

"నేనే! ఇంకెవరకున్నావ్? ఏం! పట్నం బాబుననుకున్నావా ఏంది?" పకపక నవ్వుతూ పక్కనే కూలబడింది పోచమ్మ.

"ఛీ, ఊకో, ఏమి మాటలయ్యి?"

"ఏం మాటలా? నేను చెప్పేదింటే నువ్వే మురుస్తవు."

"ఏందది," మోచేయి కంటిన మసి తుడుచుకుంటూ అంది ముత్యాలు.

"ఆ దొర నేను నీళ్లకెళ్లి వస్తుంటే తోవలో కలిసిండే! కలిసి నన్ను చూసిండు. నేను కూడ చూసి నవ్వినా. దగ్గర కొచ్చిండు. వచ్చి నవ్విండు. నా పేరడిగిండు. సెప్పినా, అయినాక..."

"అయినాక..." కుతూహలం ఎక్కువయింది ముత్యాలుకి.

"నీ పేరడిగిండు. నాకు తెలుసే. నీ గురించే అడుగుతుండని. అయినా కూడ మల్లా తెలవనట్టే ఎవరూ అని అడిగినా. అప్పుడు ఆయన సెప్పిండు. నీ యెంబడి ఎఱ్ఱపిల్ల కట్టెలకు వస్తది సూడు- ఆ పిల్ల.

"ఎవరూ! ముత్యాలా! అని అడిగినా.

"ఓ! ముత్యాలా, పేరు మంచిగా వుందే," అనిండు.

"ఏం దొరా ఏం పని? నేను మల్లా అడిగినా, ఏం లేదని నవ్వుకుంటూ పోయిండే! ఇంకేం ఆ దొర నీ ఎంబడి పడ్డాడు. ఇప్పుడు నీదే ఆలచం" వ్యంగ్యంగా నవ్వింది పోచమ్మ.

"ఛీ నేనంటే ఏమనకున్నవే! చప్పుడు చెయ్యక కూచో," గుడ్లెఱ్ఱజేసింది ముత్యాలు.

"నన్నెందుకే, నా మీద కస్సుమంటవు? ఆయనేదో నీమీద కన్నేసిండని సెప్పినా! అంతేగా? ఆయనకేం తెలుసు నువ్వు అగ్గిలాంటి దానివని. నేనేమో మంచిగుండని ఆ దొరంటవడ్డా. అయునేమో నీయెంట పడ్డాడు. ఆ దొరే నన్ను గిట్లని పిలిచిండుంటే?"

"పోవే! పాడు మాటలవీనూ, నువ్వూను. అంత ఇదున్నదానివయితే చేసుకున్న మొగుడ్ని ఎందుకిడిసి పెట్టినావే? వానియెంబడే పోకూడదూ?"

"థూ! వాడు మొగడా? వట్టి చాకానోడు. ఆడికీ, పట్నంబాబుకీ పోలీకా? ఆ బాబు అందమే అందం. ఆ పొడుగు లాగూ, పొడుగు సేతుల అంగీ. ఆ పద్ధతే వేరుగుంటుంది," తన్మయత్వంలో మునిగిపోతూ అంది పోచమ్మ.

"ఇంతకీ నువ్వెందుకొచ్చినా వీడికి?? వాని మాటలు చెప్పడానికొచ్చినావ్. నీకేం పనిలేదా యింక," విసుక్కుంది ముత్యాలు.

"అయ్యో, పట్నం బాబు మాటల్లోపడి యాదిమర్సినా. జరంత ఉప్పుంటే పెడతావ్," నాలిక్కరుచుకుంది పోచమ్మ.

ఉప్పు తీసుకుని పోచమ్మ వెళ్లిపోగానే ముత్యాలు మనసంతా పట్నంబాబు ఆలోచనలతో నిండిపోయింది.

పట్నంబాబు తన పేరడిగి కనుక్కున్నందుకు ఆమె మనసెందుకో తెలియని పులకరింతతో నిండిపోయింది.

ఆ దొర ఈడికొచ్చి నెలయితుంది. ఆ బాబు సర్కారోడట. ఈ అడవికంతా మాలిక్ అంట. తన మావ చెప్పిండు. ఇంతకుముందుకు లెక్క ఎవళ్లు బడితే అళ్లు కట్టెలు కొట్టకూడదంట. మొదట్ల ఆ దొర యేసం చూసి గెట్లనో అనిపించింది. అంగీ దాక అయితే తనకు తెలిసిందేగాని ఆ లాగు చాల మంచిగుంటది. పొడుగ్గా కాళ్ల దాంక ఉంటది. ముంగల రెండు కీసలు (జేబులు), యెనక రెండు కీసలు కూడా ఉన్నయ్. అంగీ లోపలేసుకుని తోలు పటకా కట్టుకుని ఆ బాబు నడుస్తుంటే సూడ ముచ్చట యింది. తన గూడెంలో వాళ్లంత ధోతులే కడతరు.

ఆ బాబు పొడుగులాగుందే సూడు! దాన్నేమంటరని తన మావనడిగింది. మావ సెప్పిండు. ఏదో పెంటంటారంట!

ఏమి పెంటో? అంత మంచిగున్నదని పెంటంటరేంటి? తన కాపేరు గెట్లనో అనిపించింది.

'ఔ! నిజమే! ఆ బాబు సూపు గెట్లనో ఉంటది. కట్టెలు ఏరనికి అడవికెళ్తే కండ్లలోకి చూస్తడు. తనకి ఇసిత్రంగా గుండె జల్లుమంటది.'

అన్నం మాడిన వాసన రాగానే ఉలిక్కిపడి ఆలోచనల్లో నుండి తేరుకుంది ముత్యాలు.

"ఆయన గొడవలోపడి అన్నం చూసేదే మరిసిపోయినా! అంత మాడి పోయింది," తనను తాను తిట్టుకుంది.

ఆ రాత్రి మావ పక్కలో అతని గుండెల మీద తలవాల్చి పడుకున్న సమయంలో అంది ముత్యాలు.

"మావ!"

'ఉ' కొట్టాడు సైదులు

"ఊ కాదు నే సెప్పేది ఇను," అతడ్ని తట్టి,లేపుతూ అంది ముత్యాలు.

"ఇంటున్నా! సెప్పు," ముత్యాలును మరింత దగ్గరకు లాక్కుంటూ అన్నాడు సైదులు.

"మరి... నువ్వు..." ఎలా చెప్పాలో అర్థంకాక ఆగిపోయింది ముత్యాలు.

"ఏంటది? చెప్పు."

"మరి నువు కూడ ఒక పెంట కుట్టించుకోవద్దా? చాల మంచిగా ఉంటది," తన మనసులో మెదులుతున్న కోరికను బయటపెట్టింది ముత్యాలు.

బిగ్గరగా నవ్వాడు సైదులు.

"ఆ ఇరుకు బట్టల ఏం సుఖముందే! ఈ ధోతిలో చూడు ఎంత సుఖముందో? అయినా అవన్నీ మనకెందుకే గూడెంలో ఉండెటోళ్లకు? అవి ఆ పట్నం దొరలకే మంచిగుంటది. బాగా పొద్దయింది పండుకో," అంటూ అటుపక్కకు వత్తిగిల్లాడు.

ముత్యాలు మనసు ఏదో తెలియని అసంతృప్తితో మూల్గింది. ఏదో అనబోయి సైదులు అప్పటికే నిద్రలోకి జారుకోవడం గమనించి మౌనంగా ఊరుకుంది. తనూ కళ్లు మూసుకుని నిద్రకుపక్రమించింది. మధ్య రాత్రిలో ముత్యాలుకి మెలుకువ వచ్చింది. చుట్టుపక్కలు పరిశీలనగా చూసి, 'ఓ అంతా కలేనా?" అనుకుంది. కలలో సంగతులు స్ఫురణకు తెచ్చుకుంది.

కలలో తను, పట్నంబాబు పల్లకిలో ఎల్తున్రు. తనకు సిగ్గొచ్చె, నెత్తొంచుకని కూర్చుంది. ఆ దొర తన చెంప మీద చిటికేసి ముంగలకొచ్చి ముద్దెట్టుకోబోయిండు. అప్పుడు తనకు మేలుకొచ్చింది.

అదంతా తల్చుకునేసరికి ముత్యాలుకు ఏదో తెలియని సిగ్గు ముంచుకొచ్చింది. కల అలా అసంపూర్ణంగా ముగియడం మాత్రం చాలా వెలితిగా అనిపించింది. ఎంత వద్దనుకున్నా ఆమెను పట్నంబాబు ఆలోచనలు పట్టి లాగసాగాయి. ఇక ఆ రాత్రి ముత్యాలుకు నిద్రపట్టలేదు.

ఆ మర్నాడు అడవిలో ఎండు పుల్లలు ఏరుకోవడానికి వెళ్లింది ముత్యాలు. పుల్లలేరుతుందన్న మాటేగాని ఆమె చూపులు పట్నంబాబు కోసం వెదుకుతూనే వున్నాయి. ఆమె నిరీక్షణ వృధా కాలేదు. పట్నంబాబు ఎప్పుడు వచ్చాడో ఒక చెట్టు పక్కగా నిలబడి తనవంక చూస్తూ వుండడం ఆమె చాలాసేపటి వరకు గుర్తించలేదు. అతడ్ని చూడగానే గుండెలు వడిగా కొట్టుకున్నాయి. తల తిప్పేసుకుంది. ఏదో వీపుకు తగలగానే చూసింది. ద్రాక్షపండు. నవ్వుతున్నాడతడు. ద్రాక్షపండు అందుకుని అప్రయత్నంగానే వెనక్కి తిరిగి చూసింది. కొంటెగా నవ్వింది ముత్యాలు. ఆ మాత్రం చాలతనికి చొరవ చేసుకోవడానికి. ముత్యాలు దగ్గరగా వచ్చి చెయ్యిపట్టుకున్నాడు.

ముత్యాలు వదిలించుకోబోయింది. అతడు వదల్లేదు.

"నీపేరు ముత్యాలు కదూ?నువ్వు నిజంగా ముత్యానివే," అంటూ దగ్గరకు లాక్కోబోయాడు.

ముత్యాలు మొఖం సిగ్గుతో ఎర్రబారింది.

"వద్దు," అంటూ గట్టిగ విదిలించుకుని పరుగు తీసింది.

ఆ రాత్రంతా మళ్లీ నిద్రలేదు ముత్యాలుకి. పక్కనే నులకమంచం మీద పడుకుని నిద్రపోతున్న సైదులును చూస్తుంటే ఆమెకు యెక్కడో కలుక్కుమంది.

'తనంటే పాణం పెడతడు మావ. తను మాత్రం కావాలని సైదులుని మనువాడలేదూ? పరాయి మొగాడంటే తనకెప్పుడు మనసు కలగలే. ఆమెకు రోషయ్య గుర్తుకొచ్చాడు. గూడెంలో రోషయ్య పెద్ద గుండా. ఆడంటే అందరికీ బయం. ఎవరూ లేంది సూసి ఒక దినం గుడిసెలో జొరబడ్డడు. అప్పుడు తను కొడవలుచ్చుకుని వాన్ని బయటికి ఎలగొట్టింది. గూడెంలో వాళ్లంత చాల కుషీపడ్డరు. అప్పటిసంది తనకి నిప్పుని పేరిచ్చింద్రు. అసువంటిదాన్ని తనకి ఎందుకిట్ల ఔతున్నది? పట్నంబాబు మీద ఎందుకిట్ల మనసు పోతుంది? ఏంది కారణం? ఔ! గంతే!!' తెల్లారేదాక ఇలాంటి ఆలోచనలతోనే సతమతమయి పట్నంబాబు పొందుకోరె మనసుతో రాజీపడక తప్పలేదు ముత్యాలుకి.

❖ ❖ ❖

"అమ్మో! నాలుగు దినాలా! నేనుండలేనబ్బ! నాకు భయమేస్తది," మొరాయించింది ముత్యాలు.

"అదేందే! ఈ తడ అంతా చింతపండుకు బాగా పైసలొత్తయి అంటున్రు. మల్ల పోపోతే ఎట్ల? పట్నంల నాలుగుదినాలుండాలి ఎట్లన్న. అయినా, నీకెందుకే భయము? నువ్వు నిప్పులాంటిదనివని యాది మరిసిపోయినావా?" సర్ది చెప్పాడు సైదులు.

ఆ ప్రాంతంలో చింత చెట్లెక్కువ. సైదులు చింతపండు చవగ్గా కొని పట్నం తీసుకువెళ్లి అమ్ముతుంటాడు. సైదులు పట్నం వెళ్తున్నాడన్న విషయం ముత్యాలుకి లోలోపల ఆనందాన్నే కలిగించింది. పట్నంబాబుతో కలయిక కోసం ఆమె మనసు మరింతగా ఉరకలు వేసింది. పైకి మాత్రం దిగులు ప్రదర్శించింది.

మరోమారు ధైర్యం చెప్పి సైదులు పట్నం వెళ్లిపోయాడు.

ఆరోజంతా అడవిలో పట్నంబాబు కోసం కలియతిరిగింది. కాని అతని జాడే లేదు. నిరాశగా ఇంటికి చేరుకుంది. చాల భారంగా ఆ రాత్రి గడిపింది.

మర్నాడు ఉదయం ఏవో మాటల మధ్య పట్నంబాబు గురించి కదిపింది పోచమ్మ దగ్గర.

"ఆ దొర పట్నం ఎల్లిండట. రెండు మూడు దినాలదాంక రాడంటనే," పోచమ్మ మాటలు వినగానే కృంగిపోయింది ముత్యాలు.

'యింక మూడు దినాలైతే సైదులు కూడ వస్తడు? మరప్పుడెట్ల?' పగ్గాలు పడేకొలదీ ఆమె కోర్కెలు మరింతగా విజృంభించి ఆమెను మరింత పిచ్చిదానిగా చేయసాగాయి.

మరో రెండురోజులు చాల అసహనంగా గడిపింది. మూడోరోజున పట్నంబాబు తారసపడగానే ఆమె ఆనందానికి అవధుల్లేవు. రివ్వునపోయి అతని ముందు నిలిచింది.

ముత్యాలును చూడగానే కొంటెగా నవ్వాడతడు. ఏమనాలో తోచక అలాగే నిలబడిపోయింది ముత్యాలు.

అడవిలో అప్పుడే చీకటి చుట్టూ అలుముకుంటోంది. ఆ చుట్టుపక్కల ఎవరూ లేరు.

"ఏం చిలకా? ఏమిటి విషయం?" ముత్యాలు చెయ్యి పట్టుకుని లాగాడతడు. అభ్యంతరం చెప్పలేదు ముత్యాలు. అతని కౌగిట్లో ఇమిడిపోతూ, "ఈ రెండు దినాలసంది బాగ నిన్నే చూస్తున్న అక్కడ ఇక్కడ దొరా! ఎక్కడ కనబడలేదు," అంది.

"ఇప్పుడొచ్చానుగా! నా కోసం అంత పరితపించిపోతున్నావన్న విషయం తెలిస్తే అసలు వెళ్లేవాడినేకాను," కౌగిలి మరింతగా బిగిస్తూ అన్నాడు.

"ఇప్పుడొద్దు. బాగా పొద్దు మీరినాక అందరు పండుకున్నంక రా! మా మావ కూడా లేడు. మా గుడిసె యాడుందో..."

"తెలుసు. నీ గుడిసె నాకు తెలుసు. అందం ఎక్కడుంటుందో తెలుసుకోలేని వెర్రివాడ్ని కాను. రాత్రికి వస్తాను," ముద్దు పెట్టుకుని వదిలేసాడు.

గువ్వలా పరుగెత్తింది ముత్యాలు. ఆమె మనసు పరవశంతో పరవళ్లు తొక్కుతోంది. గుడ్డి దీపం వెలుగులో అద్దం ముందేసుకుని ముస్తాబు అవసాగింది. కొప్పులో పూలు పెట్టుకుని విసురుగా లేచేసరికి కాలు తగిలి అద్దం పగిలిపోయింది.

'పెద్ద అద్దం పట్కరమ్మని మావకు చెప్పింది తను. తెస్తడో లేదో? ఎప్పుడూ మరస్తనే ఉంటడు,' విసుక్కుంది. ఆ తర్వాత పగిలిన అద్దంలోనే తన అందాన్ని మరోమారు చూసుకుని మురిసిపోయింది ముత్యాలు.

గంటలు గడిచేకొద్దీ ముత్యాలు గుండెలు మరింతగా కొట్టుకోసాగాయి. ఏమాత్రం అలికిడయినా పట్నంబాబేనేమోనని ఉలిక్కిపడసాగింది. అతని రాక కోసం యెదురు తెన్నులు కాస్తూ మెలుకువగానే ఉంది.

అర్ధరాత్రి దాటిం తరువాత గుడిసె తలుపులు తోసుకుని లోపలకు ప్రవేశించిన పట్నంబాబును చూడగానే ఆమెలో రక్తం వడిగా ప్రవహించింది. తెలియని మైకం ఆవరించింది.

చిన్నగా నవ్వుతూ ఆమె సరసనే నులకమంచం మీద చోటు చేసుకున్నాడతడు. ముత్యాలును దగ్గరకు లాక్కున్నాడు. అతని మీద వాలిపోతూ, "ఇది మంచిగుంది," అంది ముత్యాలు.

"ఏమిటి?"

"ఇదే ఈ పెంట చాల మంచిగుంది," అతని పేంటును తదేకంగా చూస్తూ అంది ముత్యాలు.

ఫక్కున నవ్వాడతడు. "పెంట కాదు. దీన్ని పేంటంటారు. ఏదీ అను పేంటు," అన్నాడు నవ్వాపి.

ముత్యాలు సిగ్గుతో ముకుళించుకుపోయింది. "అనమంటుంటే? పేంటు," ఒత్తి పలికాడు.

"పేంటు," గొణిగింది ముత్యాలు.

"ఏం వేసుకుంటావా నా పేంటు?" ఆమెను ఆక్రమించుకుంటూ అడిగాడు.

ముత్యాలు జవాబివ్వలేదు. ఆమెకు మాట్లాడే అవకాశమూ అపై అతడివ్వ లేదు. మరికొన్ని నిముషాల తర్వాత బట్టలు సర్దుకుంటూ అతడన్నాడు- "ఇక నేను వెళ్లనా?"

కళ్లు విప్పలేదు ముత్యాలు.

'ఊ' అని చిన్నగా మూల్గింది.

అతడు వెళ్లిన కొద్ది క్షణాలకు భారంగా కళ్లు తెరిచింది. మరోమారు బాధగా మూల్గింది. అతనితో అనుభవించిన సుఖం తాలూకు తీయని నిట్టూర్పు కాదది. ఆమె ముఖంలో తీరని అసంతృప్తి ద్యోతకమవుతోంది. ఆమెలో రగిలిన వేడిని చల్లార్చడంలో అతడు పూర్తిగా కృతకృత్యుడు కాలేకపోయాడు.

ఆ క్షణంలో ఆమె కళ్లముందు సైదులు మెదిలాడు. మావతో తాను దినం అనుభవించే సుఖంతో పోల్చి చూస్తే పట్నంబాబు పొందులో తను పొందిన ఆనందం ఏపాటిదో ఆమెకు తెలిసింది. నిప్పులాంటిదని పేరు తెచ్చుకున్న తను చెడి బావుకున్న దేమిటన్న భావన మనసులో మెదలగానే గుండెల్ని ఎవరో పట్టి పిండుతున్నట్లు అనిపించింది ముత్యాలుకి. బాధగా కళ్లు మూసుకుంది.

కీచుగా గుడిసె తలుపు తెరచుకుంది. చిన్నగా కళ్లు తిప్పింది ముత్యాలు. మసక వెలుతురులో గుమ్మం దగ్గర పేంటు తొడుక్కున్న అకారం. పట్నంబాబు మళ్లీ ఎందుకు వచ్చిండా? అని ఒక క్షణం ఆలోచనలో పడింది. దగ్గరైన అకారాన్ని పోల్చుకుని క్షణకాలం ఆమె గుండె ఆగిపోయింది. అతడు సైదులు. ముందుకు వంగి అంటున్నాడు.

"ఏం మేలుకొచ్చిందా? పట్నంల చింతపండు మంచిగానే అమ్ముడుపోయింది. నిన్ననే వస్తుంటికాని ఈ పేంటు దిక్కెళ్లి ఆలచమయింది. నీకిష్టమయిందని కుట్టించుకున్న. పైసలయినయనుకో! అయినా మంచిగ కుట్టిండు. ఈ గూడెంల పేంటు తొడుక్కున్నోడిలో నేనే మొదాలు. ఆ పట్నంబాబు బాబులా లేనూ? మంచి గుందా?"

పేంటును చూసుకుని మురిసిపోతున్న సైదులు ముత్యాలు ముఖంలో మారుతున్న రంగుల్ని గమనించే పరిస్థితిలో లేడు.

ముత్యాలు పెదవి విప్పి పలుకలేదు.

'నీకన్యాయంసేస్తి మావా! చెయ్యరాని పని చేసినా, నువ్వు ఒక గంట మొదలు వచ్చుంటే ఎంత బాగుంటుండె? నీ నిప్పు బొగ్గయి పోయిందని ఎట్టా చెప్పేది మావా,' ఆమె హృదయం మాత్రం మూగగా రోదించింది.

స్వాతి మాసపత్రిక

19

గుండెగుప్పిట

కిటికీలో నుండి బయటకు చూశాడు చంద్రం. బయటంతా చీకటిగా ఉంది. రేడియమ్ డయల్ టైంపీసు నాలుగు గంటలు చూపిస్తోంది. అతనికి మెలకువ వచ్చి అప్పటికే పావుగంటయింది. సాధారణంగా అతడు వళ్లు మరచి నిద్రపోయే సమయమది. కానీ యిప్పుడు కన్నుమూత పడడంలేదు. త్వరగా తెల్లారితే బాగుంటుం దనిపిస్తోంది. అవును మరి, తెల్లారితే మంగళవారం... అతడు ఎంతో ఆశగా, ఆబగా ఆత్రుతగా ఎదురుచూస్తున్న రోజు.

ఉదయం పదిగంటలు దాటింది. సైకిలు వేగంగా తొక్కుకుంటూ వస్తున్న చంద్రం గాంధీ హైస్కూలు సెంటర్ దాటి సైకిల్ బెల్ మ్రోగిస్తూ సందు మలుపు తిరిగాడు. పచ్చడాబా గుమ్మంలో ఆమె నిలబడి వుంది. అంతే! అతని చెవుల్లో ఈలలు కొట్టేశాయ్. గుండెల్లో గంటలు మ్రోగిపోయాయ్. యాంత్రికంగా ఆ ఇంటి ముందు అతని సైకిల్ ఆగిపోయింది. చిరునవ్వులు చిందిస్తూ ఆమె అలాగే నిలబడి వుంది. సైకిల్ స్టాండేసి ముందుకు నడిచాడు చంద్రం. ఉత్తరాల కట్టలో నుండి చకచకా వెదికి ఒక కవరు అందించాడు. అందిస్తూనే ఆమె అందాన్నంతా తన కళ్లలో దాచుకోవడానికి చేతనైన ప్రయత్నంచేశాడు.

"ఒక గ్లాసెడు మంచి నీళ్లిప్పిస్తారా?"

"తప్పకుండా!" ఆమె లోపలకు నడిచింది.

వెళ్తున్న ఆమెను తదేకంగా చూస్తూ ఉండిపోయాడు చంద్రం.

మరికొద్ది నిముషాలకు మంచినీళ్ల గ్లాసుతో తిరిగొచ్చిందామె. గ్లాసందిస్తుంటే ఆమె చేతి వేళ్లు తగిలాయి. ఏదో పులకింత కలిగింది చంద్రంలో.

"చాలా?" అనడిగింది ఆమె.

"మీకేమీ అభ్యంతరం లేకుంటే మరో గ్లాసిప్పిస్తారా?"

"భలేవారే! అభ్యంతరమేముంది? పాపం! ఎండన పడి తిరుగుతారు," మళ్లీ మంచినీళ్లు తెచ్చిచ్చింది.

ఈసారి చేతివేళ్లు తగల్లేదు. అతనిలో ఏదో అసంతృప్తి. ఆమెతో ఏదో మాట్లాడాలని కోరిక- కానీ గొంతు పెగలదు.

"థాంక్స్," అంటూ సైకిల్ వైపు నడిచాడు. సైకిల్ ఎక్కబోతూ ఓరగా చూశాడు. ఆమె ఇంకా గుమ్మంలో నుంచుని తనవైపే చూస్తోంది. మళ్లీ అతని మనసులో ఏదో చిరు సంతృప్తి. కానీ మళ్లీ శుక్రవారం వస్తేగాని ఆమెను ఇంత దగ్గరగా చూసి పలకరించే అదృష్టం కలగదు. చిన్నగా నిట్టూర్చి ముందుకు సాగాడు.

చంద్రం ఉద్యోగంలో చేరి సంవత్సరం దాటింది. మొదట్లో ఉత్తరాలు బట్వాడా చెయ్యడం చాల చిరాకైన పనిగా అన్పించేది. కానీ కాలం గడిచేకొద్దీ తన ఉద్యోగ నిర్వహణలో అనిర్వచనీయమైన ఆనందముందని గుర్తించాడు. తను తెచ్చే ఉత్తరాల కోసం ఎదురుచూసే ఎందరికో తను ఆత్మీయుడిలాంటి వాడినన్న ఊహ అతనికి మధురమైన అనుభూతిని అందించసాగింది.

చంద్రం ఈ ప్రాంతానికి బదిలీ అయి నాలుగు నెలలు అయింది. ఆమెను మొదటిసారి చూసినప్పుడే అతని మనసు గుండెలు చీల్చుకొని ఆమె చుట్టూ ప్రదక్షిణలు చేసి ఇక తప్పనిసరయి మళ్లీ యథాస్థానానికి వచ్చి చేరింది. తనొచ్చే సమయానికి రోడ్డు వైపు చూస్తూ గుమ్మంలో నిలబడే ఆమెకు చేరువగా వెళ్లి ఆమె అందాన్ని తనివితీరా ఆస్వాదించాలని అనిపించేది. ఆ అవకాశాన్ని ఒక్కసారి కూడా కలిగించని ఉత్తరాల కట్టను తెగ తిట్టుకునేవాడు.

చివరికి ఒకరోజున అతని కోరిక తీరనే తీరింది. మిస్ సుహాసిని పేరు మీద ఆ ఇంటి అడ్రస్‌కి ఉత్తరం వచ్చింది. సుహాసిని ఆమె పేరే అయి వుండాలనుకున్నాడు.

"మిస్ సుహాసిని..."

"ఆ... సుహాసిని నేనే..." తన మాటలు మధ్యలోనే తుంచేస్తూ చిరునవ్వుతో ఆమె ఉత్తరం అందుకుంటుంటే అందించే అతని చేతులు కంపించాయి.

ఆమె వెనక్కి తిరిగి ఇంట్లోకి వెళ్లిపోవడంతో తను ఉత్సాహంతో సైకిల్ మీదికి ఉరికాడు. ఆమెకు ఉత్తరం అందియ్యడంతో తన జన్మ ధన్యమయిందనుకున్నాడు. అదే మాట ఆ రాత్రి తన డైరీలో రాసుకున్నాడు. మరో రెండు రోజులకే ఆమెకు ఉత్తరం వచ్చింది. తను వెళ్లేసరికి ఆమె తలస్నానం చేసి జుట్టు ఆరబెట్టుకుంటూ గుమ్మంలోనే నిలబడి ఉంది. పలకరింపుగా నవ్వింది. ఎగిరి గంతులు వేస్తానంటున్న గుండెను అదుపులో పెడ్తూ నవ్వుతూ ఉత్తరం అందించాడు.

ఆ తరువాత ఆమెకు తరచుగా ఉత్తరాలు వస్తూనే ఉన్నాయి. ప్రతి మంగళ వారం, శుక్రవారం రోజుల్లోనే ఆమెకు ఉత్తరాలు వస్తున్నాయన్న విషయం తను గ్రహించాడు. ఆ రెండు రోజులు ఎప్పుడు వస్తాయా అని ఎదురుచూడడం అలవాటయి పోయింది.

"ఏమండోయ్! మాకేమీ ఉత్తరాల్లేవా?" పచ్చమేడ సుబ్బారావుగారి కేకతో ఈ లోకానికి కొచ్చాడు చంద్రం. ఆలోచనల్లో పడి ఉత్తరాలివ్వాల్సిన ఇళ్లు కొన్ని దాటేసి వచ్చిన విషయం గుర్తొచ్చి నాలిక కరుచుకన్నాడు. కంగారుగా ఉత్తరాల దొంతర వెదికి, "మీకేమీ లేవండి," అంటూ వెనక్కి తిరిగాడు.

మంగళవారాలు, శుక్రవారాలు గడుస్తున్నాయ్. సుహాసినిపట్ల వున్న ఆరాధనా భావం అతనిలో మరింతగా పెరుగుతూ వుంది. దాంతోపాటు మరో కొత్త గుబులు అతడ్ని వేధించటం మొదలయింది.

ఆమెకు ఉత్తరాలు రాసేదెవరో? క్రమం తప్పకుండా వారానికి రెండు ఉత్తరాలు వొస్తున్నాయంటే రాసేది ఎవరై వుండాలి? ప్రేమికుడు కావచ్చు. నో! అలా కావడానికి వీల్లేదు. తనారాధించే సుహాసినికి మరో ప్రియుడుండడానికి వీల్లేదు. కానీ ఆ వయసులో వున్న పిల్లకు ప్రేమికుడి దగ్గర నుండి ఉత్తరం రావడానికే ఎక్కువ అవకాశముంది. ఆ భావనను భరించలేనట్లు అతని మనసు బాధగా మూల్గింది.

అయితే ఆమెను ఆరాధించే మరో వ్యక్తిని తనెట్లా నిరోధించగలడు? ఆమెను ప్రేమించడం తన హక్కని తననుకుంటున్నప్పుడు అదే హక్కు ఆమెకు ఉత్తరాలు వ్రాసే మనిషికి ఉండకూడదని తనెట్లా ఖండించగలడు? పైగా ఆమె ప్రత్యుత్తరాలు ఇస్తూనే వుండి వుండాలి. లేని పక్షంలో ఇంత రెగ్యులర్‌గా ఆమెకు లెటర్స్ వచ్చే అవకాశమే లేదు. అంటే... ఆమె...

ఆపై అతడు ఆలోచించలేక పోయాడు. ఆమె మనసు పరాధీనమన్న తలంపు అతడ్ని విపరీతమైన మానసికవ్యధకు లోను చేయసాగింది.

ఆరోజు శుక్రవారం. చంద్రం దగ్గర వున్న ఉత్తరాల కట్టలో ఆ రోజామెకు వచ్చిన ఉత్తరం వుంది.

అతడు సైకిల్ తొక్కుతున్నాడేగాని మనసంతా అల్లకల్లోలంగా ఉంది. ఈరోజేమైనా తేల్చిపారెయ్యాల్సిందే. ఆమెకు ఉత్తరాలు వ్రాసేదెవరో కనుక్కొని తీరాల్సిందే. ఈ సమస్యను పరిష్కరించడం తన చేతుల్లోనే ఉంది. ఆ కవరు విప్పి చూస్తే సరి. కానీ... అది తప్పు. తన ఉద్యోగధర్మానికే తీరని మచ్చని తెలుసతనికి. అలాగని తనలో రోజురోజుకీ ఉధృతమవుతున్న భావ సంఘర్షణను అదుపులో పెట్టే శక్తి తనకుందా? లేదనేసింది అప్పటికే స్వాధీనం తప్పిన మనసు. అంతే! దారి మళ్లించి సైకిల్‌ని తనుండే గదివైపు పోనిచ్చాడు.

గది తాళం తీసి లోపల ప్రవేశించి తలుపు గడియపెట్టాడు. వణుకుతున్న చేతులతో ఆ కవరు జాగ్రత్తగా విప్పాడు. లోపలున్న కాగితం చూసేసరికి ఆశ్చర్యంతో అతని భృకుటి ముడిపడింది. ఆ కాగితం మీద ఏమీ వ్రాసిలేదు. కాగితం మధ్యగా '17' అన్న అంకె మాత్రం వేసి ఉంది. కొద్ది క్షణాలపాటు అతని మనసు మొద్దుబారి పోయింది. ఆ కాగితాన్ని మళ్లీ మళ్లీ పరీక్షగా చూశాడు. అతని ఊహల్ని పూర్తిగా వమ్ము చేసానన్నట్లు గర్వంగా నవ్వుతున్న '17' అంకె తప్ప మరేమీ కన్పించలేదు. కవరు అటూఇటూ తిప్పి చూశాడు. అంతకు క్రితం రోజు అదే ఊళ్లో పోస్టు చెయ్యబడ్డట్లు లోకల్ పోస్ట్ ముద్ర ఉంది. ఆ కాగితంలో మర్మాన్ని ఛేదించాలనే తీవ్రయత్నానికి గురయిందతని మస్తిష్కం. చటుక్కున ఒక ఆలోచన మెరిసింది.

'కొంపదీసి సుహాసినే తన అడ్రస్‌కు ఈ కవర్లు పోస్ట్ చేసుకోవడం లేదుకదా?'

'దాని వల్ల ఆమెకు కలిగే లాభమేముంది?'

'అవును, ఆమెకు ఏం అవసరం?' అతని బుర్రలో చిక్కు ముడిపడింది.

అవసరమెందుకులేదు. ఆమెకు చేరువ కావాలని తను తపిస్తున్నట్లే తనతో సాన్నిహిత్యం పెంచుకోవాలని ఆమెకూ ఉండొచ్చుగా? చిక్కుముడి విడిపోయినట్లు అనిపించింది చంద్రానికి.

మదిలో తళుక్కుమన్న మరో మెరుపుతో తన సూట్‌కేస్ వైపు నడిచాడు. డైరీ చేతిలోకి తీసుకుని చకచకా పేజీలు తిరగేయసాగాడు. తను మొదటిసారిగా ఆమెకు ఉత్తరం అందించిన నాటి నుండి మొత్తమెన్ని మంగళవారాలు, శుక్రవారాలు గడిచాయో లెక్కవేశాడు. అతనికి 17 అంకెలో ఉన్న మర్మం తెలిసిపోయింది. ఇది ఆమెకు తనందించబోయే పదిహేడవ ఉత్తరం.

ఛ! తనొట్టి బుద్ధావతారం. ఆమె మనసు తెల్సుకోలేకపోయాడిన్నాళ్లూ! ఆమె కూడా తనను మనస్ఫూర్తిగా కోరుతుందన్న విషయంలో ఏమాత్రం సందేహంలేదు. ఇక తను ఆలస్యం చెయ్యకూడదు. తనే చొరవ తీసుకుని ఆమెను స్వంతం చేసుకునేందుకు ముందుకురకాలి. హుషారుగా ఈల వేస్తూ కవరును అతికించాడు చంద్రం.

❖ ❖ ❖

మరో రెండు రోజుల తర్వాత తెరిచి చూసిన కవర్లో 'పద్దెనిమిది' అంకె ఉన్న కాగితం కనబడడంతో తృప్తిగా నిట్టూర్చాడు చంద్రం.

వెంటనే కాగితం, కలం తీసుకుని వ్రాయనారంభించాడు.

ప్రియమైన సుహాసినికి...

నీ అంకెల గారడీ నాకు తెలిసిపోయింది. నువ్వు నన్ను ప్రేమిస్తున్నావన్న విషయం నేను అర్థం చేసుకోగలను. నేను నిన్నెంతగా ఆరాధిస్తున్నానో నీ దగ్గర భద్రంగా వున్న నా హృదయాన్నడుగు చెప్తుంది.

మరి ఇంకెంత కాలమిలా దాగుడుమూతలు? మనం హృదయాలు విప్పి మాట్లాడుకున్నప్పుడే ఒకళ్లనొకళ్లు పూర్తిగా అర్థం చేసుకోవటం జరుగుతుంది. అందుకే ఈరోజు సాయంత్రం ఆరు గంటలకు రామాలయం వెనుకనున్న రావిచెట్టు దగ్గరకు రమ్మని కోరుతున్నాను.

నా సాహసాన్ని మన్నించి తప్పక వస్తావని ఆశిస్తూ...

నీ చంద్రం.

పూర్తయిన ఉత్తరాన్ని తృప్తిగా మరోమారు చదువుకుని 18 అంకె వున్న కాగితం స్థానే వుంచి కవరు అతికించేసి గదికి తాళం వేసి సైకిలెక్కాడు చంద్రం.

❖ ❖ ❖

సాయంత్రం ఆరుగంటలు దాటింది. రామాలయం రావిచెట్టు పరిసర ప్రాంతం నిర్మానుష్యంగా ఉంది. వంటరిగా వున్న రావిచెట్టు వేడి నిట్టూర్పులు విడుస్తోంది తప్ప ఆ నిర్ణీత సమయంలో ఎదురవ్వాల్సిన వ్యక్తుల్లో ఏ ఒక్కరి ఆగమనాన్ని సూచించే ఛాయలు కానరావడం లేదు.

నిజానికప్పుడు సుహాసిని తమ డాబాపై అసహనంగా పచార్లు చేస్తోంది. ఆమె చేతిలో చంద్రం రాసిన ఉత్తరం ఉంది. ఆమె మనసులో తీవ్రమైన సంఘర్షణ చెలరేగుతోంది.

తను చేసిన పిచ్చిపని ఎంత అనర్థానికి దారితీసింది? యుద్ధంలో వీరమరణం పొందిన తన ప్రాణ సమానుడైన అన్నయ్యను ముమ్మూర్తులా పోలి ఉన్న వ్యక్తి పోస్టుమేన్ రూపంతో తటస్థపడటం ఎంత విచిత్రం? నిజానికి చంద్రాన్ని చూడాలనే తను రోజూ అతడొచ్చే సమయానికి గుమ్మంలో నిలబడేది. అతడ్ని మరింత సమీపంలో చూడాలని, అతడితో మాట్లాడాలన్న పిచ్చి కోరికే తన చేత ఆ ఉత్తరాలు పోస్టు చేయించింది. చివరికి ఇలా పరిణమిస్తుందని తను కలలో కూడ ఊహించ లేదు. ఆ ఉత్తరాలు తనే పోస్టు చేస్తున్నానన్న విషయం అతడికి తెలిసే అవకాశమే లేదని తను పొరబడింది. కాని... చంద్రం తప్పేమీలేదు. అతడు తనను ప్రేమిస్తున్నా డన్న విషయం తెలుస్తూనే ఉంది. మరి తను...? మరణించిన తన అన్నయ్యను అతనిలో చూసుకుని తృప్తిపడడం తప్ప చంద్రంపట్ల తనకు మరో ఉద్దేశం లేదని ఎట్లా చెప్పేది? తన కోసం అతడీపాటికి నిరీక్షిస్తూ ఉండొచ్చు. రేపు ఎదుటపడితే ఈ కఠోర సత్యాన్ని బయటపెట్టక తప్పదు. విని తట్టుకోగలడా? అతని గుండె బద్ధలు కాదూ? ఏం చెయ్యాలి తను? ఇవే ఆమె చుట్టూ ముసిరి వేధించే ఆలోచనలు.

కానీ ఆ విషయం తెలిసి అతని గుండె బద్ధలు కావల్సిన అవసరం లేకుండానే అరగంట క్రితమే చంద్రం గుండె శాశ్వతంగా ఆగిపోయిందన్న విషయం సుహాసినికి ఆ క్షణంలో తెలియదు.

ప్రియురాల్ని కలుసుకోబోతున్నానన్న ఆనందంతో కలల్లో విహరిస్తూ వస్తున్న చంద్రం లారీ ఏక్సిడెంట్‌కు గురయినప్పుడు సుహాసినితో మనసు విప్పి మాట్లాడే అవకాశానికి కూడా నోచుకోని దురదృష్టవంతుడనన్న బాధతో విధిని పలువిధాల నిందించాడుగానీ బ్రతికుంటే గుండెలు పిండి చేసే చేదు నిజాన్ని చవి చూసే విషమ పరిస్థితి నుండి ఆ విధే తనను మృత్యుదేవత రూపంలో కాపాడిందని తెలుసుకోగలిగితే సంతోషించేవాడేమో!!

స్వాతి మాసపత్రిక

20

సీటు

సూర్యారావుగారు ఆకాశంలో చలిమంట వేసారు. ఆ సెగ తగిలి నాకు చెమటలు పోసేస్తున్నాయి. వెధవ బస్ ఎంతకీ వచ్చి చావదే? ఎండలో ఎంతసేపీ నిరీక్షణ? జేబు గుడ్డతో ముఖం తుడుచుకుంటూ పక్కన నిలబడి ఉన్న అమ్మాయిని చూసి ఒక్కసారి ఉలిక్కిపడ్డాను. చంచలకు ఆ అమ్మాయికి చాలా పోలికలున్నాయి.

ఛీ! చంచల మళ్లీ గుర్తుకొచ్చింది. 'మనసా! మనసా! ఆ చంచలను మాత్రం నాకు మళ్లీ గుర్తుచేయకు,' అని ఎన్నోసార్లు వేడుకున్నాను. కాని ఏం ప్రయోజనం? ఏదో ఒక వంకతో చంచలను గుర్తుచేయక మానదు, పాడు మనసు.

చంచలని పేరు ఎందుకు పెట్టారోగాని పేరు మాత్రం సార్ధకం చేసుకొంది. చిన్నప్పటి నుండి అనుకున్న మేనరికాన్ని వదులుకుని నిన్నే ప్రేమించానని చంచల అన్నప్పుడు నిజమేనని నమ్మేసాను. నువ్వు లేకపోతే బ్రతకలేనంది. అదీ నమ్మేసాను.

కానీ చంచల ఏం చేసింది?

అదిగో బస్సొచ్చింది. క్రిక్కిరిసి ఉంది. దేవుడా! నిలబడడానికి చోటుంటే చాలనుకున్నాను. సరిగ్గా నిలబడడానికే చోటు దొరికింది.

బస్సు కదిలింది. వెనుక నిల బడ్డాయన మాటిమాటికీ మీద పడుతున్నాడు. డొక్కలో పొడుస్తున్నాడు. చిరాకేసింది నాకు. ఏదయినా సీటు ఖాళీ అయితే బాగుండు ననుకున్నాను. అనుకున్నానో లేదో పక్కనే ముగ్గురు ఆడవాళ్లు లేచారు. తటాలున కూర్చున్నా.

ఇంతకీ ఎక్కడాగాను? అవును, చంచల ఏంచేసింది? వాడెవడ్నో పెళ్లాడింది. కారణం వాడికి డబ్బుందట. నన్ను చూసి బావను వద్దంది. వాడి డబ్బు చూసేసరికి నే ఫేడౌట్ అయిపోయాను. రేప్పొద్దున్న ఇంకా డబ్బున్నవాడు కనిపిస్తే వాడివెంట పడుతుందా? హు, దీనికి సమాధానం ఒకటో క్లాసు కుర్రాడు కూడ చెప్తాడు.

బస్సాగింది. అటు ప్రక్క మగవాళ్ల సీటొకటి ఖాళీ అయింది. నేనక్కడ చేరాను. అమ్మయ్య! ఆడవాళ్లొస్తే లేచి నిలబడాల్సిన బాధ తప్పింది. బస్ మూలుగుతూ కదిలింది. బస్‌లో జనాభా ముందుకన్నా పెరిగింది. పక్కనున్న పశువెవడో కాలు తొక్కాడు. గుర్రుగా చూసాను. ఈ పక్కనున్న పీఠాధిపతి దిగితే బాగుండును. హాయిగా కిటికీ పక్కనే కూర్చోవచ్చు. గాలయినా తగులుతుంది. సరిగ్గా అప్పుడే మెరిసింది నా బుర్రలో మెరుపు. మొదట్లో నిలబడడానికి చోటు దొరికితే అదే చాలనుకున్నాను. ఇప్పుడు కిటికీ దగ్గర సీటు కావల్సి వచ్చింది నాకు. మరి ఇంకా చంచలను తిట్టుకోవడ మెందుకు?

అంతే!

ఆ తరువాత చంచలను మళ్లీ జీవితంలో నేను గుర్తు చేసుకోలేదు. ఆడిపోసు కోలేదు.

జ్యోతి మాసపత్రిక

21

యమగండం!

రాత్రి ఏడవుతోంది. బాగా చీకటిపడింది.

కొండ మీదికి ఎక్కేసరికి బాగా ఆయాసం వచ్చింది రాంబాబుకి. గట్టిగా శ్వాస పీలుస్తూ ఒక బండపై కూలబడి దూరంగా దీపాల కాంతిలో మెరిసిపోతున్న నగర శోభను తిలకిస్తూ ఉండి పోయాడు.

అక్కడంతా వెలుగు. తన చుట్టూ మాత్రం చీకటి, చిమ్మచీకటి. రేడియం డయిల్ వాచీ చూసుకున్నాడు. ఏడూ అయిదయింది. అంటే, ఇంకా తను బహుశా ఇరవై అయిదు నిముషాలు మాత్రమే బ్రతుకుతాడు.

కూర్చున్న చోటు నుండి లేచి కొండ చివరి వరకు వెళ్లాడు. చిన్న రాయి తీసి క్రిందకు విసిరాడు.

ఆ రాయి క్రిందపడిన చప్పుడు కూడ వినరాలేదు. కొండ క్రిందంతా చీకటిగా ఉంది. ఏమీ కనబడడంలేదు. అంతా అగాథంలా ఉంది.

ఇక్కడ నుండి దూకితే తనవాళ్లకు రేపొద్దున్న తన శవం మాత్రం దొరుకుతుంది. తీరని వేదనే మిగులుతుంది. అప్పుడుగాని వాళ్లకు తమ మొండి పట్టుదల ద్వారా సాధించినదేమిటో అర్థంగాదు.

జీవితంలో కోరుకున్నది సాధించలేనప్పుడు చావు తప్ప మార్గాంతరం లేదు. తీరని కోరికలతో అలమటిస్తూ క్షణక్షణం చస్తూ బ్రతకడంకన్నా ఒకేసారి ప్రాణాలొదిలేస్తే మంచిది. మరో జన్మంటూ ఉంటే అప్పుడైనా సుఖపడవచ్చు. అందుకే తను చావాలి.

ఆలోచనాపరంపర నుండి బయటపడి మళ్లీ టైము చూసుకున్నాడు రాంబాబు. ఏడూ ఇరవై అయింది.

'మరో పదినిముషాలు-అంతే! ఆ తర్వాత ఈ భవబంధాల నుండి తనకు శాశ్వత విముక్తి,' విరక్తిగా నవ్వుకున్నాడు.

దూరాన ఎక్కడ్నుంచో 'ఎక్ ప్యార్ కా నగమా హై' పాట వినిపిస్తోంది. నర్మద కెంతో ఇష్టమైన పాట. తను మౌత్ ఆర్గన్ మీద వాయిస్తుంటే చెవులప్పగించి వింటూ కూర్చునేది.

'కుచ్ పాకర్ ఖోనా హై'- నిజమే! తనతోటి వాళ్లంతా సొంతం చేసుకోవాలని తహతహలాడిన నర్మద కటాక్ష వీక్షణాలు వాళ్లను కాదని తన మీద ప్రసరించాయంటే అంతకన్నా అదృష్టం మరేముంటుంది? ఆ అదృష్టాన్ని అనుభవించకుండానే బదులుగా తన జీవితాన్ని పోగొట్టుకుంటున్నాడు.

'కుచ్ ఖోకర్ పానా హై...' ఇదీ నిజమే.

తన బ్రతుకును అంతం చేసుకుంటున్నాడు. బదులుగా ప్రేమకోసం జీవితాన్ని త్యాగం చేసిన అమర ప్రేమికుల జాబితాలో ఉన్నత స్థానం పొందగలుగుతున్నాడు. అంతకన్నా తనకేం కావాలి?

జేబులో నుండి మౌత్ ఆర్గన్ బయటకు తీసాడు. మెల్లగా 'ఎక్ ప్యార్ కా నగమా హై' పాట వాయించసాగాడు.

"భేష్! నువ్వు మౌత్ ఆర్గన్ చాలా బాగా వాయిస్తావ్?" పాట పూర్తవగానే విన విచ్చిన మెచ్చుకోలుతో ఉలిక్కిపడ్డాడు రాంబాబు.

"ఎవరది?" అప్రయత్నంగా అన్నాడు కళ్లు చిట్లించి ముందుకు చూస్తూ. అంత దూరంలో చీకటిలో అస్పష్టంగా ఒక మానవాకారం అతని వైపు వస్తూ కనిపించింది. అదే ప్రదేశంలో వున్న మరో మనిషి ఉనికిని తనంత వరకు గుర్తించనందుకు కాస్త కంగారుపడ్డాడు రాంబాబు.

ఆ ఆకారం దగ్గరయింది. చీకట్లో మనిషి పోలికలు అంత స్పష్టంగా తెలియడం లేదు.

"ఎవరు నువ్వు?" గొణిగాడు రాంబాబు.

"నేనెవరో తర్వాత చెప్తాను కాని ముందు నువ్వెవరో? ఇక్కడికెందుకు వచ్చావో చెప్పు?" ఉరిమిందతని కంఠం.

రాంబాబు బదులు చెప్పలేదు. రెప్ప వాల్చకుండ అతనివైపే చూడసాగాడు.

కొద్ది క్షణాల మౌనం అనంతరం అతడే అన్నాడు- "నేను చెప్పనా? నువ్విక్కడి కెందుకొచ్చావో? ఆత్మహత్య చేసుకోవడానికి కదూ?"

ఉలిక్కపడ్డాడు రాంబాబు. వీడెవడో అసాధ్యుడిలా ఉన్నాడు. తన మనసులో మాట తేలిగ్గా కనిపెట్టేసాడు. ఎందుకో భయం వేసిందతనికి. అంతలోనే ధైర్యం తెచ్చుకున్నాడు. చావడానికి సిద్ధపడి వచ్చాడు తను. ఎవరికో ఎందుకు భయపడాలి? ప్రపంచంలో ఏ శక్తీ తనను అడ్డుకోలేదు.

"అవును, ఏం?" ఆ వ్యక్తి వంక సూటిగా చూస్తూ అన్నాడు.

బిగ్గరగా నవ్వాడు ఆ వ్యక్తి.

"గుడ్, చావడానికి వచ్చావని ధైర్యంగా ఒప్పుకున్నావ్. వచ్చినవాడివి ఆలస్యం చెయ్యకుండ క్రిందకు దూకి చావక వాద్యసంగీతం మొదలెట్టావేమిటి?" వెటకారంగా అన్నాడు.

రాంబాబుకి అతని పద్ధతి ఏమీ నచ్చలేదు. మౌనంగా టైము చూసుకున్నాడు. ఏడున్నర దాటింది. తన గడువయిపోయింది. ఇక చావే శరణ్యం.

"ఏం, టైము చూసుకుంటున్నావ్. చావు ముహూర్తం ఏమైనా ఉందా?" నవ్వుతూ అన్నాడా వ్యక్తి.

'వీడొకడు, సైంధవుడిలా మాటిమాటికీ అడ్డొస్తున్నాడు,' మనసులోనే విసుక్కున్నాడు రాంబాబు.

"నువ్వెవరు? నువ్వూ ఆత్మహత్య చేసుకోవడానికే వచ్చావా?" పైకి అన్నాడు.

సైంధవుడు మళ్లీ నవ్వాడు. "ఆత్మహత్యా? నేనా? నాకంత ఖర్మేమీ పట్టలేదు. వ్యర్థమైన మాటల్తో అనవసరంగా కాలాన్ని పాడుచెయ్యకు. నువ్వొచ్చింది చావడాని కేగా? అదుగో అక్కడ నిలబడు. కళ్లు మూసుకుని ఒకటీ, రెండూ, మూడూ అని లెక్కపెట్టి దూకేయ్. తిన్నగా స్వర్గానికి చేరుకుంటావ్," రాంబాబు భుజం మీద చెయ్యేసి ముందుకు నడిపిస్తూ అన్నాడు.

రాంబాబు యాంత్రికంగా సైంధవుడితోపాటు నడుస్తున్నాడు. "చాలమంది ఇదే చోటులో నుండి దూకి చచ్చారు."

"ఇక్కడ నుండి దూకిన వాళ్లలో దాదాపు అందరూ చచ్చారు ఒక్కడు తప్ప. వాడిని చావు కరుణించలేదు. ఒక చెయ్యి, రెండు కాళ్లు విరిగి బ్రతికి బయటపడ్డాడు."

ఆ మాట వినేసరికి రాంబాబుకి గుండెల్లో గుబులు పుట్టుకొచ్చింది.

"ఏమిటి ఆలోచన? ఆలస్యం చెయ్యకు. నేను మూడనేలోగా దూకేయ్. రెడీ, ఒకటి... రెండు... మూడు..."

రాంబాబు దూకలేదు. ఒక అడుగు వెనక్కి వేసి నిలబడ్డాడు.

ఫక్కున నవ్వాడు సైంధవుడు.

"ఏం దూకవేం? భయమేస్తుంది కదూ?"

"అదికాదు, నాదొక చిన్న సందేహం. ఆత్మహత్య చేసుకునేవాళ్లను ఆపాలని ప్రయత్నించేవాళ్లను చూసానుగాని నీలా ప్రోత్సహించే వాళ్ల గురించి కనీసం విననైనా లేదు," తన భయాన్ని కప్పి పుచ్చుకోవడానికి ప్రయత్నిస్తూ అన్నాడు రాంబాబు.

"అధ్గదీ, అసలు విషయానికొచ్చావ్! అదే మన ప్రత్యేకత. ఆ మాటకొస్తే మన వృత్తి ధర్మం."

రాంబాబు అర్థం కానట్లు చూసాడు.

"నిజం చెప్పు. అక్కడి నుండి దూకాలంటే భయమెయ్యడం లేదూ? నువ్వు వెనకాడ్డం లేదూ?" అంత చీకట్లోనూ సైంధవుడి పెద్ద పెద్ద కనుగుడ్లు రాంబాబును గుచ్చిగుచ్చి చూసాయి.

"నిజమే! ధైర్యం చాలడం లేదు," నిజం ఒప్పేసుకున్నాడు రాంబాబు.

"నాకు తెలుసోయ్! నీలాంటి వాళ్ల కోసమే నేనిక్కడ ఉన్నది," పళ్లికిలించాడు సైంధవుడు.

"నువ్వనేదేమిటో నాకర్థం కావడం లేదు."

"ఏమీలేదోయ్. ఆత్మహత్య చేసుకోవాలని నిర్ణయించుకుంటారే కాని చచ్చే తెగువ చాలామందిలో ఉండదు. వాళ్లకు నేను సాయం చేస్తాను. చావాలని వచ్చిన నీలాంటి వాళ్లను ఇక్కడ నిలబెట్టి ఒక్క ఊపులో క్రిందికి తోసేస్తాను. ఎవడో తోస్తే చస్తావ్ కనుక ఆత్మహత్యా పాతకం నీకూ చుట్టుకోదు. తిన్నగా స్వర్గమే చూస్తావ్.

"అలాగని నేను చేసేది పాపమంటే నేనొప్పుకోను. చేతకానివాడికి సాయం చేసి ఆదుకుంటున్నాను. కాబట్టి అది పుణ్యమే. పోతే, చచ్చేవాడి దగ్గరుండే వస్తువులు, డబ్బు, చచ్చిం తరువాత వాడికెలాగూ ఉపయోగపడవు. కాబట్టి క్రిందికి తోసేముందు బహుమతిగా వాడి దగ్గర నుండి పుచ్చుకుంటాను".

అతని మాటలు వింటూ వుంటే వణుకు పుట్టుకొచ్చింది రాంబాబుకి. వీడు సైంధవుడు కాదు సాక్షాత్తు యముడే అనుకున్నాడు.

"ఇంతకీ మనది పరీక్షదెబ్బా లేక ప్రేమదెబ్బా?" అడిగాడు యముడు.

"పరీక్షల్లో ఫెయిలయినంత మాత్రాన ఆత్మహత్య చేసుకునే భీరువును కాదు నేను," ఉక్రోషంగా అన్నాడు రాంబాబు.

"అయితే, ప్రేమదెబ్బేనన్నమాట. డిటెయిల్స్ నేను అడగనులే. నాకవన్నీ అనవసరం. నీ సంగతి తొందరగా తేల్చేస్తే నాకు మళ్లీ బేరం తగలవచ్చు. అసలే రిజల్ట్స్ వచ్చే సీజను, నీ తమ్ముడు మరొకడెవరడైనా రావచ్చు. నీ దగ్గరున్న వస్తు సామగ్రి తీసి ఆ రాయి మీద పెట్టు," ఆదేశించాడు యముడు.

రాంబాబు మాట్లాడలేదు. వెర్రిగా యముడి వంక చూస్తూ ఉండిపోయాడు.

"తొందరగా తియ్యి. నసుగుడు బేరాలు మన దగ్గర కుదరవు," ఉరిమాడు యముడు.

అప్రయత్నంగానే గడియారం, జేబులో పర్సు బయటికి తీసాడు రాంబాబు. వాటి నందుకుని పక్కనున్న బండమీద ఉంచాడు యముడు.

"ఇక పద," అంటూ ముందుకు నెట్టాడు రాంబాబుని.

రాంబాబుకి ముచ్చెమటలు పోస్తున్నాయి. గుండెలు దడదడ కొట్టు కుంటున్నాయి.

"ఆ... నీ మౌత్ ఆర్గన్ ఏది? అది కూడ ఇటివ్వు, అది నేర్చుకోవాలని నాకెప్పటి నుండో కోరిక. నీ పేరు చెప్పుకుని వాయించుకుంటాను. ఇంతకూ నీ పేరేమిటి తమ్ముడూ?" చెయ్యి చాపుతూ అన్నాడు యముడు.

"రాం.. బాబు," గొణిగాడు రాంబాబు.

మౌత్ ఆర్గన్ అందుకుని, "థాంక్స్ రాంబాబూ, ఇక నీకు మోక్షం ప్రసాదిస్తాను," నవ్వాడు యముడు.

"నన్ను నిజంగానే తోసేస్తావా?" బెదురుగా అడిగాడు రాంబాబు.

"మరి? నా బాధ్యత నేను ఎలా విస్మరిస్తాను?"

రాంబాబుకి గుండెలో చావంటే అంతకుముందు లేని భయం చోటు చేసుకుంది. ఈ యముడి బారి నుండి బ్రతికి బయటపడితే చాలు అని వెయ్యి దేవుళ్లకు మొక్కుకోసాగాడు.

"నాకు చావాలని లేదు," ధైర్యం చేసి అనేసాడు.

"వేళాకోళంగా ఉందా?" క్రూరంగా నవ్వాడు యముడు.

"కాదు నిజమే చెప్తున్నాను. చావడమంటే నేననుకున్నంత తేలిక కాదని నాకనిపిస్తోంది. చావడానికి కూడా ధైర్యం కావాలని అర్థమయింది. దయచేసి నన్నొది లేయ్."

"అదెలా కుదురుతుంది? బోణీ బేరం వదులుకోవడం మన జన్మలో లేదు. నువ్వు చావాల్సిందే. నేను తొయ్యాల్సిందే," నిక్కచ్చిగా చెప్పేసాడు యముడు.

"నన్నేమీ ఊరికే వదిలిపెట్టొద్దు, నా పర్సు, గడియారం, మౌత్ ఆర్గన్ నువ్వే తీసుకో. నన్ను మాత్రం పోనియ్. నాకింకా బ్రతకాలని ఉంది," ప్రాధేయపడ్డాడు రాంబాబు.

"నన్నేమన్నా బిచ్చగాడనుకున్నావా నీ దగ్గర నుండి ఊరికే తీసుకోవడానికి? అది నా వృత్తికే కళంకం. చావాలనుకోవడం, బ్రతకాలనుకోవడం అంతా నీ ఇష్టమేమిటి? పిచ్చిపిచ్చి వేషాలు వెయ్యక బుద్ధిగా చచ్చిపో," హూంకరించాడు యముడు.

బిక్కచచ్చిపోయాడు రాంబాబు. అతని ప్రాణాలు సగం అప్పటికే ఎగిరి పోయాయి.

"చివరిసారి దైవాన్ని ప్రార్థించుకో. నీ తరపున నేనూ అంతిమ ప్రార్థన చేస్తాను. ఊ... కళ్లు మూసుకో," అరిచాడు యముడు.

మంత్రముగ్ధుడిలా కళ్లు మూసుకున్నాడు రాంబాబు.

"దేవుడూ- ఈ కుర్రాడు తీరని కోరికలతో చచ్చిపోతున్నాడు. వీడికి మరో మంచి జన్మనియ్యి. ఒకవేళ నీ రాతలో తేడాలొచ్చి వచ్చే జన్మలోనూ వీడికిదే గతిపడితే నా దగ్గరకే పంపించు. నన్నందాకా బ్రతికే ఉంచు. నన్ను చల్లగా చూడు తండ్రీ," యముడు ప్రార్థన ముగించి కళ్లు తెరిచేసరికి ఎదురుగా రాంబాబు లేడు.

చివాలున వెనక్కి తిరిగాడు.

అంత దూరంలో పారిపోతున్న రాంబాబు కనిపించాడు.

"ఏయ్ ఆగు, తప్పించుకుపోదామనే?" అంటూ రాంబాబుకు సంబంధించిన వస్తువులు అందుకుని వెంబడించాడు.

రాంబాబు పడుతూ లేస్తూ పిక్కబలం చూపిస్తున్నాడు.

'చావూ వద్దు, ఆత్మహత్యా వద్దు. యముడి కబంధ హస్తాల నుండి తప్పించుకుంటే అంతే చాలు...' అవే అతడి మనసులో మెదులుతున్న ఆలోచనలు.

ఇంతలో చీకటిని చీల్చుకుంటూ, "బాబూ!" అన్న కేక వినవచ్చింది.

ఆ పిలుపును ఎలాంటి పరిస్థితుల్లోనైనా గుర్తించగలడు రాంబాబు.

బదులుగా, "నాన్నా!" అని అరిచాడు.

మరుక్షణంలో అతని మీద టార్చిలైటు కాంతి పడింది. మరో నాలుగంగల్లో తండ్రిని చేరుకున్నాడు రాంబాబు. గట్టిగా కౌగలించుకున్నాడు.

"ఎంత సాహసానికి కొడిగట్టావు బాబు! నీకిష్టమొచ్చిన పిల్లనే చేసుకుందువు గాని. నేనేమీ అడ్డు చెప్పనిక! అంతేగాని మా కడుపులో చిచ్చుపెట్టే పని చెయ్యకు బాబూ," కొడుకు తల ఆప్యాయంగా నిమురుతూ చెమ్మగిల్లిన కళ్లతో అన్నాడు రాంబాబు తండ్రి.

"నువ్వు సమయానికి రాకపోతే నిజంగానే చచ్చేవాడ్ని నాన్నా! ఒక దుర్మార్గుడు నన్ను చంపుతానని వెంటపడ్డాడు," భయంతో కంపిస్తూ అన్నాడు రాంబాబు.

ఇంతలో యముడు ఎదురుగా నిలబడ్డాడు.

"ఎవరు నువ్వు?" కోపంగా అరిచాడు రాంబాబు తండ్రి, టార్చిలైటు యముడి వైపు ప్రసరిస్తూ.

యముడు చిన్నగా నవ్వాడు.

"అయామ్ కోనంగి. ఇనస్పెక్టర్ ఆఫ్ పోలీస్," అంటూ తన ఐడెంటిటీ రాంబాబు తండ్రి కందించాడు.

"ఇనస్పెక్టర్‌గారూ! ఏమిటిదంతా?" అయోమయంగా అన్నాడు రాంబాబు తండ్రి.

"ముందిది చెప్పండి. మీ అబ్బాయి ఆత్మహత్య చేసుకోవాలని ఎందుకను కున్నాడు?" తనవంక ఆశ్చర్యంగా చూస్తున్న రాంబాబును చిరునవ్వుతో చూసి ఆ తరువాత రాంబాబు తండ్రివైపు తిరిగి అన్నాడు కోనంగి.

"ఎవరో అమ్మాయితో తిరుగుతున్నాడని విని చదువు నిర్లక్ష్యం చేస్తున్నాడని ఉదయం మందలించాను. ఆ తరువాత ఆ అమ్మాయి గురించి వాకబు చేసాను. మంచి సాంప్రదాయం గల కుటుంబంలోని పిల్లే! ఆ అమ్మాయి కూడ వీడంటే ప్రాణం ఇచ్చేట్లే కనబడింది.ఈలోగా వీడే తొందరపడ్డాడు. నేనింటికి వచ్చేసరికి వీడు రాసి పెట్టిన ఉత్తరం కనబడింది ఏడున్నర గంటలకల్లా ఈ కొండ మీద నుండి దూకి చస్తానని మనసు మార్చుకుంటే ఈలోగా రావల్సిందనీ రాసి పెట్టాడు. నేను కంగారుగా బయలు దేరాను. దార్లో కారు ట్రబుల్ ఇచ్చింది. దాంతో కాస్త ఆలస్యమయింది," క్లుప్తంగా చెప్పుకొచ్చాడాయన.

"ఇక నేను చెప్తాను వినండి. నాకు వీలయినప్పుడుల్లా సాయంత్రం వేళలు ఈ కొండమీదకొచ్చి కాసేపు కూర్చుని వెళ్లడం అలవాటు.

"ఇవేళ నేను వెళ్లిపోవడానికి సిద్ధమవుతుండగా మీ అబ్బాయి వచ్చాడు. అతడు నన్ను గమనించలేదు. లోగడ ఇక్కడ్నుంచి దూకి ఒకరిద్దరు ఆత్మహత్యలు కూడా చేసుకున్నారు. ఎందుకో నేను మీవాడ్ని శంకించాను. మీవాడ్ని కదపగానే నా అనుమానం నిజమేనని రూఢి అయింది.

"ఈ వయసులో ఉండే కుర్రకారుది విచిత్రమైన మనస్తత్వం. తమ ఆలోచనలకు, ఇష్టాఇష్టాలకు భిన్నంగా పెద్దవాళ్లు ప్రవర్తిస్తే భరించలేరు. ప్రతిఘటించాలని చూస్తారు. వీలైతే బెదిరించి వాళ్లను తమ దారికి తేవాలని ప్రయత్నిస్తారు. అందుకు వాళ్లు ఎన్నుకునే ఏకైక సాధనం ఆత్మహత్యాప్రయత్నం. వాళ్ల బెదిరింపులకు కంగారుపడి పెద్దవాళ్లు సాధారణంగా రాజీకి రాక తప్పదు. అందుకే మీవాడూ అదే దారి తొక్కాడు.

"నేనది గ్రహించాను. అతనికి ప్రత్యక్షంగా చావు భయమంటే ఏమిటో, బ్రతుకు తీపి ఎలా ఉంటుందో చూపించాలనే నిర్ణయానికి వచ్చాను. దాంతో చంపుతానని బెదిరించి నాటకమాడాను. నేననుకున్నట్లే మీవాడిది వట్టి ఉత్తరకుమారుడి మనస్తత్వమని తేలిపోయింది.

"ఇంతలో మీరు రానే వచ్చారు.

"ఇక నేను ఉంటాను. త్వరలో పప్పన్నం పెట్టించే ఏర్పాట్లు చేసి నన్నూ పిలిస్తే సంతోషిస్తాను," అంటూ రాంబాబు పర్సూ వగైరా రాంబాబు చేతిలో ఉంచి భుజం తట్టి ముందుకు కదిలాడు ఇన్‌స్పెక్టర్ కోనంగి.

అపరాధ పరిశోధన మాసపత్రిక

www.ingramcontent.com/pod-product-compliance
Lightning Source LLC
LaVergne TN
LVHW040731230825
819277LV00052B/363